இந்திய கனவுத் தொழிற்சாலைகள்

பாலிவுட் முதல் பஞ்ச்வுட் வரை...
கோலிவுட் முதல் ஜாலிவுட் வரை...
33 இந்தியத் திரைப்பட உலகங்களின் அறிமுகம்

ப்ரஸன்னா

டிஸ்கவரி பப்ளிகேஷன்ஸ்
எண்: 9, பிளாட் எண்: 1080A, ரோஹிணி பிளாட்ஸ்
முனுசாமி சாலை, கே.கே.நகர் மேற்கு,
சென்னை - 600 078. பேச: 99404 46650

இந்திய கனவுத் தொழிற்சாலைகள்
ஆசிரியர்: ப்ரஸன்னா©

INDHIA KANAVU THOZHIRSAALAIGAL
Author: **Prasanna**©

Printed: Ramani Print Solutions, Chennai - 5

First Edition: December - 2021

வெளியீட்டு எண்: 0071

ISBN: 978-93-91994-12-9

Pages: 232

Rs. 270

Publisher • Sales Rights

Discovery Publications
No. 9, Plot,1080A,
Rohini Flats,
Munusamy Salai,
K.K.Nagar West,
Chennai - 600 078.
Mobile: +91 99404 46650

Discovery Book Palace (P) Ltd
No. 6, Mahaveer Complex,
Munusamy Salai,
K.K.Nagar West,
Chennai-600 078.
Ph: (044) 4855 7525
Mobile: +91 87545 07070

discoverybookpalace@gmail.com
WWW.DISCOVERYBOOKPALACE.COM

இந்த நூலில் பிரசுரமாகியுள்ள எந்த ஒரு பகுதியையும் பதிப்பாளரின் எழுத்துபூர்வமான முன்அனுமதி பெறாமல் எடுத்தாள்வதோ, மறுபிரசுரம் செய்வதோ, மொழியாக்கம் செய்வதோ, அச்சு மற்றும் மின்னணு ஊடகங்களில் மறுபதிப்புச் செய்வதோ, காப்புரிமைச் சட்டப்படி தடை செய்யப்பட்டுள்ளது. இந்த நூலிலிருந்து குறிப்பிட்ட பகுதிகளை மேற்கோள்காட்டி புத்தக விமர்சனம் செய்ய, ஊடகங்களுக்கு மட்டும் அனுமதி உண்டு.

உங்கள் மொபைல் போனிலிருந்து ஸ்கேன் செய்து 'டிஸ்கவரி புக் பேலஸ்' மொபைல் ஆப்பை டவுன்லோடு செய்து, புத்தகங்களை வாங்குங்கள்.

சமர்ப்பணம்

இந்தியத் திரைப்பட வானின் விடிவெள்ளி,

கலங்கரை விளக்கம்

தாதா சாகேப் பால்கே

அவர்களுக்கு...

டிரெய்லர்

இந்தியா, பல மொழிகள் பேசப்படும் ஒரு கூட்டுச் சமூகம்.

இந்திய மொழிகளின் சென்ஸஸ் கணக்குப்படி, இந்தியாவில் பேசப்படும் 'தாய்மொழி'களின் எண்ணிக்கை சுமார் 10,400. பல மொழிகள் ஒரு குறிப்பிட்ட மொழியின் திரிபு என்பதாலும், ஒரு மொழியே மீசை வைத்துக்கொண்டும், மச்சம் ஒட்டிக்கொண்டும் பல மாறுவேடங்கள் போடுவதாலும், இந்தத் தொகை கணிசமாகச் சுருங்கி கடைசியில், முக்கியமான மொழிகள் 114 என்று கணக்கிடப்பட்டுள்ளது.

இந்த மொழிகளின் அடிப்படையில்தான், அவற்றைச் சார்ந்த திரைப்பட உலகங்கள் இயங்குகின்றன. கிட்டத்தட்ட 40க்கும் மேற்பட்ட மொழிகளில் இந்தியாவில் திரைப்படங்கள் தயாரிக்கப்படுகின்றன. ஆகவே, 40க்கும் மேற்பட்ட திரைப்பட உலகங்களும் இங்கே இருக்கின்றன.

சில, ஒலிம்பிக் ஓட்டப்பந்தயங்களில் கலந்துகொண்டு பரபரப்பான சாதனைகள் செய்துகொண்டு இருக்கின்றன. சில, திருதிருவென்று முழித்துக்கொண்டு திருவிழாவில் காணாமல் போன குழந்தைகளாய் செய்வதறியாமல் நின்றுகொண்டு இருக்கின்றன. சில, வெறும் வீடியோ படங்களை எடுத்துவிட்டு, 'இதாண்டா திரைப்படம்' என்று ஜனங்களை டபாய்த்துக்கொண்டு இருக்கின்றன. மேலும் சில, பாய்போட்டுப் படுத்து கும்பகர்ணன்கள் ஆகி மாமாங்கம் ஆகின்றது.

இந்தப் புத்தகம், இந்தியாவின் 33 முக்கிய திரைப்பட உலகங்களை உங்களுக்கு அறிமுகப்படுத்துகிறது. நம்முடைய பக்கத்து வீட்டுக்காரர்களைப் பற்றித் தெரிந்துகொள்வது மிக அவசியமல்லவா?

இந்தப் புத்தகம், ஒவ்வொரு மொழியிலும் சினிமா தோன்றிய வரலாற்றையும், அதன் பயணத்தையும் ஒரு குறிப்பிட்டக் காலம் வரை சொல்லும் பதிவே தவிர, அந்தந்தத் துறையின் இன்றைய காலகட்டத்தைச் சொல்லும் பதிவு அல்ல என்பதைப் புரிந்துகொள்ள வேண்டுகிறேன்.

சினிமா ரத்தம் ஓடுகிற உடம்புகளுக்கு இந்தப் புத்தகம், புதுப்புது விஷயங்களும் புத்துணர்ச்சியும் தரும் என்பது எனது நம்பிக்கை.

அன்புடன்,
ப்ரஸன்னா

ரீல்

1. BOLLYWOOD	- இந்தி திரைப்பட உலகம்	9
2. BHOJPURI / BIHAR-1	- பீகார் திரைப்பட உலகம்	29
3. AWADHI / BIHAR-2	- ஆவாதி திரைப்பட உலகம்	37
4. MAITHILI / BIHAR-3	- மைதிலி திரைப்பட உலகம்	40
5. TOLLYWOOD	- தெலுங்கு திரைப்பட உலகம்	42
6. KOLLYWOOD	- தமிழ்த் திரைப்பட உலகம்	60
7. BADUGA / TAMILNADU-2	- படுகா திரைப்படம் உலகம்	75
8. TOLLYGUNGE	- மேற்கு வங்காள திரைப்பட உலகம்	78
9. MARATHI	- மராத்திய திரைப்பட உலகம்	87
10. SANDALWOOD	- கர்நாடக திரைப்பட உலகம்	102
11. KONKANI / KARNATAKA-2	- கொங்கனி திரைப்பட உலகம்	113
12. TULU / KARNATAKA-3	- துளு திரைப்பட உலகம்	116
13. KODAVA / KARNATAKA-4	- கொடவா திரைப்பட உலகம்	120
14. MOLLYWOOD	- மலையாள திரைப்பட உலகம்	122
15. GOLLYWOOD	- குஜராத் திரைப்பட உலகம்	133
16. PUNJWOOD	- பஞ்சாப் திரைப்பட உலகம்	140

17. SOLLYWOOD	- ஸிந்தி திரைப்பட உலகம்	149
18. ChHOLLYWOOD	- சத்தீஸ்கர்கி திரைப்பட உலகம்	154
19. OLLYWOOD	- ஒரிஸா திரைப்பட உலகம்	161
20. SAMBALPURI / ORISSA-2	- சம்பல்பூரி திரைப்பட உலகம்	167
21. JHOLLYWOOD	- ஜார்கண்ட் திரைப்பட உலகம்	170
22. SANTHALI / JHARKHAND-2	- ஸந்தாலி திரைப்பட உலகம்	176
23. NAGPURI / JHARKHAND-3	- நாக்பூரி திரைப்பட உலகம்	180
24. ASSAM	- அஸாம் திரைப்பட உலகம்	182
25. BODO / ASSAM - 2	- போடோ திரைப்பட உலகம்	191
26. UTTARKHAND	- கர்ஹ்வாலி திரைப்பட உலகம்	195
27. HARYANVI	- ஹர்யான்வி திரைப்பட உலகம்	200
28. MARVARI	- ராஜஸ்தான் திரைப்பட உலகம்	203
29. KASHMIRI & DOGRI	- ஜம்மு காஷ்மீர் திரைப்பட உலகம்	207
30. LADAKHI / JAMMU KASHMIR-2	- லடாக்கி திரைப்பட உலகம்	214
31. KASHI	- மேகாலயா திரைப்பட உலகம்	219
32. MANIWOOD	- மணிப்பூரி திரைப்பட உலகம்	222
33. KOKBOROK	- திரிபுரா திரைப்பட உலகம்	229

BOLLYWOOD
இந்தி திரைப்பட உலகம்

பாலிவுட்!

'பேரைக் கேட்டாலே ச்சும்மா அதிருதில்ல?'

இருக்காதா பின்னே? வருடத்துக்கு சுமார் 1300 படங்கள் தயாரிக்கும் இந்தியத் திரைப்படத் தாயின் தலைமகன் அல்லவா பாலிவுட்!

2004ஆம் ஆண்டே, பாலிவுட் கிட்டத்தட்ட 3.6 பில்லியன் (இது உலக ஜனத்தொகையில் கிட்டத்தட்ட பாதி. 2019ஆம் ஆண்டின் கணக்குப்படி, உலக ஜனத்தொகை ஏறக்குறைய 7.7 பில்லியன்) ரசிகர்களைத் தன் பக்கம் இழுத்துக்கொண்டு, ஹாலிவுட்டையும் மிஞ்சிவிட்டது உங்களுக்குத் தெரியுமா?

பம்பாய் என்ற பெயரை வைத்துத்தான் 'பாலிவுட்' வந்தது. 'பாலிவுட்' என்ற வார்த்தையை முதன்முதலில் உபயோகப்படுத்தியவர் யார் தெரியுமா?

அமித் கன்னா! இவர் பிரபல இந்திப்பட தயாரிப்பாளர், பாம்பே பிலிம் மற்றும் டெலிவிஷன் கில்ட்-டில் பிரசிடென்டாக இருந்தவர். 1970களில், ஒரு பத்திரிகை கட்டுரையில், இவர் முதல்முதலாக பம்பாயை 'பாலிவுட்' என்று குறிப்பிட்டார். அதை அப்படியே கெட்டியாக பிடித்துக்கொண்டார்கள் மற்றவர்கள்.

'பாலிவுட்' என்று இந்திப்பட உலகம் பெயர் வாங்குவதற்கு பல மாமாங்கம் முன்னாலேயே, 1932ஆம் ஆண்டே, கல்கத்தாவை அமெரிக்கர்கள் 'Tollywood' என்று அழைத்து வந்ததாகவும் செய்திகள் உண்டு. கல்கத்தா படஉலகம், Tollygunge என்ற ஏரியாவில் இருந்ததால், இந்தப் பெயர் வந்ததாகச் சொல்கிறார்கள்.

உலகத்திலேயே ஹாலிவுட் படங்கள்தான் முதல்முதலில் தயாரிக்கப்பட்டது என்று யாராவது நினைத்துக்கொண்டு இருந்தால், அது தவறு.

பாலிவுட், ஹாலிவுட்டுக்கு அண்ணாத்தே! 11 வயது மூத்தவன். 1899ஆம் ஆண்டே, பாலிவுட் முதல் துண்டுப்படம் தயாரித்துவிட்டது. ஹாலிவுட், 1910ஆம் ஆண்டுதான், தன் பயாஸ்கோப் வேலைகளையே காட்ட ஆரம்பித்தது.

1895ஆம் ஆண்டு, லூமியர் சகோதரர்கள் பாரிசில் முதல்முதலாக தேங்காய் உடைத்து சினிமாடோகிராபி கடையை ஆரம்பித்தார்கள்.

1896ஆம் ஆண்டு, ஜூலை 7ஆம் தேதிதான், சினிமா முதல் முதலாக இந்தியாவுக்கு அறிமுகமான நன்னாள்! பம்பாய் வாட்சன் ஹோட்டலில், ஆறு துண்டுப்படங்கள் திரையிடப்பட்டன.

1897 முதல், தினசரி படங்கள் திரையிடும் வேலை ஆரம்பமானது.

இந்திய சினிமாவுக்கு பிள்ளையார்சுழி போட்ட முதல் இந்தியன், ஹரிச்சந்திர சகாராம் பட்வடேகர் என்பவர். இவர், பம்பாய் தொங்கும் தோட்டத்தில் நடந்த குஸ்திச்சண்டை ஒன்றையும், குரங்குகள் சேட்டை ஒன்றையும் துண்டுப்படங்களாக எடுத்தார். 1899ஆம் ஆண்டு, ஒரு டென்ட் கொட்டகை நிர்மாணித்து, அதனுள்ளே எடிசனின் கினோடோஸ்கோப் மூலம் தன் துண்டுப்படங்களை வெளியிட்டார்.

'தி லைஃப் ஆஃப் கிரைஸ்ட்' பார்த்துவிட்டு, துந்திராஜ் கோவிந்த் தாதாசாகேப் பால்கே, 1913ஆம் ஆண்டு தன்னுடைய 'ராஜா ஹரிச்சந்திரா' படத்தை வெளியிடும்முன்னரே, 1912ஆம் ஆண்டு, ஓர் இந்தியர் முதல் இந்திய திரைப்படத்தை எடுத்தே விட்டார்!

'மதர் இந்தியா'வில் நூதன்

அவர் பெயர், ராம் சந்திர கோபால் தாதா சாகேப் தோர்னெ (1890 – 1960) இவர்தான் இந்தியாவில் திரைப்படம் தயாரித்த முதல் இந்தியர். இவர் எடுத்தபடம், 'புண்டலிக்'. அப்போது பம்பாயில் பிரபலமாயிருந்த 'ஸ்ரீபுண்டலிக்' என்ற நாடகத்தை அப்படியே தோர்னே தன் காமிராவில் சுருட்டினார்; வெளியிட்டார். அப்போதைய 'டைம்ஸ் ஆப் இந்தியா'வில் அதுபற்றிய விளம்பரமும் வெளியாயிற்று.

ஆனால், பல காரணங்களுக்காக, அது முதல் படமாக ஏற்றுக்கொள்ளப்படவில்லை.

1913ஆம் ஆண்டு, தன் 'ராஜா ஹரிச்சந்திரா'வைத் தயாரித்த தாதாசாகேப் பால்கே, இந்தியாவிலேயே பிராசசிங் செய்து வெளியிட்டார் (இந்த விஷயத்தில் தோர்னே கொஞ்சம் சறுக்கிவிட்டார். தோர்னே தன் முதல் படத்தை பிராசஸிங் செய்ய வெளிநாட்டுக்கு அனுப்பினார். அதனால், அவரை ஆட்டத்தில் சேர்த்துக்கொள்ளவில்லை).

மேலும், தோர்னே எடுத்த படத்தின் நீளம் 1500 அடி மட்டுமே. 22 நிமிடங்களே அது ஓடியது. பால்கே எடுத்த படம், கிட்டத்தட்ட 3000 அடிநீளம் இருந்தது. 40 நிமிடங்கள் திரையில் ஓடியது.

எவர்கிரீன் காதல் - 'தில்வாலே துல்ஹனியா லே ஜாயேங்கே'

இப்படியாக, இந்திய சினிமா உலகத்தின் தந்தை ஆனார், தாதாசாகேப் பால்கே.

முதல் படம் ஆனது, 'ராஜா ஹரிச்சந்திரா' (மே 3, 1913).

பாலிவுட்டின் மேலும் பல சிறப்பம்சங்களை இப்போது பார்க்கலாம்.

மார்ச் 14ம் தேதி, 1931ஆம் ஆண்டு, முதல் பேசும் படம், 'ஆலம் ஆரா' (பிரபஞ்சத்தின் வெளிச்சம்), ஒரு பார்ஸி நாடகத்தைத் தழுவியது. தயாரிப்பாளர் மற்றும் இயக்குனர், அர்தேஷிர் மார்வான் இரானி (துரதிர்ஷ்டவசமாக, இந்தப் படம் இப்போது இல்லை).

இந்தியாவின் முதல் பின்னணிப் பாடகர், டபிள்யூ.எம் கான் இந்தப் படத்தில்தான் அறிமுகம்.

தயாரிப்பாளர் மற்றும் இயக்குனரான அர்தேஷிர் இரானி, இந்திய பேசும்படங்களின் தந்தை என்று போற்றப்படுகிறார்.

இரானி, 1920ல், இத்தாலியுடன் கூட்டு சேர்ந்து 'நளதமயந்தி'யைத் தயாரித்தார். (முதல் சர்வதேசக் கூட்டு) முதல் இந்தோ ஆங்கில படம் 'நூர்ஜஹான்' எடுத்தார்.

முதல் கலர்ப்படமான, 'கிஷன் கன்னையா'வையும் (1937) இரானிதான் தயாரித்தார் (இயக்கம், மோதி கிட்வானி).

இப்படியாக, மூன்றுமுறை ஹாட்ரிக் அடித்த அர்தேஷிர் இரானி (1886 – 1969) ஆங்கிலம், ஜெர்மன், இந்தோனேஷியா, பெர்ஷியா, உர்து மற்றும் தமிழ் (காளிதாஸ்) மொழிகளிலும் படம் தயாரித்தார்.

இன்றைக்கும் நீங்கள் ராஜ்கபூர் ரசிகராக, கரினா கபூர் விசிறியாக இருக்கிறீர்கள் என்றால், அதற்கும் இவர்தான் காரணம். ஏனெனில், ராஜ்கபூரின் தந்தை பிருத்வி ராஜ்கபூரை சினிமாவுக்கு அறிமுகப்படுத்தியவர் அர்தேஷிர் இரானி.

இந்தியின் (இந்தியாவின்) முதல் சினிமாஸ்கோப் படம், 'காகஜ் கே ஃபூல் (காகிதப்பூ) 1959ஆம் ஆண்டு வெளியாயிற்று. குருதத் இயக்குனர். கேமிராமேன் வி.கே.மூர்த்தி. உலகமெல்லாம் புகழப்பட்ட படம், பெரிய பாக்ஸ் ஆபீஸ் தோல்வி.

முதல் 70எம்.எம். படம், 'அரவுண்ட் தி வோர்ல்ட்'. இயக்கம் – பட்சி; கதாநாயகன் ராஜ்கபூர். 1967ஆம் ஆண்டு.

அதிகப் பாடல்கள் கொண்ட படம் 'இந்திரசபா'. 72 பாடல்கள், 1932ஆம் ஆண்டு. இயக்குனர் – ஜேஜே மதன்.

முதல் ஆஸ்கர் பானு அத்தயா ('காந்தி' படத்தின் காஸ்ட்யூமர்) என்ற பெண்மணிக்கு (1982).

மிக நீ...ளமான 20 நிமிட இந்திப் படப் பாடல் 'அப் துமாரே ஹவாலே வதன் சாத்தியோங்'. அதே பெயருள்ள படத்தில் இடம் பெற்றது.

மிக நீ....ளமான இந்திப் படம் 'கார்கில்'. 4மணிநேரம், 25 நிமிடங்கள் (இதற்குமுன் இந்தப் புகழ், ராஜ்கபூரின் 'மேரா நாம் ஜோக்கர்' படத்துக்கு இருந்தது– 4 மணிநேரம், 14 நிமிடம்).

இந்திப் பட உலகத்தில் மட்டுமல்ல, இந்தியப் பட வரலாற்றிலேயே மிக அதிக நாட்கள் ஓடிய படம், 'தில்வாலே துல்ஹனியா லே ஜாயேங்கே'. 1995ஆம் வருடம் ரிலீஸான இந்தப் படம் தொடர்ந்து, 1200 வாரங்கள் (அதாவது, 2018ம் ஆண்டு புள்ளிவிபரப்படி தோராயமாக 23 வருடங்கள்) மும்பை மராட்டா மந்திர் தியேட்டரில் ஓடியது. ஸாரி... இன்னும் ஓடிக்கொண்டுதான் இருக்கிறது என்கிறார்கள்.

வெறும் 4 கோடி ரூபாய் பட்ஜெட்டில் 1995ஆம் ஆண்டு தயாரிக்கப்பட்ட இந்த யஷ் சோப்ரா படம், 2019ஆம் ஆண்டுவரை (ஷாருக்கான் – கஜோல்) இந்தியாவில் மட்டும் 75 கோடியும், வெளிநாட்டில் 30 கோடியும் (குறைந்தபட்சமாக) சம்பாதித்துக் கொடுத்தது.

உலக அளவில், 'நீங்கள் இறந்துபோவதற்குமுன் பார்க்க வேண்டிய 1001 உலக மகா படங்கள்' என்று ஒரு பட்டியல் தயாரிக்கப்பட்டது. அதில் இடம்பெற்றுள்ள இரண்டே இரண்டு இந்திப் படங்கள்...

ஒன்று, 'தில்வாலே துல்ஹனியா லே ஜாயேங்கே'.

இன்னொன்று, நர்கீஸின் 'மதர் இண்டியா'.

'தி.து.லே.ஜா'வுக்குமுன், 'ஷோலே' கிட்டத்தட்ட 5 வருடங்கள் ஓடியது.

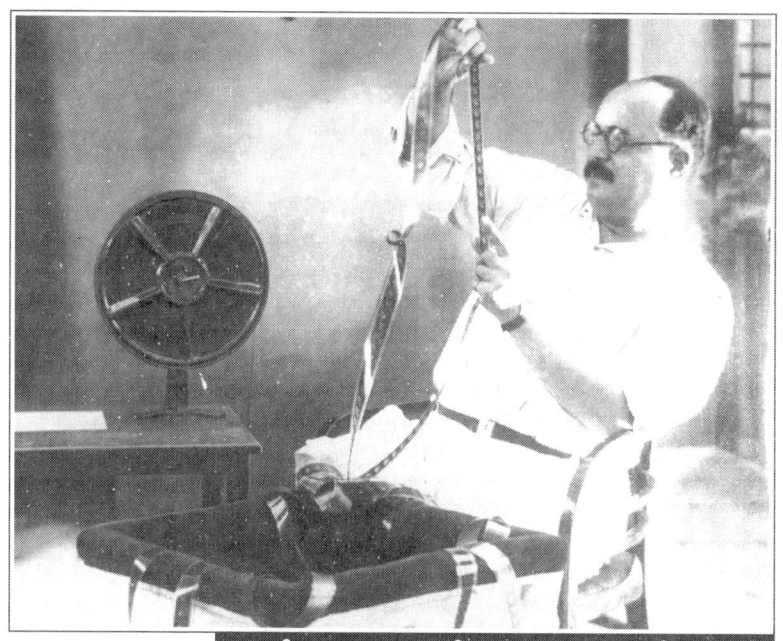

'இந்திய பேசும்படங்களின் தந்தை' அர்தேஷிர் இரானி

*1930*களில் பாலிவுட்டின் மிகப் பெரிய பெயர் பெற்ற தயாரிப்பு நிறுவனங்கள் மூன்று. பிரபாத், பாம்பே டாக்கீஸ், நியூ தியேட்டர்ஸ். பிசி பருவா, வி.சாந்தாராம், பிரான்ஸ் ஓஸ்டன், அசோக்குமார், துர்கா கோட்டே ஆகியோர் பாலிவுட்டின் முக்கியமான தூண்கள்.

*1950*களில், கறுப்பு–வெள்ளைகள் கலர்களாக மாறத் தொடங்கின. ராஜ்கபூர், தேவ் ஆனந்த், திலீப்குமாரின் ஆட்சி கோலோச்சியது. *1950*ல் ராஜ்கபூரின் 'பர்ஸாத்'. பாலிவுட்டின் தேவதை, நர்கீஸ்.

பிமல்ராயின், 'தோ பிகா ஜமீன்', குருதத்தின் 'பியாஸா', மெஹ்பூபின் 'மதர் இந்தியா' ஆகியவை சக்கைபோடு போட்டன.

பிலிம் சென்சார்போர்டு *1952*ல் உருவாயிற்று.

1960 மற்றும் *1970*களில், ஆக்ஷன் படங்களும் காதல் படங்களும் வந்தன. அடிதடிகளில் தர்மேந்திரா இறங்க, நடிகைகளின் பின்னே மரத்தைச் சுற்றி ஓடிக்கொண்டிருந்தார் ராஜேஷ் கன்னா.

வாழ்நாளில் பார்க்கவேண்டிய ஒரே இந்திப்படம் 'ஷோலே'

1980களில் வந்து கோலோச்சினார், ஆறரைஅடி உயர ஆக்ரோஷ இளைஞன் அமிதாப் பச்சன். ஜன்ஜீலீ, தீவார், ஷோலே என்று தீப்பிடித்து எரிந்தார்.

1990களில், ஷாருக்கானின் மயக்கும் சிரிப்பு. மாதுரி தீட்சித்தின் சாம்ராஜ்யம்.

சட்டை கழற்றிய சல்மான்கானும், பட்டை கழற்றிய ஆமீர்கானும் 2000த்துக்குப் பிறகு, பாலிவுட்டை தங்கள் வசம் பிடித்துவைத்துக் கொண்டார்கள்.

லகானை ஆஸ்கார்வரை கொண்டு சென்றார் ஆமீர்கான் (சுவாரஸ்யமான தகவல் ஒன்று.– லகான் படத்தின் கதை, 19ஆம் நூற்றாண்டில் நடக்கிறது. அப்போது கிரிக்கெட் விளையாட்டில் ஒரு ஓவருக்கு 5 பந்துகள் போடுவதுதான் வழக்கத்தில் இருந்தது. ஆமீர்கான் தன் படத்தில், ஓவருக்கு 6 பந்துகள் போட்டார். 'பர்ஃபெக்‌ஷனிஸ்ட்' என்று சொல்லப்பட்ட ஆமீர் என்கிற யானை கொஞ்சம் அடி சறுக்கியது) .

பாலிவுட் என்ற பரந்த வானத்தில் ஆயிரம் நட்சத்திரங்கள் இருக்கலாம்.

ஆனால், ஒரே சூரியன்தான். ஒரே ஒரு நிலவுதான்.

யார் அந்த சூப்பர் சூரியன்? (ஹீரோ?)

யார் அந்த சூப்பர் நிலவு? (ஹீரோயின்?)

எத்தனையோ பிரமாதமான நடிகர்கள் பாலிவுட் திரை உலகத்தை அலங்கரித்தார்கள். அன்றைய ராஜ்குமார், மனோஜ்குமார், தேவ் ஆனந்த் முதல் இன்றைய ஹிர்த்திக் ரோஷன், ரன்பீர்கபூர், சல்மான்கான்வரை...

இந்த 106 வருட பாலிவுட் வரலாற்றில் மிகப் பெரிய நடிகர் யார்? அமிதாப்பா? இல்லை. ஷாருக்கானா? இல்லை. ராஜ்கபூரா? இல்லை. ஆமீர்கானா? அதுவும் இல்லை.

'திலீப்குமார்' என்று அன்புடன் அழைக்கப்படும் யூசுஃப் பாய்! அன்றுமுதல் இன்றுவரை, இவர்தான் பாலிவுட்டின் நம்பர் ஒன் என்று ஒரு கணக்கெடுப்பு சொல்கிறது.

திலீப்குமாருக்கு ஈடு இணையான நடிகர் இதுவரை பாலிவுட்டில் யாருமே கிடையாது என்று திரைப்பட விமரிசகர்களும், ரசிகர்களும்கூட ஆணித்தரமாகச் சொல்கிறார்கள்.

மற்ற எல்லாரும் ஓவராக நடித்தார்கள், அல்லது குறைச்சலாக நடித்தார்கள், அல்லது நடிக்கவேயில்லை.

திலீப்குமார் ஒருவர்தான் நடித்தார்!

மார்லன் பிராண்டோ 'காட் ஃபாதராக' நடித்தார். அதிகமாகப் பேசவே இல்லை. அதைத்தான் இங்கு திலீப்குமார் செய்தார். நறுக்கு தெறித்தாற்போல் வார்த்தைகள். வெட்டு ஒன்று துண்டு ரெண்டு உணர்ச்சிகள். அலட்டிக்கொள்ளாத பாங்கு.

'எனக்குப் பிடித்த ஒரே நடிகர் திலீப்குமார்' என்றார் ராஜ்கபூர். 'சங்கம்' படத்தில் திலீப்குமாரை நடிக்கவைக்க மாதக்கணக்கில் தவம் கிடந்தார் ராஜ்கபூர். 'திலீப்குமார் இல்லையென்றால் என்னால் இந்தப் படத்தை எடுக்கவே முடியாது' என்று 'ப்யாஸா' படத்தையே இரண்டு வருடங்கள் ஓரம்கட்டினார் குருதத்.

எத்தனையோ புகழ்பெற்ற படங்களை வேண்டாம் என்று சர்வசாதாரணமாக மறுத்தார் திலீப்குமார். பணத்தால்

அவரை கடைசிவரை யாராலும் வாங்கவே முடியவில்லை. அவர் வேண்டாம் என்று தூக்கிப்போட்ட கதைகளைக் கேட்டு வாங்கி நடித்து பல பாலிவுட் நடிகர்கள் பெரும்பெயர் பெற்றார்கள். 1962ம் ஆண்டு, உலக மகா இயக்குனர் டேவிட் லீன் தன்னுடைய 'லாரன்ஸ் ஆஃப் அரேபியா' படத்துக்கு கதாநாயகனாக திலீப்குமாரைத்தான் நடிக்க அணுகினார். திலீப் குமார் மறுத்தபின்னரே, அந்த கேரக்டர் எகிப்திய நடிகர் ஓமர் ஷெரிப்புக்குத் தரப்பட்டது என்று சொல்லப்படுகிறது.

சஞ்சீவ்குமார், புகழின் உச்சியில் இருந்தபோதும், "திலீப்குமார் படத்தில் நான் தலைகாட்டினால்கூட போதும், பெரும்பாக்கியம்" என்று வலுக்கட்டாயமாக ஒரு படத்தில் போய் நடித்தார். கமல்ஹாசன், 'கங்கா ஜமுனா' பட போஸ்டரை எடுத்துக்கொண்டுபோய் திலீப்குமாரிடம் ஆட்டோகிராப் வாங்கிக்கொண்டு வந்தார். ஹேமமாலினி, திலீப்குமாருடன் ஒரே ஒரு போட்டோ எடுத்துக்கொள்ள பலநாள் தவம் இருந்தார்.

'ஆஸாத்', 'தேவதாஸ்', 'நயாதௌர்', 'மொகல் – ஏ– ஆஸம்', 'கங்கா ஜமுனா' போன்ற புகழ்பெற்ற படங்களில் நடித்த திலீப்குமார், நடிக்க வரும்முன், மார்க்கெட்டில் உலர்ந்த பழங்கள் விற்கும் வியாபாரியாக இருந்தார்.

நம்பர் 1 **திலீப்குமார்** என்றால், மீதி டாப் 9 பாலிவுட் நடிகர்கள் வரிசையில் வருகிறவர்களின் பட்டியல் இதோ:

2. **பல்ராஜ் சஹானி**: 'தோ பீகா ஜமீன்' படத்தில் கல்கத்தாவில் ரிக்ஷா ஓட்டுனராக நடிக்க வேண்டி இருந்ததால், அந்த அனுபவத்துக்காக சிலநாட்கள் நிஜமாகவே கல்கத்தாவில் ரிக்ஷா ஓட்டினார்.

3. **ராஜ்கபூர்**: நர்கீஸை உயிருக்குயிராய் காதலித்தார். அவர் இருந்தவரை படு டீசன்டான காதல் காவியங்களை எடுத்தார். நர்கீஸ் தன்னைவிட்டுப் பிரிந்த துக்கத்திலும் விரக்தியிலும் கோபத்திலும்தான் நடிகைகளை படுகவர்ச்சியாக அரைநிர்வாணமாக காட்டும் படலத்தில் இறங்கினார்.

4. **தேவ் ஆனந்த்**: மிகப் பெரிய பாடகி மற்றும் நடிகையாக இருந்த சுரய்யா, ஒருமுறை படகில் போகும்போது

தவறி தண்ணீரில் விழ, அப்போதுதான் சினிமாவுக்குப் புதுமுகமான தேவ் ஆனந்த் தண்ணீரில் பாய்ந்து அவரைக் காப்பாற்ற, இருவருக்கும் காதல் மலர்ந்தது. இருவர் வீட்டிலும் இதற்கு பலத்த எதிர்ப்புக் கிளம்பியது. 'தேவ் ஆனந்த் எனக்குக் கிடைக்கவில்லை என்றால், நான் கல்யாணமே செய்துகொள்ளப் போவதில்லை' என்று உறுதிபூண்டு, கடைசிவரை கல்யாணம் செய்து கொள்ளாமலே இருந்து இறந்தார் சுரய்யா.

5. **சஞ்சீவ் குமார்:** ஹேமாமாலினியை காதலித்தார், ஆனால் ஹேமாமாலினி இவருடைய காதலை மறுத்துவிட்டு தர்மேந்திராவை திருமணம் செய்து கொண்டார். அதனால், மனம் உடைந்து காலம் முழுதும் பிரம்மச்சாரியாகவே வாழ்ந்தார்.

6. **அமிதாப்:** கல்கத்தாவில் அமிதாப் பச்சனுக்கு ஒரு கோவில் கட்டியிருக்கிறார்கள் அவரது ரசிகர்கள்.

7. **ராஜேஷ்கன்:** எவ்வளவு பெரிய காதல் நாயகனாக இருந்தார் என்றால், ராஜேஷ் கன்னாவுக்கு உதட்டில் முத்தம் கொடுக்க முடியாத அவருடைய வெறிபிடித்த பெண்ரசிகைகள், அவருடைய காருக்கு முத்தம் கொடுத்துக் கொடுத்து, ராஜேஷ்கன்னாவின் காரில் எப்போதும் பெண்களின் லிப்ஸ்டிக் கறைகளாகவே இருந்ததாம்.

8. **ஷாருக்கான்:** மிகவும் கோபக்காரர். மனைவி கௌரிமேல் ரொம்ப பொஸஸிவ். அடிக்கடி சண்டை போட, ஒருமுறை கௌரி அவரை விட்டுவிட்டு காணாமல் போய்விட்டார். மனைவிக்கு பீச் பிடிக்கும் ஆகையால் பம்பாயில் உள்ள பீச்கள் எல்லாம் போய்த் தேடினார் ஷாருக். கடைசியில் கடல்தண்ணீரில் நின்றுகொண்டிருந்த மனைவியை சமாதானப்படுத்தி கூட்டிவந்தார்.

9. **ஆமீர்கான்:** தன்னுடைய எட்டாவது வயதில், 'யாதோன் கி பாராத்' படத்தில் குழந்தை நட்சத்திரமாக நடித்தார்.

10. **நானா பாடேகர்:** துப்பாக்கி சுடுவதில் வீரர். ஆக்ரோஷ கேரக்டர்களில் சூரர்.

இந்த 106 வருடங்களின் மிகப் பெரிய பாலிவுட் நடிகை யார்? இந்தக் கேள்விக்கு பதில் சொல்வது சற்று கடினம் என்றாலும், பதில் ஒன்றே ஒன்றுதான்...

மாதுரி தீட்சித்!

பாலிவுட்டின் 'மர்லின் மன்றோ' என்று வர்ணிக்கப் பட்டவர்.

'நீங்கள் காஷ்மீரை எடுத்துக்கொள்ளுங்கள். எங்களுக்கு மாதுரி தீட்சித்தைக் கொடுத்துவிடுங்கள்' என்று இந்தியாவுக்கு வந்த ஒரு பாகிஸ்தான் அரசாங்க விஐபி பகிரங்கமாக அறிவித்ததாக ஒரு வதந்தி உண்டு. அந்த அளவுக்கு பிரபலமானவர் மாதுரி தீட்சித்.

உத்தராஞ்சல் மாநிலத்தில் ஒரு ஏரிக்கு 'மாதுரி ஏரி' என்று பெயர் வைத்திருக்கிறார்கள். ஜம்ஷெட்பூரில் இன்றுவரை ஒரு பிரமுகர் தினம் மாதுரி தீட்சித் படத்தை வைத்து பூஜை செய்கிறார். பிரசாதமும் தருகிறார். அந்த பூஜையில் அடிக்கடி விஐபிக்களும் வந்து கலந்துகொள்கிறார்கள்.

16 வருடங்களாக தயாரிக்கப்பட்ட 'மொகல் ஏ ஆஸம்'

'நான் மாதுரி தீட்சித் ஆக விரும்புகிறேன்' என்று ராம்கோபால் வர்மா ஒரு படமே எடுத்தார். இந்தியாவின் பிக்காஸோ என்று வர்ணிக்கப்பட்ட பிரபல ஓவியர், எம்எஃப் உசேன், தீவிர மாதுரி ரசிகர். 'கஜகாமினி' என்று ஒரு படமே மாதுரியை வைத்து எடுத்தார். 'மாதுரி மாதிரி ஒரு நடிகை இந்த 100 வருடத்தில் இந்தி திரைப்பட உலகத்தில் யாருமேயில்லை' என்று புகழாரம் சூட்டினார், பிரபல நடிகர் அசோக்குமார். நடிப்பில், 'பெண் அமிதாப் பச்சன்' என்றும் மாதுரி தீட்சித் வர்ணிக்கப்பட்டார். கல்யாணம் பண்ணிக்கொண்டு வந்தபிறகும், ரசிகர்கள் மனதார ஏற்றுக்கொண்ட ஒரே நடிகை உண்டென்றால், அது மாதுரி தீட்சித் ஒருவர்தான்.

பாலிவுட்டின் மீதி டாப் 9 நடிகைகள் யார்?

1. **நூதன்**: கண்களால் பேசும் நடிகை. 'பந்தினி'யில் புகழ் பெற்றார். பாலிவுட் பட உலகில் நீச்சல்உடை அணிந்த முதல் நடிகை.

2. **நர்கீஸ்**: ராஜ்கபூரின் கதாநாயகி. 'மதர் இண்டியா' ஒரு படம் போதும் அவருக்கு, வாழ்நாள் புகழ் தேடித்தர. இன்றைய நடிகர் சஞ்சய்தத்தின் அம்மா.

3. **மதுபாலா**: மிகவும் ஏழ்மையான குடும்பத்தில் பிறந்து குழந்தை நட்சத்திரமாக அறிமுகமானார். பின்னர், 'மஹல்', 'மொகல் ஏ ஆஸம்' படத்தில் நடித்தார். குழந்தை நட்சத்திரமாக இருந்தபோது, தங்க வீடில்லாமல் மாட்டுத் தொழுவத்தில் வசித்த மதுபாலா, கஷ்டப்பட்டு முன்னேறி 'மொகல் ஏ ஆஸம்' படத்தில் கதாநாயகன் திலீப்குமாரைவிட, இரண்டு மடங்கு சம்பளம் வாங்கினார். நிறைய நடிகர்களை தன் காதல்வலையில் விழவைத்து ஏமாற்றினார். இதை ஒரு விளையாட்டாகவே செய்துகொண்டிருந்தார். மதுபாலாவின் வலையில் விழுந்தவர்களில் மிக முக்கியமானவர்கள் திலீப் குமாரும், கிஷோர் குமாரும். மதுபாலா மிக இளம் வயதில் இறந்தார். (வயது 36). மதுபாலா இறக்கும்போதுகூட, தன்னை காதல் வலையில் வீழ்த்தி ஏமாற்றியதால் திலீப் குமார் அவரை மன்னிக்கவில்லை. ஆனால், கிஷோர் குமார், மதுபாலாவை மன்னித்து, மரணப்படுக்கையில் வைத்து கல்யாணமே செய்துகொண்டார்.

4. **மீனாகுமாரி**: குருதத்தின் 'சாஹிப் பீவி அவுர் குலாம்' நாயகி. மிகவும் திறமையான, ஆனால், சோகமான காவியநாயகி. குடும்பப் பிரச்னைகளில் சிக்கி, குடித்துக் குடித்தே இறந்தார்.

5. **ஜூஹி சாவ்லா**: 'டர்' பட நாயகி. மிகவும் திறமைசாலி. கூட நடிப்பவரை தூக்கிச் சாப்பிட்டுவிடுபவர். ஷாருக்கான் பயப்படும் ஒரே நடிகை என்றெல்லாம் வர்ணிக்கப்படுகிறார்.

6. **கஜோல்**: கஜோல் முகர்ஜி முழுப்பெயர். 'குப்த்' என்ற த்ரில்லர் படத்தில் நடித்ததற்காக 'பெஸ்ட் வில்லி' என்ற பிலிம்பேர் அவார்டை வாங்கிய ஒரே பாலிவுட் நடிகை

7. **ஸ்ரீதேவி**: 'பாஸிகர்' படத்தில் முதலில் ஷாருக்கானுக்கு ஜோடியாக அக்கா-தங்கை இரட்டை வேடத்தில் ஸ்ரீதேவிதான் நடிப்பதாக இருந்தது. அது முடியாமல் போனதால், அந்தக் கதாபாத்திரம் கஜோலுக்கும் ஷில்பா ஷெட்டிக்கும் போய்விட்டது

8. **மனிஷா கொய்ராலா**: எத்தனையோ பேரின் தூக்கத்தை தன் அழகால் கெடுத்த மனிஷா, ஆன்லைனில் சேட்டிங் செய்து அதன்மூலம் காதலித்து, சாம்ராட் தஹல் என்பவரை மணந்தார்.

9. **ஐஸ்வர்யாராய்**: எவ்வளவு மென்மையானவர் என்றால், 'தேவதாஸ்' பீரியட் ஃபிலிமில் நடித்தபோது, பாரு என்ற அந்தக்கால பார்வதி கேரக்டருக்காக காதில் பெரிய பெரிய ஜிமிக்கிகள் அணிந்து, காது மடல்கள் கிழிந்து ரத்தம் வந்துவிட்டதாம்.

10. **ஜீனத் அமன்**: ஒரு தண்ணி பார்ட்டியில், ஜீனத் அமனை முதல்முதலாக சந்தித்த தேவ் ஆனந்த், ஜீனத் அமன் சிகரெட்டை சரக்கென உருவி உதட்டில் வைத்துப் பற்றவைத்த ஸ்டைலை பார்த்து கிறங்கிப்போய் உடனே அவரை, 'ஹரே ராமா ஹரே கிருஷ்ணா'வில் கதாநாயகி ஆக்கிவிட்டார்.

நடிகர், நடிகைகளைப்போல் பாலிவுட் இயக்குநர்களைப் பட்டியல் இடுவது கடினம். ஏனெனில், அந்த அளவு பாலிவுட் திரைப்பட உலகத்தில் திறமையான இயக்குநர்கள் கொட்டிக் கிடந்தார்கள்.

முதல் ஐம்பது ஆண்டுகளில், பாலிவுட் திரைப்பட உலகத்தை ஆண்ட இயக்குநர்கள் பட்டியலில் முக்கியமாக இடம் பெறுபவர்கள், பிமல் ராய், சக்தி சமந்தா, பாசு சட்டர்ஜி, ரிஷிகேஷ் முகர்ஜி, குல்ஜார், ராமானந்த சாகர், மன்மோகன் தேசாய், மகேஷ்பட், சுபாஷ் கை, யாஷ் சோப்ரா, பிரகாஷ் மெஹ்ரா, குருதத் போன்றவர்களைச் சொல்லலாம்.

இந்தத் தலைமுறையை ஆட்டிப்படைக்கும் இளரத்தங்களில், மணிரத்னம், ராம்கோபால் வர்மா, மதுர் பண்டார்கர், விதுவினோத் சோப்ரா, அசுதோஷ் கவுரிகர், ராகேஷ் ரோஷன், சஞ்சய் லீலா பன்சாலி, கரன் ஜோகர், ராஜ்குமார் சந்தோஷி, ராஜ்குமார் ஹிரானி ஆகியோர் குறிப்பிடத்தக்கவர்கள்.

கலைஞர்களில், மிக்கி கான்ட்ராக்டர்(மேக்கப்), பரா கான் மற்றும் சரோஜ்கான் (டான்ஸ்), ஆலன் அமீன் (சண்டை), ரவி கே.சந்திரன், பினோத் பிரதான் (கேமிரா), பேலாசேகல் (எடிட்டர்).

பாலிவுட் படங்களை இந்திப் படங்கள் என்று சொன்னாலும், இந்தி மொழியை முன்னேற்ற பாலிவுட் படங்கள் எந்த முயற்சியும் செய்வது கிடையாது, ஒரு துரும்பைக்கூட கிள்ளிப்போடுவது கிடையாது என்பது பெரும்பான்மையான ரசிகர்களின் பெரும் ஆதங்கமாக, குற்றச்சாட்டாக இருந்துவருகிறது.

பாலிவுட் கலாசாரங்கள் ஏற்கெனவே ஹாலிவுட் கலாசாரங்களை 90 சதவிகிதம் காப்பி அடிக்கின்றன. இந்திய நாகரிகங்களும் கலாசார பண்புகளும் பாலிவுட் படங்களில் வெகுவாகக் குறைந்து, தேய்ந்து இப்போது காணாமலே போய்விட்டன.

ஒரு பாலிவுட் படம்கூட, தன் படத்தின் தலைப்பை இந்தி மொழியில் எழுதுவது கிடையாது. விளம்பரம் செய்வதும் கிடையாது. அந்தக் காலம் மலையேறி வெகுநாட்களாகிவிட்டது. நடிகர், நடிகைகள் பெயரும், டைட்டில் கார்டுகளும்கூட இந்தியில் காட்டப்படுவதில்லை.

பாலிவுட் படங்கள் தவிர, உலகளாவிய வேறு எந்த மொழிப் படங்களிலும் இந்த சாபக்கேடு கிடையாது. பெரும்பாலும் எல்லா நாட்டவரும் அவரவர் மொழியில்தான் பெயர்களைப் போடுகிறார்கள்.

ஆனால், பாலிவுட் படத்தின் வசனங்கள்கூட பாதிக்குமேல் ஆங்கிலத்தில்தான். வெளிநாடுகளுக்குச் செல்லும் எந்த பாலிவுட் நடிகரும் இந்தியில் பேசுவதோ, பேட்டி கொடுப்பதோ கிடையவே கிடையாது. பிறகு, எதற்காக பாலிவுட் படங்கள் இந்திப் படங்கள் என்ற முத்திரையைக் குத்திக்கொண்டு அலைகின்றன என்பது பெரும்புதிராக இருக்கிறது.

குற்றம் சொல்பவர்கள் ஒருபக்கம் சொல்லிக்கொண்டே இருந்தாலும், அந்தக் கல்லடிகளை வாங்கிக்கொண்டு பாலிவுட் தன்பாட்டுக்கு கல்லா கட்டிக்கொண்டுதான் இருக்கிறது.

இந்திய திரைப்பட உலகம், கோடிக்கணக்கானவர்களுக்கு வேலை தருகிறது. ஆனால், 1990ஆம் ஆண்டுவரை, அதை ஒரு தொழிலாக இந்திய அரசாங்கம் மதிக்கவேயில்லை. 2001ஆம் ஆண்டுதான், சினிமா ஒரு தொழிலாக அங்கீகரிக்கப்பட்டது.

அதுவரை, சினிமா என்னும் அசுரனுக்கு சோறு போட்டு, துணிமணி எடுத்துக்கொடுத்து, வீட்டில்வைத்து பவுடர்போட்டு, தூளி ஆட்டி தூங்கும்வரை பார்த்துக்கொண்டது எல்லாமே,

'இந்தியர்களின் கனவுக்கன்னி' மாதுரி தீட்சித்

தொழிலதிபர்களும், தங்க வைர வியாபாரிகளும், நிழல் உலக தாதாக்களும்தான்.

இப்போதுதான், வங்கிகள் தங்கள் கவுன்டர்களைத் திறந்து சினிமாத் துறைக்குக் கடன் கொடுக்கின்றன.

பிப்ரவரி 1998ஆம் ஆண்டு, இந்திய அரசு, சினிமா மற்றும் டிவிக்களின் வெளிநாட்டு வர்த்தகத்துக்கு வரிவிலக்கு அளித்ததும், பாலிவுட் படங்களின் வியாபாரம் சூடுபிடித்து கொதிநிலைக்கு வந்தது. மேலும் டிவிடி மற்றும் ஆடியோ, வீடியோ, சிடி வியாபாரமும், சொந்தமாகப் படங்களை விநியோகிக்கும் திறமும் பாலிவுட்டில் அதிகரித்தது.

இந்த ஊட்டச்சத்துக்களை வைத்து, கொஞ்சம் கொஞ்சமாக பாலிவுட் படங்கள், சர்வதேசத் திரைப்பட உலகங்களைக் கபளீகரம் செய்துவருவது கண்கூடு.

2004ஆம் ஆண்டு, ரசிகர்கள் மூலம் ஹாலிவுட் படங்களை மிஞ்சிய பாலிவுட், 2005ஆம் ஆண்டு, பட எண்ணிக்கையில் பிரிட்டனையும் ஓரம் கட்டியது. 2005ஆம் வருடம், பிரிட்டன் தயாரித்த படங்களின் எண்ணிக்கை வெறும் 65. ஆனால், பிரிட்டனில் ரிலீஸான இந்திப் படங்களின் எண்ணிக்கை 74. யுகே டாப் டென் படங்களின் வரிசையில், 3 படங்கள்தான் பிரிட்டன் படங்கள். மீதி 7 படங்கள், இந்திப்படங்கள்.

இந்தியா வருடத்துக்கு ஆயிரம் படங்களுக்குமேல் தயாரித்தாலும், அமெரிக்கா வெறும் 450 படங்கள் மட்டுமே தயாரித்தாலும், இந்தியா இன்னும் ஆமையாகவும் அமெரிக்கா முயலாகவும் இருப்பது ஏன்?

வசூல்தான் காரணம்! ஏனெனில், எந்தப் படத்தில், எந்த ஹீரோ பஞ்ச் டயலாக் பேசினாலும், கடைசியில் பாக்ஸ் ஆபீஸ் பேசும் பஞ்ச் டயலாக்தான் மிகவும் முக்கியம். அது சிலபேர் முதுகிலும் தட்டுவதுண்டு. பலபேர் மூக்கிலும் கொட கொடவென்று ரத்தம் கொட்டும் அளவுக்கு குத்துவதும் உண்டு.

பாலிவுட் படங்கள் ஒரு வருடத்துக்கு சராசரியாக 3.6 பில்லியன் டிக்கெட்டுகள் விற்று 1.3 பில்லியன் டாலர்கள் சம்பாதிக்கின்றன. ஆனால், அமெரிக்கப் படங்கள் 2.6 பில்லியன் டிக்கெட்டுகள் விற்று 51 பில்லியன் டாலர் சம்பாதிக்கின்றன.

(3 பில்லியன் எங்கே, 51 பில்லியன் எங்கே இருக்கிறது பாருங்கள். –பிராட்பிட்டும், வில் ஸ்மித்தும் தங்கள் ஒருமாத கைச்செலவுக்கு வைத்துக்கொள்கிற பணம்தான், ஷாருக்கானும் சல்மான்கானும் வருஷம்பூரா கஷ்டப்பட்டு உழைத்துச் சம்பாதித்துச் செலவுசெய்கிற பணம்).

பாலிவுட் படங்கள் தயாரிக்க குறைந்தபட்ச செலவு 1.3 பில்லியன் டாலர் என்றால் ஹாலிவுட் படம் தயாரிக்கும் குறைந்தபட்ச செலவு 13.6 பில்லியன் டாலர்கள்.

ஹாலிவுட் படங்கள், டெக்னிக்கல் விஷயங்களில் அசத்துகின்றன. ஆனால், பாலிவுட் படங்கள் இசையுலகின் பாதுஷாவாக இருக்கிறது.

உலகம் பூரா பாலிவுட் படங்கள் பெரும்புகழ் பெற்றதற்கு முக்கிய காரணம், பாலிவுட்டின் மியூசிக்தான். ஹாலிவுட் படங்களில் பாட்டும் டான்ஸும் பெரிய மைனஸ். ஆனால், பாலிவுட் படங்களுக்கு அதுதான் பெரிய ப்ளஸ். இந்திப் படங்கள் ஆரம்பிக்கப்பட்ட காலம் முதல், இன்றுவரை, பாலிவுட் வெற்றிக்கு ஆணிவேராக இருப்பது, இசை, பாடல்கள், இசையமைப்பாளர்கள் மற்றும் பாடகர்களும்தான் என்றால் மிகையாகாது. (பிரிக்க முடியாதது என்னவோ என்று இந்தி சிவன் கேட்டிருந்தால், இந்தி தருமி பட்டென பதில் சொல்லியிருப்பார், 'பாலிவுட்டும் இசையும்' என்று.)

பாலிவுட் படங்களில் பாடல், பாடகர்கள், பாடலாசிரியர்கள், இசையமைப்பாளர்கள் பற்றி சொல்ல வேண்டுமானால், அதை ஒரு தனி புத்தகமாகத்தான் போடவேண்டும். ஆகையால், பாலிவுட் ராக்கெட்டின் இந்த வானளாவிய வெற்றிக்கு எரிபொருளாய் இருந்தது இசைதான் என்று சிம்பிளாகப் புரிந்துகொண்டாலே போதும்.

ஹாலிவுட் படங்களைப் பார்த்து அந்தக் கதையை பாலிவுட் காப்பி அடிக்கின்றன. ஆனால், பாலிவுட் படங்களின் இசையை ஹாலிவுட் காப்பியடிக்கிறது. ஆச்சரியம்... ஆனால், உண்மை.!

இன்னொரு முக்கிய விஷயம், சமீப காலங்களில் பாலிவுட் படங்கள் இந்தியாவில் பார்க்கப்படுவதைவிட, இந்தியாவுக்கு வெளியேதான் அதிகமாக கால்பரப்பி உள்ளன. இந்தியாவில்

பாலிவுட் படங்களைவிட ஹாலிவுட் படங்களே அதிகமாகப் பார்க்கப்படுகின்றன. அதற்கு சிறந்த உதாரணம், தமிழ்நாடுதான்.

'அவதார்' ஹாலிவுட் படம், இந்தியாவில் 26 மில்லியன் டாலர் வியாபாரம் செய்தது. ஆனால், அதேசமயம் வெளியான 'மை நேம் ஈஸ் கான்' 23 மில்லியன் டாலர்கள்தான் இந்தியாவில் வியாபாரம் செய்தது. (காரணம், இந்தி மொழி நஹி மாலும்!)

இந்தியாவுக்கு வெளியே பாலிவுட்டின் வியாபாரம் ஆசியா மற்றும் யுஎஸ், பிரிட்டன், கத்தார், பிஜி, கனடா, ஆஸ்திரேலியா, நியூசிலாந்து, இந்தோனேஷியா, மொரிஷியஸ், கிழக்கு ஆப்ரிக்கா, சிங்கப்பூர், ஹாங்காங், மலேசியா மற்றும் அரேபிய, ஐரோப்பா நாடுகளில் கொடிகட்டிப் பறக்கிறது.

பாலிவுட் தயாரிப்பாளர்கள் ஹாயாக சிறிதுநேரம் கால் நீட்டிப் படுக்க தலையணை எடுத்துக்கொண்டு ஹாலிவுட் பக்கம் போய்க்கொண்டு இருக்கும் இதேநேரத்தில்தான், ஹாலிவுட் தயாரிப்பாளர்கள், தங்கள் பாய்களை சுருட்டிக்கொண்டு பாலிவுட் பக்கம் வந்துகொண்டிருக்கிறார்கள் என்பது இன்னொரு முரண்பாடான, ஆனால் சுவாரஸ்யமான தகவல்.

ஸ்டார்ஃபாக்ஸ், வருடத்துக்கு ஒருமுறை ஆறு முக்கிய இந்திய மொழிகளில் படங்கள் தயாரிக்க, வார்னர் பிரதர்ஸ், வருடத்துக்கு மூன்று இந்தியப் படங்களைத் தயாரிக்கத் திட்டமிட்டுள்ளது. வால்ட் டிஸ்னி, தெலுங்கில் ஏற்கெனவே, ஒரு படம் தயாரித்துவிட்டது. பட விநியோகத்திலும் இறங்கிவிட்டது.

அதேபோல், இந்திய தயாரிப்பாளர்களில் ராஜஸ்ரீ பிக்சர்ஸ் ஏற்கெனவே ஹாலிவுட் போய்விட்டது. இப்போது யஷ்ராஜ் பிலிம்ஸ், யுடிவி, ஈராஸ் போன்ற மற்ற தயாரிப்பாளர்கள், ஹாலிவுட்டில்போய் தங்கள் வியாபாரக் கடையை ஆரம்பித்து, காசு பண்ண ஆரம்பித்துவிட்டார்கள்.

மெட்ரோ, தில் சாஹதா ஹை, சிங் ஈஸ் கிங், நியுயார்க், மை நேம் ஈஸ் கான், 3 இடியட்ஸ் மற்றும் தபாங் (தபாங் என்றால் 'பயம் அறியான்') போன்ற படங்கள், ஹாலிவுட்டில் மூட்டை மூட்டையாக கோணிப்பை வாங்கி காசு நிரப்பிக்கொண்டு இருக்கின்றன.

ஆக, அடுத்த 30 ஆண்டுகளில், பாலிவுட் படங்களின் புகழ் இந்தியாவில் மங்கும். ஆனால், உலக அளவில், ஹாலிவுட் படங்களுக்கு நிகராகவோ அல்லது அதை மிஞ்சக்கூடிய வகையிலோ, பாலிவுட் படங்கள் தயாரிக்கப்படும்.

பாலிவுட் படங்கள் இந்தியாவை விட்டுப் போய்விட்டால், இந்தியாவை ஹாலிவுட் படங்கள் ஆக்கிரமித்துக்கொள்ளப் போகிறதா என்றால், அதுதான் இல்லை.

இந்தியாவின் திரைப்பட உலகவானில், இன்னொரு சூப்பர் ஸ்டார் உருவாகி, சுனாமி வேகத்தில் வளர்ந்து வருகிறது.

அதுதான், போஜ்பூரி திரைப்பட உலகம்!

⊠ ⊠ ⊠

BHOJPURI / BIHAR - 1
பீகார் திரைப்பட உலகம்

போஜ்பூரி திரைப்பட உலகம் பற்றி அடிக்கடி கேள்விப்பட்டிருப்போம்.

அப்போதெல்லாம் தினசரிகளில் நிறைய செய்திகள் வரும்: 'நக்மா அங்கே நடித்துக்கொண்டு இருக்கிறார்... ரம்பா போய் நடித்துவிட்டு வருகிறார்... குஷ்பு இப்போதுதான் அங்கே கதாநாயகியாக நடிக்க ஃபிளைட் ஏறிக்கொண்டு இருக்கிறார்... தேஜாஸ்ரீ ஃபிளைட் டிக்கெட் புக் செய்ய டிராவல் ஏஜென்ஸிக்குப் போய்க்கொண்டு இருக்கிறார்' என்றெல்லாம் அடிக்கடி பத்திரிகைகளில் செய்திகள் வருவதுண்டு.

ஆனால், போஜ்பூரி என்ற அந்த 'ஸ்பெஷல் பூரி' எங்கே இருக்கிறது தெரியுமா?

பீகார் திரைப்பட உலகம்தான் 'போஜ்பூரி திரைப்பட உலகம்' என்று அழைக்கப்படுகிறது.

பீகாரில், நிறைய மொழிகள் பேசப்படுகின்றன. அந்தந்த மொழிகளில் படங்களும் எடுக்கப்படுகின்றன. போஜ்பூரி, ஆவாதி, மைதிலி, அங்கிதா, மகதி – இவையெல்லாம் பீகாரில் பேசப்படும் மொழிகள்.

இவை எல்லா மொழிகளிலும் படங்கள் எடுத்தாலும், மிக முக்கியமானவை மூன்றுதான் – போஜ்பூரி, ஆவாதி, மைதிலி.

முதல் போஜ்பூரி படம், 1963ல் வெளியானது. விஷ்வநாத் ஷகபாதி என்பவர் தயாரித்து, குந்தன் குமார் இயக்கிய படம், 'கங்கா மைய்யா, தோஹே பியாரி சரைஹோபோ' (கங்கைத்தாயே, நான் உனக்கு மஞ்சள்புடவைத் தருகிறேன்). அந்தப் படம் நல்ல ஹிட்.

'போஜ்பூரி படங்கள் உருவாவதற்கு, முன்னாள் ஜனாதிபதி டாக்டர் ராஜேந்திர பிரசாத்தும் ஒரு காரணம்!' என்று சொல்பவர்கள் உண்டு.

1950களில், அன்றைய ஜனாதிபதியான பீகார்காரர் ராஜேந்திர பிரசாத்தும், மும்பையைச் சேர்ந்த நடிகரான நசீர் உசேனும் அடிக்கடி சந்தித்து அளவளாவுவது வழக்கம். அவர்களது பேச்சு அநேகமாக போஜ்பூரி மொழியிலேயே இருக்குமாம்.

ஒருநாள், பேச்சுவாக்கில், "இப்படியே போஜ்பூரி மொழியில் பேசிக்கொண்டு எத்தனை நாளை நாம் கழிப்பது? நீ ஏன் ஊருக்கு போய் போஜ்பூரி மொழியில் உருப்படியாக ஒரு படம் எடுக்கக்கூடாது?" என்று கேட்டாராம் டாக்டர் ராஜேந்திர பிரசாத்.

சரியென்று பொட்டியைக் கட்டிக்கொண்டு பீகாருக்கு வந்து தன் நண்பர்களோடு சேர்ந்து படங்கள் எடுக்க ஆரம்பித்து விட்டாராம் நசீர் உசேன்.

'கங்கா மையா, தோஹே பியாரி சரைஹோபோ' என்ற முதல் போஜ்பூரி படம் இப்படித்தான் உருவாயிற்றாம்.

'கங்கா மையா'வை அடுத்த பத்து வருடங்களில் ஐந்து போஜ்பூரி படங்கள் வெளியாயின. ஏறக்குறைய எல்லாப் படங்களும் வெற்றியடைந்தன. ஏனென்றால், பாலிவுட் படங்களில் பேசப்படும் இந்தி, மிகவும் மாடர்னாக இருந்தது. போஜ்பூரி படங்களின் இந்தி, ஆங்கிலப் கலப்படம் இல்லாத தாய்மொழியாக, வட்டார வழக்குமொழியாக இருந்தது. போஜ்பூரி மொழி, பீகார், உத்தரப்பிரதேசம், மத்தியப்பிரதேசம் முதலிய மாநிலங்களில் பெருவாரியாக பேசப்பட்டதால், இந்தப் படங்களுக்கு மவுசு அதிகமாயிற்று.

பட்டையைக் கிளப்பிய 'டங்கல்'

*1978*ல் அசோக் ஜெயின் இயக்கிய 'டங்கல்' படம், பிரமாத வெற்றி பெற்றது (*2019*, அக்டோபர் மாதம் சென்னைக்கு வந்த சீனப் பிரதமர் ஜின்பிங்கூட 'டங்கல்' படத்தைப் பார்த்து ரசித்ததாக, பிரதமர் நரேந்திரமோடி ஒரு டுவீட் போட்டிருந்தார் இது ஆமீர்கான் 'டங்கல்').

*1978*ல் வெளியான 'டங்கல்' படம், போஜ்பூரியின் முதல் கலர்படம். அதில் நடித்த சுஜித் குமார், போஜ்பூரி திரைப்படத்தின் மறக்கமுடியாத கதாநாயகனாக விளங்கினார். அவர் நடித்த, 'பிதேசி' படத்தில், அந்தப் பிதேசி கேரக்டர் மிகப் பிரபலமாகப் பேசப்பட்டது. தாகூரின் நிலத்தை அபகரித்துக்கொள்ளும் பண்ணையார், அவரை ஊரைவிட்டு அடித்துத் துரத்திவிடுகிறார். தன் நிலத்தை திரும்பப் பெறப் போராடும் தாகூர், பான் கடை வைத்து பிழைப்பு நடத்தி வயிற்றைக் கழுவுகிறார். பீகார்க்காரர்கள் பெரும்பாலும் பான்பீடாக் கடை வைத்து பிழைப்பு நடத்துபவர்கள். ஆதலால், *1960*களில் சுஜித் குமார் கோடிக்கணக்கான பான்பீடா பீகாரிகளின் உடனடி கதாநாயகன் அந்தஸ்துக்கு உயர்ந்தார். (எப்படியெல்லாம் மக்களின் மனசை டச் பண்ணுகிறார்கள் பாருங்கள். நம்ம ஊரில், புரட்சித் தலைவர் எம்.ஜி.ஆர், 'ரிக்ஷாக்காரன்' நடிக்கவில்லையா?)

அதே காலகட்டத்தில் நடிகர் நசீர் உசேன் 'பலம் பர்தேசியா' என்ற படம் இயக்கி, வெற்றி கண்டார்.

ஒரு காலகட்டம்வரை எடுக்கப்பட்ட அத்தனை போஜ்பூரி படங்களும் வெற்றி கண்டன. காரணம், பீகார் மக்களின் ஜீவநதியாக இப்போதும் கங்கை நதி இருக்கிறது. எடுக்கப்பட்ட படங்களின் கதை அனைத்தும் அந்த கங்கை நதியைச் சுற்றிய கதைகளாகவே புனையப்பட்டு அதிகம் படிக்காத பீகார் மக்களைச் சென்டிமென்ட்டாகப் போட்டுத் தாக்கியது.

இதேகாலகட்டத்தில்தான், பாலிவுட் தன் கேமராவை கக்கத்தில் தூக்கிக்கொண்டு தலைதெறிக்க என்ஆர்ஐகளின் பின்னால் வெளிநாடுகளுக்கு ஓட ஆரம்பித்திருந்தது.

ஆகவே, கங்கை நதிஓரம் எடுக்கப்பட்ட போஜ்பூரி படங்களில், ஜனங்கள் தங்கள் வாழ்க்கைக் கதையைக் கண்டார்கள். கண்ணீர் உகுத்தார்கள். இந்த 'கங்கை சென்டிமென்ட்' தயாரிப்பாளர்களுக்கு காசுமழை பெய்யவைத்தது. சொற்பக் காசு செலவழித்தவர்களுக்கு கோடிகளாய் கொட்டிக் கொடுத்தாள் கங்கைத் தாய்.

பாலிவுட் படங்களை வெளிநாடுகளுக்கு விரட்டிவிட்டு, உள்நாட்டில் போஜ்பூரிப் படங்கள் கால்மேல் கால்போட்டு சிம்மாசனத்தில் அமர்ந்தன. அதிவேகமாக பிரபலமடைந்தன.

பீகாரி சூப்பர் ஸ்டார் 'மனோஜ் திவாரி'

மோனாலிசா

மோகன் பிரசாத் இயக்கத்தில் வெளியான 'சய்யா ஹமார்' (என் அன்பே) என்ற படம் சூப்பர் டூப்பர் ஹிட் ஆகி, அதன் ஹீரோ ரவி கிஷனை பிரபலமாக்கியது.

அதையும் தாண்டிப் பாய்ந்தது, 'சசுரா படா பைசாவாலா' (என் மாமனார் ரொம்ப பெரிய பணக்காரர்) என்ற கவர்ச்சிப் படம். 2005ஆம் ஆண்டு வெளியான இந்தப்படம்தான், போஜ்பூரி படங்களிலேயே பெரிய வசூல் ராஜா. 50 வாரங்களுக்குக் குறைவாக அந்தப் படம் எந்த மாநிலத்திலும் எந்த ஊரிலும் எந்த தியேட்டரிலும் ஓடவில்லை. அப்படி ஒரு மாரத்தான் ஓட்டம்.

இந்த செக்ஸ் காமெடிப் படத்துக்கு 30 லட்சம்தான் பட்ஜெட். ஆனால், இந்தப் படம் தயாரிப்பாளருக்குச் சம்பாதித்துக் கொடுத்தத் தொகை... 25 கோடி!

ஒரு சாதாரணப் பின்னணிப் பாடகராக இருந்த மனோஜ் திவாரி என்பவர், இந்தப் படத்தில் புதுமுக நடிகராக அறிமுகமாகி, போஜ்பூரியின் சூப்பர் ஸ்டார் அந்தஸ்துக்கு உயர்ந்தார்.

அதன்பின், அவர் நடித்த பல படங்கள் அதிரிபுதிரி வெற்றி.

இன்றளவும், இந்தியாவில் நம்ம ரஜினிகாந்த்துக்கு இணையான நடிகராக வசூலில் பேசப்படும் போஜ்பூரி சூப்பர் ஸ்டாராக, மனோஜ் திவாரி திகழ்கிறார்.

ஷாருக்கான்களும், ஆமீர்கான்களும்கூட இந்த வசூல்வங்கி மனோஜ் திவாரிக்குமுன் நிற்கமுடியாமல் நிலைதடுமாறி, 'அப்பாடா, இப்பவே கண்ணைக் கட்டுதே' என்று பாய்விரித்துப் படுத்துவிடுகிறார்களாம்.

மனோஜ் திவாரியின் படம் ரிலீஸ் ஆகிறது என்றால், சைலன்ட்டாக தங்கள் பட ரிலீஸை தள்ளிப் போட்டு விடுகிறார்களாம் பல பாலிவுட் முன்னணி நடிகர்கள், இயக்குநர்கள், தயாரிப்பாளர்கள்.

போஜ்பூரி படங்களுக்குள் மனோஜ் திவாரி காலடி எடுத்துவைத்தபின், லட்சங்களில் வியாபாரம் பேசப்பட்ட காலம் போய், இன்று போஜ்பூரி படங்களின் வியாபாரமே கோடிகளில்தான்.

1965ம் ஆண்டு, பீஹார் மாநிலத்தில், கைமூரில் உள்ள ஒரு சிறு கிராமத்தில் பிறந்தார் மனோஜ் திவாரி.

1996ல் வாரணாசிக்கு வந்து தன்னுடைய பின்னணிப் பாடகர் வேலையை ஆரம்பித்தார். 2005ல் அவர் படம் ரிலீஸ் ஆகி, பெரிய ரெக்கார்ட் பிரேக் செய்தது. அதன்பிறகு, அவர் நடித்த படங்கள் அனைத்தும் வெற்றி.

நெதர்லாந்து (ஹாலந்து) நாட்டின் டச்சு அரசாங்கம், மனோஜ் திவாரியின் போஜ்பூரி சேவையைப் பாராட்டி, 44 யூரோ சென்ட்டுக்கான (தோராயமாக 35 ரூபாய்) தபால்தலை ஒன்றை வெளியிட்டு அவரை கௌரவித்தது. அதுவும் இந்தப் படம் ரிலீஸான இருபதே நாட்களில் இந்தக் காரியத்தைச் செய்தது.

இந்தியாவில் இருக்கும் ஒரு போஜ்பூரி நடிகருக்கு, இந்தியாவிலேயே பாதிப்பேருக்குமேல் யார் என்று தெரியாத ஓர் ஆளுக்கு, டச்சு அரசாங்கம் தபால்தலை வெளியிடுகிறதே... என்று குழப்பம் வேண்டாம்.

காரணம் உண்டு. நெதர்லாந்து நாட்டில் பெருவாரியான போஜ்பூரி பேசும் மக்கள் வாழ்கிறார்கள். கிட்டத்தட்ட 40 சதவிகிதம் போஜ்பூரி பேசுபவர்கள் அங்கே இருக்கிறார்கள். அவர்கள் பிரிட்டிஷ் அரசு காலத்தில் பீகார், உபியிலிருந்து வெளியேறி, ஹாலந்தில் தஞ்சம் அடைந்தவர்கள். அவர்களின் உணர்வுகளுக்கு மதிப்புக் கொடுக்கவேண்டிய கட்டாயத்தில் இருந்தது, ஹாலந்து அரசு.

இன்றைக்கும் மனோஜ் திவாரிக்கு, ஹாலந்தில், ரத்தினக்கம்பள விரிப்புடன் கோலாகலமான வரவேற்புக் கிடைக்கிறது.

இதனிடையே அரசியலில் ஈடுபட விரும்பி, சமாஜ்வாடி கட்சி சார்பில் தேர்தலிலும் நின்றார் மனோஜ். ஆனால் டெபாசிட்கூட தேறாமல், படுதோல்வி.

2010ம் ஆண்டு, முதல்தடவையாக இந்தியில் 'ஹலோ டார்லிங்' என்ற படத்தை மனோஜ் திவாரி இயக்கினார். கதாநாயகி– இஷா கோபிகர், செலினா ஜெட்லி.

இதனிடையே, வருடத்துக்கு கிட்டத்தட்ட நூற்றுக்கும்மேல் படங்களைத் தயாரித்து வருகிறது போஜ்பூரி திரைப்பட உலகம். நூறு கோடியை தொழிலில் போடுகிறது. நூற்றைம்பது கோடியாக வருமானம் பார்க்கிறது.

சூப்பர்ஹிட் 'சசுரா படா பைசாவாலா'

போஜ்பூரி என்று சொன்னாலே நடிக்க ஓடிவந்து விடுகிறார்களாம் அமிதாப்பும், கோவிந்தாவும், அஜய்தேவ்கனும், ஜாக்கி ஷ்ராப்களும் மற்ற பாலிவுட் பிரபலங்களும்.

நம்ம ஊர் குத்தாட்டம் பாட்டுபோல, வரவர எல்லா இந்திப் படங்களிலும் ஒரு போஜ்பூரி மொழிப் பாடலாவது இடம் பெறுவது என்பது இப்போதைய ஃபேஷன் ஆகிவிட்டது. போஜ்பூரி பாட்டு இருந்தால், பாலிவுட் பட வியாபாரம் களை கட்டுகிறது.

போஜ்பூரியின் பிரபல கதாநாயகிகளாக இருக்கிறார்கள், ரிங்கு கோஷ், மோனாலிசா, அனாரா குப்தா, பாகி ஹெக்டே, ராணி சாட்டர்ஜி ஆகியோர்.

இன்றைய தேதியில், பாலிவுட்டுக்கு தண்ணி காட்டிக்கொண்டு இருக்கிறது போஜ்பூரி திரைப்பட உலகம்.

மராட்டிய மாநிலத்தில் அடிக்கடி நடந்துவரும் மொழி, இனக் கலவரங்களும், மண்ணின் மைந்தர்களான பால்தாக்கரே வகையறாக்களால், 'அம்ச்சி மும்பை' (எங்களது மும்பை) போன்ற காது கிழியும் கோஷங்களும் வலுக்க வலுக்க, பாலிவுட்டின் பிடி கொஞ்சம் கொஞ்சமாக மும்பைமீது தளர்ந்துவருகிறது.

இது சமீப காலமாக, அனைவரையும் பெரும் வருத்தத்தில் ஆழ்த்தியுள்ளது.

பெரும்பாலான பாலிவுட் திரைநட்சத்திரங்களுக்கு சிவசேனாமீது தாங்கமுடியாத ஆத்திரம். ‘நாங்கள் போய்விட்டால் பாலிவுட் எப்படி பிழைக்கும் என்று பார்க்கிறோம்? பாலிவுட் இனி மராத்திய படங்களைக் கட்டிக்கொண்டு அழட்டும். நாங்கள் கிளம்புகிறோம்’ என்று நாள், நட்சத்திரம் பார்த்துக்கொண்டு இருக்கிறார்கள்.

பீகார் அரசாங்கமும், இந்த நல்ல சந்தர்ப்பத்தைப் பயன்படுத்திக்கொண்டு, கயாவுக்கு அருகில் ஒரு மிகப்பெரிய போஜ்பூரி ஃபிலிம் சிட்டி கட்டிக்கொண்டு இருக்கிறது.

கூடியசீக்கிரம் சல்மான்கான்களும், ஷாருக்கான்களும், அக்‌ஷய் குமார்களும் ஆமீர்கான்களும் அமிதாப் பச்சன்களும் பாலிவுட் கூடாரங்களைக் காலி செய்துவிட்டு, போஜ்பூரி திரைப்பட உலகத்திற்குப் போய் கொட்டாயி கட்டிக்கொண்டு செட்டில் ஆகிவிடக்கூடிய சாத்தியக்கூறுகள் நிறையவே தெரிகின்றன.

இன்னும் 30 வருடங்கள் கழித்து, பாலிவுட் கதாநாயகர்கள் ஹாலிவுட்டுக்கு இடம் பெயர்ந்து, அங்கேயே தங்கிவிடப் போகிறார்கள்.

பாலிவுட் படங்கள் இந்தியாவில் இரண்டாம் இடத்துக்குத் தள்ளப்பட்டு, இனி நாட்டை ஆளப்போவது போஜ்பூரி படங்கள்தான் என்பது காலத்தின் கட்டாயம்.

AWADHI / BIHAR - 2
ஆவாதி திரைப்பட உலகம்

பீகார் மாநிலத்திலும் அதைவிட அதிகமாக உத்தரப் பிரதேசத்திலும் பரவலாகப் பேசக்கூடிய மொழி, ஆவாதி. இந்தியாவின் இதயப்பகுதியில் வாழும் மக்கள் பேசும் மொழி, ஆவாதி.

ஆகவே, ஆவாதிக்கும் ஒரு தனி திரைப்பட உலகம் உண்டு. தன் மொழி பற்றி மிகப் பெரிய பெருமை ஆவாதிக்கு உண்டு. அதற்குக் காரணம், ஆமீர்கான்!

ஆமீர்கானின் பெருமை 'லகான்'

ஆமீர்கானின் உதவியுடன் ஆஸ்கார் அவார்டுவரை போய்விட்டு வந்திருக்கிறது இந்தப் பீகாரிய, உத்தரப்பிரதேசிய மொழி.

ஆம், 'லகான்' திரைப்படத்தில் காட்டப்பட்ட சம்பனேர் என்ற கிராமமும், அந்தக் கிராமத்தில் அந்த மக்கள் பேசிய மொழியும், ஆவாதிதான்.

எதையும் துல்லியமாக செய்யக்கூடிய நடிகர் என்று பெயர் எடுத்துவிட்ட ஆமீர்கான், ஆவாதி மொழியை வேறு சாதாரணக் கதாசிரியரை வைத்து எழுதாமல், ஆவாதி மொழி மண்ணின் மைந்தரான கே.பி.சக்சேனாவை வைத்து வசனங்கள் எழுதினார்.

தாங்கள் பேசும் அச்சுஅசலான மொழியில் ஒரு படம் வெளியாகி, ஹாலிவுட்வரை சென்றதில், ஆவாதி மக்களின் உள்ளம் குளிர்ந்தது.

இருந்தாலும் ஆமீர்கானுக்கு ஆவாதி மொழியின்மீது இருந்த மயக்கம் தீரவில்லை. தனது 'பீப்லி லைவ்' படத்தின் ஒரு பாடலிலும் ஆவாதி மொழியைப் புகுத்தி விளையாடினார்.

லேட்டஸ்ட் ஹிட் 'பன்டாஸ்டிக் துல்ஹனியா'

ஆவாதிக்கு ஒரு மைல்கல் 'பத்மாவதி'

அந்த ஆவாதி மொழிப் பாடலைக் கேட்டுவிட்டு, உருகிப்போன இன்னிசைக்குயில் லதா மங்கேஷ்கர், ஆமீர்கானுக்கு பர்சனலாக போன் பண்ணி வாழ்த்தும் பாராட்டும் தெரிவித்தாராம்.

2018ஆம் ஆண்டு, சஞ்சய் லீலா பன்சாலி எடுத்த 'பத்மாவதி'யும் ஆவாதி மொழி பேசும் படம்தான். 1540ல் நடக்கும் இந்தக் கதையை சூஃபி கவிஞர் மாலிக் முகம்மது ஜாயசி எழுதினார்.

ஆவாதி மொழிப் படங்கள் கணிசமான எண்ணிக்கையில் வரவில்லை என்றாலும், ராஜ்கபூர் காலம்தொட்டு எல்லா ஹிந்திப் படங்களிலும் ஆவாதி மொழியின் பாதிப்பு பரவலாக இருக்கிறது. 'லகான்' தவிர, 'சத்யா', 'தில் சாஹ்தா ஹை' போன்ற படங்கள் அதில் குறிப்பிடத்தக்கவை.

⊠⊠⊠

MAITHILI / BIHAR - 3

மைதிலி திரைப்பட உலகம்

பீகாரில் பரவலாகப் பேசப்படும் இன்னொரு மொழி, மைதிலி. இது, இந்தியும் பெங்காலியும் கலந்துகட்டி உருவான மொழியாகும். 2003ஆம் ஆண்டு, மைதிலியைத் தனி மொழியாக அங்கீகரித்தது இந்திய அரசாங்கம். கிட்டத்தட்ட 4.5 கோடி இந்திய மக்களின் மொழியாக இது இருக்கிறது.

மைதிலி மொழியைக்கொண்ட தனி திரைப்பட உலகமும் இயங்கி வருகிறது.

முதல் மைதிலி மொழித் திரைப்படம், 1965ஆம் ஆண்டு வெளியாயிற்று. படத்தின் பெயர் 'கன்யாதான்'. இயக்குநர், பாணி மஜூம்தார். படத்தின் கதை என்ன தெரியுமா? கதாநாயகனுக்கு மைதிலி மொழி தெரியாது. அவனுடைய புது மனைவிக்கு, மைதிலி மொழி தவிர வேறு மொழி தெரியாது. கதாநாயகன், நாயகியிடம் மைதிலி மொழி கற்றுக்கொள்கிறான். அவளுக்கு மற்ற மொழி கற்றுக்கொடுக்கிறான் (ஆஹா... இதுவல்லவோ தாம்பத்யம்!).

1970களில் இன்னொரு மைதிலி படம், 'மம்தா காவே கீத்' வெளியாகி, அதன் சூப்பர் ஹிட் பாடல்களுக்காக ஓடியது. அதன்பிறகு, பெரிய அளவில் படங்கள் ஏதும் வெளியாகவில்லை.

சூப்பர்ஹிட் 'சஸ்தா ஜின்கி மெஹக் செனூர்'

இயக்குனர் பாணி மஜும்தார்

2002ல் அடுத்த படமான 'சாஸ்தா ஜின்கி மெஹக் செனூர்' என்ற படம் வெளியாகி பெரிய ஹிட் அடித்தது.

அதையடுத்து 2007ல் வெளியான 'சிந்தூர்தான்' என்ற மைதிலி மொழிப்படம், 40 லட்சத்தில் எடுக்கப்பட்டு, பெரிய அளவில் வெற்றி பெற்றது. அதுவரை, போஜ்பூர் படங்கள் மட்டும்தான் வசூலில் வெற்றிபெறும் என்ற நிலை இருந்தது. அதை 'சிந்தூர்தான்' மாற்றிக் காட்டியது.

பிரபல பின்னணிப் பாடகர் உதித் நாராயணனும் ஒரு மைதிலி மொழித் திரைப்படத்தின் தயாரிப்பாளர்தான்.

'மைதிலி மொழிக் கலாசாரத்தைப் புரிந்துகொள்ளாத இயக்குனர்கள், வட்டாரமொழி தெரியாத வசனகர்த்தாக்கள் –இவர்களால்தான் படங்கள் சரியாக ஓடுவதில்லை' என்று ஒரு கருத்து நிலவுகிறது. அதைச் சரி செய்துவிட்டால், போஜ்பூரிப் படங்களுக்குப் போட்டியாக மைதிலி படங்கள் ஓடும் என்பது இந்தத் திரைப்பட உலகத்தினரின் நம்பிக்கை.

அந்த நம்பிக்கையுடன் இன்னும் ஒரு டஜன் படங்களை இயக்கிக்கொண்டு இருக்கிறார்கள் மைதிலி மொழிக்காரர்கள்.

⊠ ⊠ ⊠

TOLLYWOOD
தெலுங்கு திரைப்பட உலகம்

பாலிவுட்டுக்கு அடுத்தபடியாக, இரண்டாவது பெரிய திரைப்பட உலகம், டாலிவுட் எனப்படும் காரசாரமான, கோங்க்ராத்தனமான தெலுங்குத் திரைப்பட உலகம்.

ஆந்திரா, சினிமாவின் சொர்க்க பூமி. சினிமா, ஆந்திராவின் சுவாசக்காற்று. இரண்டும் ஒன்றோடொன்று பின்னிப் பிணைந்துவிட்டது.

இதற்கு ஒரே உதாரணம், இந்தியாவிலேயே அதிகத் திரையரங்குகள் கொண்டது ஆந்திரா. கிட்டத்தட்ட 3,700 திரையரங்கங்கள் உள்ளன. ஹைதராபாத்தில் மட்டும், கிட்டத்தட்ட 200 தியேட்டர்கள்!

டாலிவுட் திரைப்பட உலகத்தின் தந்தை என்று போற்றப்படுபவர், ரகுபதி வெங்கய்யா நாயுடு.

மச்சிலிப்பட்டினத்தைச் சேர்ந்த ரகுபதி வெங்கய்யா நாயுடுதான் டாலிவுட் ஊமைப்படங்களின் ஊர்வலத்தை ஆரம்பித்தவர்.

அவர் தன் மகன் ஆர்.எஸ்.பிரகாஷை, திரைப்படக் கலை பற்றி கற்றுக்கொள்ள வெளிநாடுகளுக்கு அனுப்பினார். பிரகாஷ், செசில் பி டெமிலியிடம்

'டாலிவுட்டின் தந்தை'
ரகுபதி வெங்கய்யா நாயுடு

போய்ச் சேர்ந்து, சில படங்களில் பணியாற்றிவிட்டு நாடு திரும்பினார்.

தன் மகன் ஆர்.எஸ்.பிரகாஷை இயக்குனராக போட்டு, முதல் தெலுங்கு ஊமைப்படமான, 'பீஷ்ம பிரதிக்ஞ்யா' என்ற படத்தைத் தயாரித்தார் ரகுபதி வெங்கய்யா.

ஆக, டாலிவுட்டின் முதல் ஊமைப்படம், 'பீஷ்ம பிரதிக்ஞ்யா' (1922) தயாரிப்பாளர் அப்பா ரகுபதி வெங்கய்யா நாயுடு. இயக்குநர் அவரது மகன் ஆர்.எஸ்.பிரகாஷ். (இந்தப் படத்தில் பீஷ்மராகவும் நடித்தார் பிரகாஷ்).

தொடர்ந்து, 'நந்தனார்', 'கஜேந்திர மோட்சம்', 'மத்ஸ்யாவதார்' போன்ற படங்களையும் அப்பாவும் பிள்ளையும் தயாரித்து இயக்கினார்கள்.

இந்தக் காலகட்டத்தில், 1924ஆம் ஆண்டு, சி.புல்லையா என்பவர் சினிமா ஆர்வம் கொண்டு, கொஞ்சம் தொழில் கற்றுக்கொண்டு, மும்பையில் ஒரு செகண்ட்ஹாண்ட் கேமரா வாங்கிக்கொண்டு, தன் சொந்த ஊரான காக்கிநாடாவுக்குத் திரும்பினார்.

அங்கே ஆயிரம் அடி படம் எடுத்து 'மார்க்கண்டேயா' என்ற ஊமைபடத்தைத் தயாரித்தார். அவரே அதில் எமதர்ம ராஜனாகவும் நடித்தார். என்னென்னவோ சித்துவேலைகள் செய்து, தான் படம் எடுத்த கேமரா மூலமே, ஒரு வெள்ளைச்சுவரில் தன் நண்பர்களுக்கு அந்தப் படத்தை ஓட்டிக் காட்டினார். நண்பர்கள் அசந்தார்கள்.

தெலுங்கு படவுலகின் ஆரம்ப காலகட்டத்தில், இன்னொரு முக்கியமான பிரமுகர் ஒய்.வி.ராவ் (1903–1973) நடிகை லட்சுமியின் தந்தை. ஒய்.வி.ராவ் எடுத்த ஊமைப்படங்கள், 'பாண்டவ நிர்வாணா'(1930), ஹரிமாயா (1932)

ஒய்.வி.ராவ், ரகுபதி வெங்கய்யா நாயுடு, அவரது மகன் ஆர்.எஸ்.பிரகாஷ் மற்றும் இயக்குனர் சி.புல்லையா போன்றவர்களும் சேர்ந்துதான், படப்பெட்டிகளையும் சினிமா புரொஜக்டர்களையும் தூக்கிக்கொண்டு, தென்னிந்தியா முழுவதும் பயணமாகி, தெலுங்கு சினிமாவை மூலை முடுக்கு எல்லாம் பரப்பிய முன்னோடிகள்!

ஊமைப்படங்களின் காலகட்டத்தில் கோலோச்சிய இன்னொருவர், அடுருத்தி சுப்பாராவ். அவர் இயக்கிய 'தெனமனசுலு' மற்றும் 'கேமனசுலு' ஆகிய படங்கள், நிறைய நடிகர், நடிகை பட்டாளத்தை உருவாக்கியது.

இந்தக் காலகட்டத்தில், இந்தியாவின் முதல் பேசும்படம், 'ஆலம் ஆரா' இந்தியில் வெளியாயிற்று (மார்ச் 14, 1931). அதன் தயாரிப்பாளர், இயக்குனர் அர்தேஷிர் இரானி

'ஆலம் ஆரா' படம், விஜயவாடாவில் மாருதி டாக்கீஸில் ரிலீஸ் ஆயிற்று. ஜனங்கள் ஆர்வத்துடன் தியேட்டரை மொய்த்தார்கள். டிக்கெட்டே கிடைக்கவில்லை. நாலு அணா டிக்கெட், நாலு ரூபாய்க்கு விற்றது. திரைப்பட உலகத்தின் 'பிளாக் டிக்கெட்' கலாசாரம், முதல் இந்தியப் படத்திலிருந்தே ஆரம்பம் ஆகிவிட்டது.

'ஆலம் ஆரா' இயக்குநரான அர்தேஷிர் இரானிக்கும், தெலுங்கரான ஹனுமப்ப முனியப்ப ரெட்டி என்ற பெயர் கொண்ட ஹெச்.எம்.ரெட்டிக்கும் பழக்கம் ஏற்பட்டது.

ஏஎன்ஆர், பானுமதி, கிருஷ்ணாகபூர், ராஜ்கபூர், ஜி.வரலட்சுமி, அஞ்சலிதேவி, என்டிஆர்

இந்தப் பழக்கத்தை வைத்து, ஹெச்.எம்.ரெட்டி, டாலிவுட்டின் முதல் பேசும்படமான 'பக்த பிரகலாதா'வை, இயக்கி வெளியிட்டார் (செப்டம்பர் 15, 1931).

தெலுங்கின் முதல் பேசும்படமான பக்த பிரகலாதா, தமிழின் முதல் பேசும் படமான, 'காளிதாஸ்'ஐ விட, ஆறு வாரங்கள் முன்னர் வெளியானது ('காளிதாஸ்', அக்டோபர் 31, 1931). இரண்டு படங்களுக்கும் ஒரே இயக்குனர்தான்... ஹெச்.எம்.ரெட்டி.

'பக்த பிரகலாதா'வில் அனைவருமே தெலுங்கு நடிகர் நடிகைகள்தான். (முனிபாலே சுப்பையா மற்றும் சுரபி தியேட்டர்ஸ் புகழ் கமலாபாய்) ஆனால், தமிழ் 'காளிதாஸ்'ஸில் தெலுங்கு, தமிழ் மற்றும் இந்தி கலைஞர்கள் இடம் பெற்றார்கள்.

இரண்டு படங்களுமே பம்பாயில்தான் தயாராயின.

1934ஆம் ஆண்டு, சி.புல்லையா, 'லவகுசா'வை இயக்கினார். பாருபள்ளி சுப்பாராவ் மற்றும் ஸ்ரீரஞ்சனி நடித்த இந்தப் படம், மிகப் பெரிய ஹிட் ஆனது. (இதே படத்தை, புல்லையாவின் மகன், சி.எஸ்.ராவ், என்.டி.ஆர், அஞ்சலிதேவியை வைத்து, 1963ஆம் ஆண்டு மீண்டும் எடுத்தார் என்பது இன்னொரு சுவாரஸ்யமான விஷயம்).

டாலிவுட்டின் முதல் சூப்பர்ஹிட் திரைப்படம், சி.புல்லையாவின் 'லவகுசா'தான். ஜனங்கள் மாட்டு வண்டிகள் கட்டிக்கொண்டு, பெருங்கூட்டமாக திருவிழாபோல தியேட்டர்களுக்கு வந்தனர். டாலிவுட் சூடுபிடிக்க ஆரம்பித்தது.

1936ல், கீர்திவேண்ட்டி நாகேஸ்வரராவ் முதல் சமூகப்படத்தை எடுத்தார். 'பிரேம விஜயம்' என்ற அந்தப் படம், மற்ற சமூகப் படங்களுக்கு வழிகாட்டியாக அமைந்தது. அதைத் தொடர்ந்து 'வந்தே மாதரம்'(1939), 'மாலபில்லா' (1938) போன்ற மற்ற சமூகப் படங்கள் வெளிவந்தாலும், டாலிவுட்டை அந்தக் காலகட்டத்தில் பெரும்பாலும் ஆக்கிரமித்து இருந்தது, ராஜா ராணி கதைகளும், புராணப்படங்களும்தான்.

டாலிவுட்டின் ஆரம்பக் காலகட்ட திரைப்படங்கள், நாடகங்களை அடிப்படையாகக் கொண்டவை. ஜனங்களுக்கு பழக்கப்பட்ட பெரும் வெற்றிபெற்ற நாடகங்கள்தான் பெரும்பாலும் திரைப்படங்களாக மாற்றப்பட்டன. அவற்றில் முக்கியமான படம், 'மாயா பஜார்'.

இரண்டாம் உலகப்போரின்போது, அரசாங்கம் இந்திய திரைப்பட உலகத்துக்கு சில கட்டுப்பாடுகள் விதித்தது. அதுவரை குறைந்தபட்சம் இருபதாயிரம் அடியாவது

இரு துருவங்கள்: ஏஎன்ஆர் - என்டிஆர்

படம் எடுத்துக்கொண்டு இருந்தவர்களை நிர்ப்பந்தித்து, பதினோராயிரம் அடிக்குமேல் படம் எடுக்கக்கூடாது என்று சட்டம் போட்டது. உலகப்போர், திரைப்பட உலகங்களுக்குள் சில மாற்றங்களையும் கொண்டுவந்தது. படத் தயாரிப்புகள் ஸ்டுடியோக்களுக்குள் முடங்கின. நடிகர், நடிகைகளுக்கு 'கான்ட்ராக்ட்' போடப்பட்டன.

1950ஆம் ஆண்டு, சுமார் 19 தெலுங்குப் படங்கள் தயாரிக்கப்பட்டன. அப்போது, தமிழ், தெலுங்கு இரண்டு மொழிகளிலும் ஒரு படத்தைத் தயாரிக்கும் முறை பிரபலமாக இருந்தது. ஆனால், இரண்டு கலாசாரங்களுக்கிடையே சிறு சிறு குழப்பங்கள் ஏற்பட்டன. அதன் காரணமாக, இந்த இருமொழி முறை ஓரம் கட்டப்பட்டு, டாலிவுட்டும் கோலிவுட்டும் தத்தம் வேலையைப் பார்த்துக்கொள்ளத் துவங்கின.

டாலிவுட்டின் முதல் சூப்பர் ஸ்டார், அகினேனி நாகேஸ்வர ராவ் என்னும் ஏ.கே.ஆர்.

மிகவும் ஏழைக் குடும்பத்தில் பிறந்த நாகேஸ்வர ராவ், ஆரம்பப் பள்ளியைத் தாண்டாதவர். தனது 9வது வயதிலேயே நடிக்க வந்துவிட்டார். அந்தக் காலத்தில் பெண்கள் நடிக்காமல் இருந்ததால், பெண்வேடங்கள் பூண்டு நடித்தார்.

ஒருமுறை அவரை விஜயவாடா ரயில்நிலையத்தில் பார்த்த பிரபல தயாரிப்பாளர் கண்டசாலா பலராமய்யா, அவரை அழைத்து வந்து 'சீதாராம ஜனனம்' (1944) படத்தில், ராமராக நடிக்கவைத்தார்.

டாலிவுட்டில், நாகேஸ்வர ராவின் ஆதிக்கம் அதன்பிறகு ஆரம்பித்து கொடிகட்டிப் பறந்தது. தொடர்ந்து 69 ஆண்டுகள், 256 தெலுங்கு படங்களிலும், 26 தமிழ்ப்படங்களிலும் நடித்தார். அவருடைய 'பிரேமாபிஷேகம்' ஹைதராபாத்தில் 533 நாட்கள் ஓடியது.

டாலிவுட் திரைப்பட உலகத்துக்கு இன்னொரு பெயரும் இருந்தது. 'அண்ணா காரு' என்.டி.ராமாராவ்!

1923ம் ஆண்டு நிம்மகாரு என்ற கிராமத்தில் பிறந்தார். அவருடைய பெற்றோர் அவருக்கு அப்போதே 'கிருஷ்ணா' என்றுதான் பெயர் வைக்க நினைத்தார்கள். ஆனால், மாமாதான்

அவருக்கு, தாரக ராமுடு என்ற பெயரை வைத்தார். அதனால், தாரக ராமாராவ் ஆனார்.

சிறுவயதில் சைக்கிளில் பால்கேன் கட்டிக்கொண்டு போய், ஓட்டல்களுக்கு பால் சப்ளை செய்து குடும்பத்தைக் காப்பாற்றினார் ராமாராவ். இவர் கிராமத்தில் இருந்தால் சரிப்பட்டு வராது என்று நினைத்த அவரது மாமா, அவரை விஜயவாடாவுக்கு அழைத்துவந்து பள்ளியிலும் பிறகு கல்லூரியிலும் சேர்த்தார்.

கல்லூரியில், முதல்முறையாக, ஒரு ஆண்டுவிழா நாடகத்துக்காக, பெண்வேடம் போடவேண்டிய சந்தர்ப்பம் வந்தது ராமராவுக்கு. பெண்வேடம் போட ஒத்துக்கொண்டவர், அதற்காக, தான் ஆசையாக வளர்த்த மீசையை எடுக்கமாட்டேன் என்று பிடிவாதம் பண்ணினார். கடைசியாக, வேறுவழியின்றி, நிர்வாகம் ஒத்துக்கொள்ள, தன் ஆசையான மீசையை வைத்துக்கொண்டே நாகம்மா என்கிற பெண்வேடத்தில் நடித்தார் எனடிஆர்! (மீசால்லு நாகம்மா என்று அவருக்குச் செல்லப் பெயர் ஏற்பட்டது). அதன்பிறகு, சினிமா ஆர்வம் கொண்டு பலபேருக்கு தன் அழகான புகைப்படங்களை அனுப்பிக்கொண்டு இருந்தார் என்.டி.ஆர்.

அவரது ஒரு புகைப்படம், எல்.வி.பிரசாத்திடமும் இருந்தது. அந்தப் புகைப்படத்தைப் பார்த்து அசந்த தயாரிப்பாளர் பி.ஏ. சுப்பாராவ், என்ன நினைத்தாரோ தெரியவில்லை, என்.டி.ஆரை உடனடியாக சென்னைக்கு வரவழைத்து, எந்த மேக்கப் டெஸ்ட்டும் ஸ்க்ரீன் டெஸ்ட்டும் செய்யாமலேயே, தன் 'பல்லேதூரி பில்லா' படத்தில் நடிக்க, 1,116 ரூபாயை அட்வான்ஸாகக் கொடுத்தார். ஆனால், இந்தப் படம் இரண்டாவதாகத்தான் 1950ம் ஆண்டு வெளிவந்தது.

அதற்குமுன், எல்.வி.பிரசாத் இயக்கிய 'மன தேசம்' படம் மூலம் சிறு சப் இன்ஸ்பெக்டர் வேடத்தில நடித்து நந்தமூரி தாரக ராமாராவ் என்ற என்.டி.ஆர் 1949ஆம் ஆண்டு தெலுங்குப் படஉலகில் நுழைந்தார்.

சென்னையில் ஆயிரம்விளக்கு ஏரியாவில் ஒரு சிறு அறையில் நண்பர்களுடன் குடிபுகுந்த என்.டிஆ.ர், தெலுங்குப் படங்களில் சான்ஸ் கேட்டு அலைந்தார். மிகவும் வறுமையில்

வாடினார். சமயங்களில் பஸ்ஸூக்குக்கூட காசு இருக்காது, சிங்கிள் டீ-க்குகூட சிங்கி அடிக்கும் நிலைமை, தொடர்ந்து மூன்றுநாட்கள் பட்டினி... திரைப்படத் துறையைச் சார்ந்த எல்லா ஆரம்பகால சடங்குகளையும் செவ்வனே கடக்கலானார்.

1951ஆம் ஆண்டு, கலைத்தாய் தன் கண் திறந்தாள். என்டிஆருக்கு ஸ்வர்ணாபிஷேகம் செய்ய ஆரம்பித்தாள்.

1951ம் ஆண்டு, கே.வி.ரெட்டியின், 'பாதாள பைரவி' வந்தது. 34 சென்டர்களில் 100 நாள் ஓடிய அந்தப் படம், என்.டி.ஆரை அதலபாதாளத்திலிருந்து ஆகாயத்துக்குக் கொண்டு சென்றது. 'மல்லீஸ்வரி', 'பெல்லி சேஸி சூடு', 'சந்திர ஹாரம்' போன்றவை தொடர்ந்து சூப்பர்ஹிட். இந்தப் படங்களில் நடித்தபோது, அவருக்கு சம்பளம், 500 ரூபாய்.

1958ஆம் ஆண்டு, ஏ.வி.எம். செட்டியார், 'பூ கைலாஸ்' என்ற படம் எடுத்தார். அதில், என்.டி.ஆருக்கு ராவணன் வேடம். ஏற்கெனவே என்.டி.ஆர், ராமாயணத்தில் உள்ள

'மெகா ஸ்டார்' சிரஞ்சீவி

சூப்பர் ஜோடி அனுஷ்கா - பிரபாஸ் (பாகுபலி)

ராவணன் கேரக்டருக்குப் பெரிய விசிறியாக இருந்ததால், சந்தோஷமாக ஒத்துக்கொண்டு நடித்து அசத்தினார்.

ஆனால், அதைவிடப் பெரிய சந்தர்ப்பம், சி.புல்லையாவின் 'ஸ்ரீவெங்கடேஸ்வர மகாத்யம்' படத்தில் வந்தது. சாட்சாத் ஸ்ரீவெங்கடேஸ்வரராகவே நடித்தார். அடுத்த வாரம் வீட்டுக்கதவைத் திறந்து பார்த்தால், வீட்டுவாசலில் பெரிய வரிசை. ஒரே 'தேவுடா... தேவுடா...' சத்தம். கன்னத்தில் போட்டுக்கொண்டு ரசிகர்பட்டாளம். அதன்பிறகு, ஆந்திரமக்கள் என்.டி.ஆரை கடவுளாவே மதித்தனர். என்.டி.ஆர், டாலிவுட்டின் சகாப்தம் ஆனார்.

தன்னுடைய 44 ஆண்டுகால சினிமா வாழ்க்கையில், என்.டி.ஆர் 297 படங்களில் நடித்தார் (280 தெலுங்கு, 15 தமிழ், 2 இந்தி).

1956ல் அவர் நடித்த 'மாயா பஜார்' படத்தில் அவருக்கு கிருஷ்ணர் வேடம். உலகத்தையே ஆட்டிப்படைத்த 'கிருஷ்ணருக்கு' அப்போதைய சம்பளம், 7,500 ரூபாய்! அந்தக்காலத்தில் இது மிகப் பெரிய தொகையாக இருந்தது. 1972ஆம் ஆண்டுதான், அவர் ஒரு படத்துக்கு ஒரு லட்ச ரூபாயை சம்பளமாக வாங்கினார்.

நடிப்பில் மிகமிக சின்சியரான என்.டி.ஆர், கணீரென்ற வெண்கலக் குரலுக்குச் சொந்தக்காரர். சென்னையில் இருக்கும்வரை, தினமும் அதிகாலையில் எழுந்து, மெரினா கடற்கரைக்குச் சென்று, சத்தம்போட்டுப் பேசி சினிமா வசனங்களை மனப்பாடம் செய்வார்.

புராணப் படங்களில் நடிக்கும்போது ஷூட்டிங்கில் ராஜா காலத்து இரும்பு உடைகளையும் கவச குண்டலங்களையும் அணிந்தது மட்டுமல்ல, அந்தப் படங்களுக்கு டப்பிங் பேச வரும்போதுகூட அதே ராஜா காலத்து உடைகளையும், கவச குண்டலங்களையும் அணிந்து, தோளில் வெயிட்டான கதாயுதத்தை தூக்கிக்கொண்டு வந்துதான் டப்பிங் பேசுவார். அப்போதுதான், அந்த கேரக்டருக்கான உணர்வு ஏற்படும் என்பது அவரது எண்ணம். தன்னுடைய நாற்பதாவது வயதில், 'நர்த்தன சாலா' படத்தில் பாரம்பரிய பரத நாட்டிய நடனமாட வேண்டிவந்தது. உடனே சளைக்காமல் போய் பரத நாட்டியம் கற்றுக்கொண்டார்.

எவ்வளவு பக்கமானாலும் மனப்பாடம் செய்து சற்றும் பிசிறு தட்டாமல் கடகடவென பேசி நடிக்கக்கூடிய இந்த நடிப்புவேந்தன், தெலுங்கு உலகின் சூப்பர் ஸ்டார் என்.டி.ஆர், வாங்கிய அதிகபட்ச சம்பளம், 7 லட்சம் ரூபாய்!

1982ஆம் ஆண்டு, தெலுகுதேசம் கட்சி ஆரம்பித்து, அரசிய ்ப பக்கம் திரும்பிவிட்டார்.

ஏ.கே.ஆர்., என்.டி.ஆர் என்கிற இந்த இரண்டு ராவ்களும், டாலிவுட்டின் இரண்டு கண்களாக இருந்தனர். இருவரும் சேர்ந்து கிட்டத்தட்ட 15 படங்கள் ஒன்றாக நடித்தனர்.

1950 முதல் 1960வரை 'டாலிவுட்டின் தங்கக்காலம்' என்று சொல்லப்படுகிறது. எஸ்.வி.ரங்காராவ், காந்தாராவ், ஜக்கையா, முக்காமலா, ராமணரெட்டி, நாகபூஷணம், பத்மநாபம், பானுமதி, கீதாஞ்சலி, ஜானகி, ஜமுனா, அஞ்சலிதேவி, சாவித்திரி, காஞ்சனா, சூர்யகாந்தம் போன்றோர் கோலோச்சினார்கள்.

தேவதாஸூ, மிஸ்ஸியம்மா, நர்த்தனசாலா, மல்லேஸ்வரி, மாயா பஜார், பாலநாகம்மா போன்ற படங்கள் புகழ்பெற்றன.

கிருஷ்ணா, சோபன்பாபு, கிருஷ்ணம்ராஜூ போன்றோர் 1970களில் வந்துவிட்டார்கள்.

இவர்களில், கிருஷ்ணா, டாலிவுட்டின் வளர்ச்சிக்குப் புதுரத்தம் பாய்ச்சியவர். புதுப்புது நடிகர் நடிகைகளை அவர் டாலிவுட்டுக்கு கொண்டுவந்தார். கலர்ப் படங்கள், 70 எம்எம் படங்கள் மற்றும் கௌபாய் படங்களைக் கொண்டுவந்து, டாலிவுட்டை அதிரடியாக கலகலப்பாக்கினார்.

1977களில், மசாலாநெடி அடித்த கௌபாய் டாலிவுட், கொஞ்சம் கலை உணர்வுள்ள படங்களுக்குத் தாவியது. ஷ்யாம் பெனகல் (அனுக்கிரகம் 1977), மிருனாள் சென் (ஒரு குரிகதா 1977), கௌதம் கோஷ் (மா பூமி 1979) போன்றவர்கள் டாலிவுட்டுக்கு வேறுமுகம் இருப்பதைக் காட்டினார்கள்.

இவர்கள் கொடுத்த ஊக்கமருந்தின் பேரில், 1988ஆம் ஆண்டு, நரசிங்க ராவ், 'தாஸி' படத்தை தயாரித்தார். இந்தப்படம், கிட்டத்தட்ட 5 தேசிய விருதுகளை வென்றது.

1970வரை டாலிவுட் சென்னையில்தான் இயங்கிவந்தது. ஏ.நாகேஸ்வரராவ்தான் முதல்முதலில் சென்னையை விட்டுவிட்டு, ஹைதராபாத்துக்குச் சென்று டாலிவுட்டுக்காக பிரத்யேகமாக அன்னபூர்ணா ஸ்டுடியோவை நிர்மாணித்தார். 1990களில், சில பிரச்னைகளின் காரணமாக, டாலிவுட் சென்னைக்கு டாடா காட்டிவிட்டு, ஒரேயடியாக ஆந்திராவுக்குப் போய்விட்டது.

இப்போது, உலகத்திலேயே மிகப்பெரிய ஸ்டுடியோவாக தயாரிப்பாளர் ராமோஜிராவ் கட்டிய ராமோஜி பிலிம் சிட்டி இருக்கிறது. கிட்டத்தட்ட 2,000 ஏக்கர் பரப்பரவில் இருக்கும் இந்த ஸ்டுடியோவில், ஏறக்குறைய 500 வகையான செட்டுகள் உள்ளன. ஒரே நேரத்தில் 20 சர்வதேசப் படங்களும், 40 இந்தியப் படங்களையும் எடுக்கமுடியும். காசை எடுத்துக்கொண்டு உள்ளே போனால், படப்பெட்டியை எடுத்துக்கொண்டு வெளியே வரலாம்.

மற்ற ஸ்டுடியோக்களாக ராமாநாயுடு, ராமகிருஷ்ணா, பத்மாலயா சாரதி இருக்கின்றன.

1987ஆம் ஆண்டு, டாலிவுட் திரைப்பட உலகம், இன்னொரு புது சூரியனைப் பார்த்தது.

சிரஞ்சீவி!

எவ்வளவு புகழ்பெற்றார் என்றால், முதலில் அவருக்கு 'சூப்பர் ஸ்டார்' பட்டம் தரப்பட்டு, பிறகு அதுபோதாமல்,

ஆந்திரா கோங்குரா 'அர்ஜுன்ரெட்டி' விஜய் தேவரகொண்டா

'சுப்ரீம் ஹீரோ' என்று ஆகி, பிறகு அதுவும் ரசிகர்களுக்கு திருப்தியில்லாமல் போய், இப்போது, சிரஞ்சீவி 'மெகா ஸ்டார்' ஆகிவிட்டார். ஆனால், பட்டங்கள் பலமாறினாலும், தன் மாறாத பெயருக்கு ஏற்றவாறே இன்றளவும் அவர் டாலிவுட்டில் சிரஞ்சீவியாகவே இருக்கிறார்.

சிவசங்கர வரபிரசாத கோனிடெலா என்ற சிரஞ்சீவி, 1955ஆம் ஆண்டு மொகல்தூர் என்ற கிராமத்தில் பிறந்தார். தன் தாத்தா, பாட்டியிடம் வளர்ந்தார். பள்ளியில் படிக்கும்போது, 'பரந்தாமைய பந்துலு' என்ற நாடகத்தில் நடித்து முதல் பரிசு வாங்கினார். அதுதான், அவருக்கு முதல் நடிப்புருசி.

பி.காம்., பட்டதாரியான சிரஞ்சீவி, சென்னைக்கு வந்து சென்னை நடிப்புக் கல்லூரியில் சேர்ந்து பயின்றார்.

சிரஞ்சீவியின் முதல்படம், 'புனாதிரள்ளு, (1978). ஆனால், ரிலீஸான முதல் படம், 'ப்ரணாம் கரிது'. 'பலேரு நரசய்யா' படத்தில் மேக்கப் இல்லாமல் நடித்தார். இந்தப் படத்தைப் பார்த்த இயக்குனர் கே.பாலசந்தர், 'இதி கதா காது' படத்தில் நெகடிவ் கேரக்டர் கொடுத்தார். அடுத்து, 'மனஊரி பாண்டவலு' படத்தில் நடித்தார் (சம்பளம் 1116 ரூபாய்). மெல்ல மெல்ல

'ஆந்திரா ரசகுல்லா' ராஷ்மிகா மந்தனா

சூடேறி, 1980களில் கிட்டத்தட்ட 14 படங்களில் நடிக்க ஆரம்பித்தார். பெரும்பாலும் வில்லன் கேரக்டர்கள்தான்.

சிரஞ்சீவியை புகழ்ஏணியில் ஏற்றிவிட்ட படம், 'கைதி' (1983). சிரஞ்சீவிக்கு 'நந்தி அவார்டு' வாங்கிக்கொடுத்த இந்தப் படம், டாலிவுட் திரைப்பட உலகத்துக்கே ஒரு திருப்புமுனைப் படமாக அமைந்தது. பாலிவுட் படங்களுக்கு ஒரு 'ஷோலே' போல, டாலிவுட்டுக்கு ஒரு 'கைதி'.

இந்தப் படத்தின் இயக்குனர் ஏ.கோதண்டராமி ரெட்டியுடன் சிரஞ்சீவியின் பயணம் தொடர ஆரம்பித்தது.

சிரஞ்சீவியின் திரைப்பட வெற்றிக்கு உறுதுணையாக இருந்தது இரண்டு பெரும் இயக்குநர்கள்.

ஒருவர், ஏ.கோதண்டராமி ரெட்டி. இவருடைய இயக்கத்தில் கிட்டத்தட்ட 23 படங்கள் நடித்தார் சிரஞ்சீவி. அனைத்தும் மிகப் பெரிய ஹிட்.

1985ல் இன்னொருவர், கே.ராகவேந்திர ராவ். 'அடவி தோங்கா' படத்தில் ஆரம்பித்த சிரஞ்சீவியின் இரண்டாவது இன்னிங்ஸ் இவரோடுதான். இருவரும் சேர்ந்து டாலிவுட்டைக் கலக்கினார்கள்.

1987ல், 'பசிவாடி பிரணாம்' படத்தில், பிரேக் டான்ஸ் டெக்னிக்கை அறிமுகப்படுத்தினார் சிரஞ்சீவி.

அவருடைய தாளத்துக்கு டாலிவுட் மட்டுமல்ல, ஆந்திராவே டான்ஸ் ஆடியது.

ஆக்‌ஷன், காமெடி, சென்டிமென்ட் என்று ஒரு ‘ஃபுல் ஆந்திரா மீல்ஸ்’ ஆக திகழ்ந்த சிரஞ்சீவி, 1988ல், ‘மாரன மிருதங்கம்’ படத்தின்போது முதல் தடவையாக ‘மெகா ஸ்டார்’ பட்டம் பெற்றார்.

‘ரஜினியும் கமலும் சேர்த்து வார்த்த வார்ப்படம் சிரஞ்சீவி’ என்றார் இயக்குநர் கே.பாலசந்தர். அமிதாப்பச்சன் ஒரு படி மேலே போய், ‘இந்தியாவின் சூப்பர் ஸ்டார் சிரஞ்சீவி’ என்றார்.

சிரஞ்சீவியின் படங்களில், ‘புனதிரல்லு’, ‘கைதி’, ‘ஸ்வயம் க்ருஷி’, ‘ருத்ரவீணா’, ‘ஸ்நேகம் கோசம்’, ‘இந்திரா’ மற்றும் ‘ஷங்கர் தாதா ஜிந்தாபாத்’ போன்றவை சொல்லக்கூடிய படங்கள்.

சிரஞ்சீவியின் படங்கள், பிய்த்துக்கொண்டு ஓடக்கூடிய ரகங்கள். அப்படி ஏதாவது படம் தோல்வியடைந்தால், பழைய ஹிட் படங்கள் விநியோகஸ்தர்களுக்கு தரப்படுகின்றன.

அதை ஓட்டி நஷ்டத்தை ஈடுகட்டிக்கொண்டார்கள் தயாரிப்பாளர்கள். சிரஞ்சீவியின் பழைய படங்கள், இன்றும் பொன்முட்டை இடும் வாத்துகளாக இருக்கின்றன.

இந்தியாவில் அதிகபட்ச சம்பளம் வாங்கும் நடிகர்களில் ஒருவராக சிரஞ்சீவி திகழ்ந்தார். இந்திய திரைப்பட வரலாற்றில் முதல்முறையாக ஒரு கோடி ரூபாய் சம்பளம் வாங்கியதும் சிரஞ்சீவிதான்.

2006ஆம் ஆண்டு, பத்மபூஷன் விருது பெற்ற சிரஞ்சீவி, 2008ல் பிரஜா ராஜ்யம் பார்ட்டி ஆரம்பித்து, அரசியல் பக்கம் போய்விட்டார்.

ஆனால், இந்த மனிதர் இப்பவும் சும்மா இல்லாமல், 2019ஆம் வருடம், ‘சைரா நரசிம்மரெட்டி’ என்று ஒரு மெகா ஹிட் படம் கொடுத்து ஆந்திராவைக் கலக்கி இருக்கிறார்!

சிரஞ்சீவிக்குப் பின், 1980களில் வந்த திறமையான நடிகர்களில், நாகார்ஜுனா, பாலகிருஷ்ணா, வெங்கடேஷ், மோகன்பாபு, ராஜசேகர் ஆகியோரைக் குறிப்பிடலாம்.

இன்றைய தலைமுறையில் அங்கே லேட்டஸ்ட் இளைஞர் பட்டாளம், பவன் கல்யாண், மகேஷ்பாபு, ராம்சரண், அல்லு அர்ஜூன், ஜூனியர் என்.டி.ஆர், பிரபாஸ் ஆகியோர்.

இளம் நடிகைகளில் சமந்தா, தமன்னா, இலியானா, லயா, சார்மி, அனுஷ்கா... லேட்டஸ்டாக காஜல் அகர்வால்.

வாரத்துக்குச் சராசரியாக 4 படங்கள் என்ற கணக்கில், வருடத்துக்கு சுமார் 200, 225 படங்கள்வரை தயாரிக்கிறது டாலிவுட். இது சில சமயம், பாலிவுட், கோலிவுட் படங்களைவிட அதிகம். வருடாந்திர வியாபாரம் சுமார் ரூபாய் 2.3 பில்லியன் வரை. ஆனால், டாலிவுட்டின் வெளிநாட்டு வியாபாரம் எப்போதும் ஏற்ற இறக்கமாவே இருக்கிறது. அதற்கு முக்கிய காரணம், டாலிவுட்டில் கற்பனைப் பஞ்சம். நல்ல சத்துள்ள கதைகளைக்கொண்ட படங்கள் வந்து வெகுநாட்களாகின்றன. அடி தடி, காதல் படங்கள் பெரும்பாலும் ஹாலிவுட் படங்களைக் காப்பியடித்து ஹாலிவுட்டிலேயே வெளியிடுகின்றன(திருப்பதிக்கே லட்டு ரகம்).

டாலிவுட், ஹீரோக்களின் உலகம். கதாநாயகிகளுக்கு அங்கே காலேஜுக்கு புக்ஸ் எடுத்துப் போவதும், பீட்ஸா கடைகளில் உட்கார்ந்து நாயகர்களுக்கு ரூட்டு விடுவதும் தவிர, வேறு பெரிய வேலைகள் கிடையாது.

தயாரிப்பாளர் ராமாநாயுடுவுக்கு, தாதா சாகேப் பால்கே விருது வழங்கப்பட்டது. 12 மொழிகளில் 130 படங்கள் தயாரித்தவர் ராமாநாயுடு.

அதிகப் படங்களைத் தயாரித்ததற்காக ராமாநாயுடுவும், ஒரே கேரக்டரில் 18 முறை நடித்ததற்காக என்.டி.ராமாராவும், அதிகப் படங்களை இயக்கிய பெண் இயக்குநர் என்ற முறையில் விஜய நிர்மலாவும், அதிகப் படங்களில் நடித்ததற்காக (1000 படங்களைக் கடந்துவிட்டார்) நடிகர் பிரம்மானந்தாவும் உலக சாதனையான கின்னஸ் புத்தகத்தில் இடம் பெற்றிருக்கிறார்கள்.

வருடாவருடம் ஏதாவது ஒரு புதுப்பிரச்னை ஆந்திராவை உலுக்கி வருகிறது. ஒரு வருடம் புயல் அடிக்கிறது. இன்னொரு வருடம், வெள்ளம். அப்புறம் ரியல் எஸ்டேட், ஷேர் மார்க்கெட், திருட்டு விசிடி. தெலுங்கானா பிரச்னை.

இப்படி தொடர் பிரச்னைகளால் டாலிவுட், தொடர்ந்து படப்பிடிப்பு நடத்தமுடியாமல் அடிக்கடி கதிகலங்கிப்போகிறது. ஒருநாளைக்கு சுமார் 7 கோடி வீதம் நஷ்டம் ஏற்படுகிறது.

தெலுங்கானா போராட்டங்களால் தயாரிப்பாளர் மட்டுமின்றி, திரைத் துறையின் அடிமட்ட ஊழியர்வரை பாதிக்கப்பட்டனர்.

மேலும், வேகமாக வளர்ந்துவரும் விஞ்ஞான மாற்றங்களால், படங்களின் வர்த்தக முறையும் அனைத்து திரைப்பட உலகங்களிலும் மாறிவிட்டன.

முன்புபோல், இனி 100 நாள் படங்களையும், கோல்டன் ஜூப்ளி, சில்வர் ஜூப்ளி போன்ற போஸ்டர்களையெல்லாம் காணமுடியாது. அதெல்லாம் பகல் கனவாகிவிட்டது. ஒருபடம், தியேட்டரில் 25 நாட்கள் ஓடினாலே அதிகம்.

முன்பெல்லாம் படங்கள் 100 நாட்கள் 100 சென்டர்களில் ஓடும். பாலகிருஷ்ணாவின் 'நரசிம்ம நாயுடு' 100 நாட்கள் 105 சென்டர்களில் ஓடியது. அதைக் கடந்து சிரஞ்சீவியின் 'இந்திரா' 117 சென்டர்களில் ஓடியது. ஜூனியர் என்டிஆரின் 'சிம்மாத்ரி' 147 சென்டர்களிலும், சிரஞ்சீவியின் 'தாகூர்' 192

என்றும் இளமை - மகேஷ்பாபு

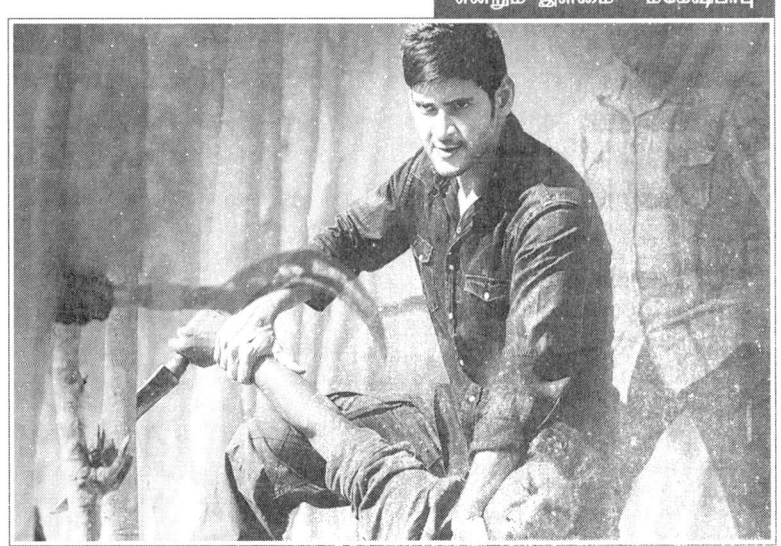

சென்டர்களிலும் நூறுநாட்கள் ஓடிய படங்கள். பிறகு, அதையும் மிஞ்சியது 'போக்கிரி'. போக்கிரியை 'ஜல்சா' மிஞ்ச, 'ஜல்சா'வை 'அதுர்ஸ்' மிஞ்ச, அதை 'மகதீரா' மிஞ்ச, அப்புறம் 'பாகுபலி' வந்து எல்லா ரெகார்டுகளையும் பாகுபாடின்றி பலி வாங்கியது.

இப்படியாக, போட்ட பணத்தை எடுக்க, ஒரு படம் கிட்டத்தட்ட 200 தியேட்டர்களில் 100 நாட்கள் ஓடவேண்டிய கட்டாயம் இருந்தது. ஆனால், திருட்டு விசிடி வந்து நிலைமையை மாற்றியது.

இப்போது, tentpole release என்ற புதுவித முறையை எல்லா திரையுலக விநியோகஸ்தர்களும் கையாள ஆரம்பித்து விட்டார்கள். அதாவது, ஒரு புதுப் படத்தை எத்தனை தியேட்டர்களில் அதிகபட்சமாக ஒருவாரத்துக்குள் போட்டு, காசு பார்க்கமுடியுமோ, அத்தனை சீக்கிரம் போட்டு காசு பார்த்துவிட வேண்டிய புதிய 'ஹாலிவுட் டெக்னிக்'தான் இந்த 'டென்ட்போல் ரிலீஸ்' டெக்னிக்.

சமீபகாலமாக புதுப்படங்கள், ஒரு காம்ப்ளக்ஸில் இருக்கும் நாலு தியேட்டர்களில் ரிலீஸ் ஆவதும், ஒரு ஏரியாவில் இருக்கும் நாற்பது தியேட்டரிலும் ஒரே படம் ரிலீஸ் ஆவதும் இந்த வகையில்தான்.

காயகல்ப நாயகன் - நாகார்ஜுனா

அதாவது, புதுப்படத்தின் திருட்டு விசிடி ரிலீஸ் ஆகும்முன், இந்தப் படம் நல்ல படமா, மோசமான படமா என்று ஜனங்கள் அனுமானிக்கும் முன், படத்தைப் போட்டு காசு எடுத்துவிடுகிறார்கள். அதனால், 150 நாட்கள் ஒரே தியேட்டரில் லொங்குலொங்கு என்று ஓடி காசு பண்ணவேண்டிய படங்கள், 15 நாட்களில் பல தியேட்டர்களில் சம்பாதித்துக் கொடுத்துவிட்டு ரிடையராகிவிடுகின்றன.

உதாரணமாக, 'டைட்டானிக்' 42 வாரங்கள் ஓடி 2 பில்லியன் டாலர் சம்பாதித்து கொடுத்ததைவிட, 'அவதார்' 21 வாரங்கள் மட்டுமே ஓடி 3 பில்லியன் டாலர் சம்பாதித்துக்கொடுத்தது. (50 ஓவர் கிரிக்கெட் போய் 20 ஓவர் கிரிக்கெட் வந்தமாதிரி)

ஆக, இனி, சினிமாவில் சில்வர் ஜூப்ளிகளோ, கோல்டன் ஜூப்ளிகளோ கிடையவே கிடையாது. தியேட்டர்களுக்கு டென்ட்போல் ரிலீஸ்! டெலிவிஷனுக்கு டிஆர்பி! வீடியோ உலகத்துக்கு டிவிடி, ப்ளூ ரே டிஸ்க்! இன்டர்நெட்டுக்கு, எந்தப் படம் எத்தனைபேர் டவுன்லோடு என்ற கணக்கு!

இவைதான் அடுத்த தலைமுறை சினிமாவுக்கு எழுதப்பட்ட விதி. ஒரு படம் ஜெயித்ததா, தோற்றதா என்று கண்டுபிடிப்பதற்கான அளவுகோல்.

டாலிவுட்டின் தேசிய விருது பெற்ற படங்கள்:

'மேகசந்தேசம்' (1983), 'சாகரசங்கமம்' (1984), 'ஸ்வாதிமுத்யம்' (1986), 'ஸ்ருதிலயலு' (1988), 'தாஸி'(1989), 'நின்னே பிலதாதா' (1996), சிந்தூரம்' (1997), தொலிபிரேமா' (1998), கலிசுந்தம்ரா' (2000), நுவே காவாலி' (2001), அய்தே' (2004), ஸ்வர்ணாபிஷேகம்' (2005)

ஆனால், ரஜத் கமல் என்ற பல வெள்ளித்தாமரைகளை சிறந்த படங்களுக்காகப் பெற்ற ஜாம்பவானான டாலிவுட், இதுவரை ஸ்வர்ண கமல் என்ற ஒரே ஒரு தங்கத் தாமரை விருதுகூட வாங்காத வருத்தம் இத்தனை வருடம் இருந்தது. இயக்குநர் ராஜமவுலி அந்தப் புண்ணியத்தைக் கட்டிக்கொண்டார். 'பாகுபலி' படத்துக்கு தங்கத்தாமரை விருது வழங்கி தெலுங்குப்பட உலகைக் கவுரவித்தது மத்தியஅரசு!

✕✕✕

KOLLYWOOD
தமிழ்த் திரைப்பட உலகம்

கோடம்பாக்கம்தான், கோலிவுட்.

பாலிவுட், டாலிவுட்டை அடுத்து, இந்தியாவில் அதிகபட்ச படங்கள் தயாரிக்கும் திரைப்பட உலகம், கோலிவுட்.

கோலிவுட்டின் கதை, 1897ஆம் ஆண்டு, ஈ. எட்வர்ட்ஸ் என்பவர், மெட்ராஸின் விக்டோரியா பப்ளிக் ஹாலில் சில துண்டுப்படங்கள் திரையிட்டபோது, ஆரம்பமானது.

சென்னையின் முதல் தியேட்டர், 1900ஆம் ஆண்டு, மேஜர் வார்விக் என்பவரால் கட்டப்பட்ட 'தி எலெக்ட்ரிக் தியேட்டர்' என்பதுதான். இங்கேதான் முதல்முதலில் மௌனப்படங்கள் திரையிடப்பட்டன. இந்த இடத்தில் இப்போது மவுன்ட்ரோட் போஸ்ட் ஆபீஸ் காம்ப்ளக்ஸ் இருக்கிறது.

இரண்டாவது தியேட்டர் மவுன்ட்ரோட்டில் 1902ஆம் ஆண்டு, கோஹன் என்பவர் கட்டிய 'லிரிக்' தியேட்டர்.

1896களில் இந்தியாவுக்கு வந்து 'தி லைஃப் ஆஃப் கிரைஸ்ட்' என்ற ஊமைப் படத்தைக் காட்டிக்கொண்டிருந்த டுபான்ட் என்ற பிரெஞ்சுக்

'கோலிவுட் தந்தை'
வின்சென்ட் சாமிக்கண்ணு

கலைஞர், சென்னைக்கு வந்து அந்தப் படத்தைத் திரையிட்டபோது அவருக்கும், தென்னிந்திய ரயில்வே டிபார்ட்மென்ட்டில் வேலை செய்துகொண்டிருந்த திருச்சிக்காரரான சாமிக்கண்ணு வின்சென்ட் என்பவருக்கும் நட்பு ஏற்பட்டது. டுபான்டிடமிருந்து அந்தத் துண்டுப் படங்களையும் ஒரு சினிமா புரொஜக்டரையும் விலைக்கு வாங்கிய சாமிக்கண்ணு, ஊர்ஊராகச் சென்று டென்ட் போட்டு தான் வாங்கிய படங்களைக் காட்டத்தொடங்கினார்.

கோலிவுட்டின் வரலாறு, இந்த சாமிக்கண்ணு வின்சென்ட்டிடம் இருந்துதான் ஆரம்பம் ஆகிறது. கோலிவுட் திரைப்பட உலகத்துக்குப் பிள்ளையார்சுழி போட்டது, சாமிக்கண்ணு வின்சென்ட்தான்.

படங்கள் அதிவேகமாக உருவாகத் தொடங்கிய காலகட்டத்தில், ஊர்ஊராக அலைய முடியாத சாமிக்கண்ணு, தன் சொந்த ஊரான கோயம்புத்தூரில், நிரந்தரமாக ஒரு படக் கொட்டகையைக் கட்டினார். 'வெரைட்டி ஹால்' என்று அதற்குப் பெயரிட்டார்.

இங்கிலாந்து மன்னர் ஐந்தாம் ஜார்ஜ் 1909ம் ஆண்டு, இந்தியாவுக்கு வந்தபோது, அவரது வரவேற்பு விழாவில், மருதப்ப மூப்பனார் என்பவர் சில துண்டுப்படங்கள் எடுத்தார். பேசாத அந்தப் படங்கள், சென்னையில் திரையிடப்பட்டன. இங்கிலாந்திலிருந்து இறக்குமதி செய்யப்பட்ட புரொஜக்டரில்

இயக்குனர் கே. சுப்ரமணியம்

அந்தப் படங்களைச் சேர்த்து, கிராமபோன் பெட்டியுடன் இணைத்து ஓட்டப்பட்டபோது, அந்தப் படங்கள் பேசுகிற உணர்வை ஏற்படுத்தியது.

இதைப் பார்த்த ரகுபதி வெங்கய்யா நாயுடு (தெலுங்குப் படங்களின் முன்னோடி ஆர்.எஸ்.பிரகாஷின் தந்தை) அந்த க்ரோன் மெகாபோன் என்ற பிலிம் புரொஜக்டரையும், கிராமபோனையும் விலைக்கு வாங்கினார். இந்தச் சாதனங்களை வைத்துக்கொண்டு, 1912ஆம் ஆண்டு சென்னை மவுன்ட்ரோட்டில் ஒரு தியேட்டர் கட்டி படங்களைப் போட ஆரம்பித்தார். அதுதான், கெயிட்டி தியேட்டர், சென்னையின் முதல் தியேட்டர் (இப்போது அது இடிக்கப்பட்டுவிட்டது வருத்தமான விஷயம்).

சென்னையில் மோட்டார் வியாபாரம் செய்து கொண்டிருந்த ஆர்.நடராஜ முதலியார், சினிமா பற்றி தெரிந்து கொண்டு, எஸ்.எம்.தர்மலிங்க முதலியாருடன் சேர்ந்து, சென்னை கீழ்ப்பாக்கத்தில், 'இந்தியா பிலிம் கம்பெனி'யை ஆரம்பித்து, 1916ஆம் ஆண்டு, தமிழில் முதல் பேசாத படமாக, 'கீசக வதம்' என்ற படத்தைத் தயாரித்தார். (தென்னிந்தியாவிலும் அதுதான் முதல் ஊமைப் படம்)

1920களின் காலகட்டத்தில், மெட்ராஸில் படங்கள் தயாரிக்கப்பட்டாலும், லாபரெட்டரி விவகாரங்களுக்காக அவை பூனேவுக்கோ, கல்கத்தாவுக்கோதான் அனுப்பப்பட்டன.

1930களில், ஏ.வி.எம்.செட்டியார் காரைக்குடியில் ஸ்டுடியோ ஆரம்பித்தார். சேலத்தில் மாடர்ன் தியேட்டர்ஸ் ஆரம்பிக்கப்பட்டது. கோயம்புத்தூரில் சென்ட்ரல் ஸ்டுடியோ, நெப்ட்யூன், பட்சிராஜா ஸ்டுடியோக்கள் ஆரம்பிக்கப்பட்டன.

1940களில், சென்னையில் விஜயாவாகினியும், ஜெமினி ஸ்டுடியோவும் ஆரம்பிக்கப்பட்டன.

இவை அனைத்தும் சேர்ந்து மொத்தமாக, தமிழ், தெலுங்கு மற்றும் தென்னிந்திய திரைப்படங்களைத் தயாரிக்க ஆரம்பித்தன.

1916முதல் 1932வரை, டாக்கி வரும்வரை, கிட்டத்தட்ட 108 ஊமைப்படங்கள் தயாரிக்கப்பட்டன.

1931ஆம் ஆண்டு, மார்ச் மாதம் இந்தியில் (இந்தியாவில்) முதல் பேசும்படமாக 'ஆலம் ஆரா'வும், செப்டம்பர் மாதம் தெலுங்கில் 'பக்த பிரகலாதா'வும், அக்டோபர் 31, 1931ஆம் ஆண்டு, தமிழில் முதல் பேசும்படமாக 'காளிதாஸ்' படமும் வெளிவந்தன. நாடக நடிகையாய் இருந்த டி.பி. ராஜலட்சுமிக்கு முதல் தமிழ்ப்பட நாயகி அந்தஸ்து கிடைத்தது. (பின்னர், 1936ல், 'மிஸ் கமலா' என்ற படத்தை எடுத்து, முதல் பெண் இயக்குனர், தயாரிப்பாளர் ஆனார் டி.பி.ராஜலட்சுமி).

முதல் சூப்பர் ஸ்டார் 'எம்.கே.தியாகராஜ பாகவதர்'

ஜகதலபிரதாபன் 'பி.யு.சின்னப்பா'

முதல் தமிழ்ப்படம், தமிழ், தெலுங்கு, இந்தி என்று அனைத்து மொழிகளும் பேசி களைகட்டியது. நாயகன் தெலுங்கில் கேள்வி கேட்டால், நாயகி தமிழில் பதில் சொன்னார். கூட இருந்தவர், இந்தியில் அதைப் புரிந்துகொண்டார். ஏதோ கிரேஸி மோகனின் காமெடி கதை–வசனம்போல தெரிந்தாலும், இதுதான், முதல் தமிழ் சினிமாவின் ருசியான ஆரம்பம்.

1934ஆம் ஆண்டு, ஏ.நாராயணன் என்பவர், சீனிவாசா சினிடோன் என்ற ஸ்டுடியோவை, சவுண்ட் ஸ்டுடியோவுடன் ஆரம்பித்து, 'சீனிவாச கல்யாணம்' என்ற படத்தைத் தயாரித்து வெளியிட்டார். சென்னை ஸ்டுடியோவில் தயாரிக்கப்பட்ட முதல் படம் இதுதான்.

இவரை அடுத்து முக்கியமானவர்களில், இயக்குநர் ராஜா சாண்டோ (1894--1944). புதுக்கோட்டைக்காரரரான ராஜா சாண்டோ, பம்பாயில் ஸ்டண்ட் நடிகராகவும், படங்களை இயக்கிக்கொண்டும் இருந்தார். அப்போதே 'சிக்ஸ் பேக்' கட்டுடல் கொண்ட இளைஞர். யாருக்கும் பயப்படாதவர். சில நண்பர்களின் உந்துதலின்பேரில், தமிழுக்கு வந்து, 'அனாதைப்

புரட்சி செய்த 'மேனகா'

மூன்று தீபாவளிகள் கண்ட 'ஹரிதாஸ்'

பெண்' (1929), 'மேனகா' (1935), 'சந்திரகாந்தா' (1936), 'சிவகவி' (1943) போன்ற படங்களை இயக்கிப் புகழ்பெற்றார்.

இதில் 'மேனகா' முதல் சமூகப் படம். அதில் தாராளமாக ஏராளமாக முத்தக்காட்சிகள் வைத்தார் ராஜா சாண்டோ. எப்படி நடிக்கணும் என்று, தானே நாயகிக்கு முத்தம் கொடுத்தும் நடித்துக் காட்டினார். தமிழ் சினிமா பட வரலாற்றில் 'மேனகா' வரும்வரை, காதலனும் காதலியும் பத்தடி தூரத்தில் தள்ளிநின்றுதான் காதல் பேசினார்கள்.

நாயகன், நாயகியை நெருக்கமாக நடிக்கவைத்து, கட்டிப் பிடித்து புரளவைத்த பெருமை ராஜா சாண்டோவையே சேரும்.

தமிழ் சினிமா வரலாற்றில் முதல் சூடான கற்பழிப்பு காட்சியை வைத்தவரும் அவரே. இந்தக் காரணங்களால் 'மேனகா' சூப்பர் டூப்பர் ஹிட் படமானது.

மேலும், 'மேனகா' படத்தின் ஆரம்பத்தில் டைட்டில் கார்டில், அனைத்து டெக்னீஷியன்களின் பெயரையும் முதல்முதலாகப் போட்டு புரட்சி செய்தார் (அதுவரை தயாரிப்பாளர், இயக்குநர், கம்பெனியின் பெயர்... இந்த மூன்று மட்டும்தான் இடம் பெற்றிருக்கும்).

தனது 'சந்திரகாந்தா' படத்தில் பெண்களை நீச்சல் உடையில் முதல்தடவையாகக் காட்டிய அசகாய சூரர், சின்னப்பா தேவரைக் கண்டுபிடித்தவர், என்.எஸ்.கிருஷ்ணன்–டி.ஏ.மதுரம் திருமணத்தை தைரியமாக நடத்திவைத்தவர்... போன்ற பல வீரதீர சாகஸங்களுக்கு, திரையிலும் திரைக்குப் பின்னாலும் பேசப்பட்டவர்தான் ராஜா சாண்டோ.

இவருக்குப்பின், 'கே.எஸ்.' என்று அன்புடன் அழைக்கப் பட்ட, கே.சுப்ரமணியம். தமிழ்சினிமாவின் தரத்தை வானளாவ உயர்த்தியவர்களில் முக்கியமானவர், கே.எஸ்.(பத்மா சுப்ரமணியம் அவர்களின் தந்தை). 'பாலயோகினி' (1937), 'சேவாசதனம்' (1938), கல்கியின் 'தியாகபூமி'(1939), 1941ல், 'கச்சதேவயானி' (தமிழின் முதல் 'கனவுக்கன்னி' டி.ஆர். ராஜகுமாரி அறிமுகம்) போன்ற படங்களை இயக்கி புகழ்பெற்றார்.

'பாலயோகினி'யில் அவர் அறிமுகம் செய்த 'பேபி சரோஜா' மிகவும் புகழ்பெற்று, அந்தக் காலகட்டத்தில் பிறந்த

அனைத்துப் பெண்குழந்தைகளுக்கும் பெயர் ‘சரோஜா’ என்றே வைக்கப்பட்டது. ‘தியாகபூமி’ அரசாங்கத்தால் தடை செய்யப்படப் போவதை முன்னமே தெரிந்துகொண்டு, தடைக்கு முன்னரே ஜனங்களுக்கு இலவசமாகப் போட்டுக்காட்டி, பிரிட்டிஷாருக்கே ‘பல்ப்’ கொடுத்துப் பரபரப்பு ஏற்படுத்தினார் கே.சுப்ரமணியம்!

கோலிவுட்டின் இன்னொரு ஜாம்பவான், ஏவி.மெய்யப்ப செட்டியார். காரைக்குடியில் ஏவி அன்ட் சன்ஸ் என்று ஒரு கடை. அதன் உரிமையாளர் ஆவிச்சி செட்டியார். அவரது ஒரே மகன் மெய்யப்ப செட்டியார். 1928ல் கிராமபோன் ரிக்கார்டுகள் விற்பனை செய்யும் உரிமையை ஏவி அன்ட் சன்ஸ் பெற்றது. அதிலிருந்து அவர்கள் செய்தது எல்லாம் தமிழ் சினிமா உலகில் record தான்.

1938ல் ‘நந்தகுமார்’ படத்தை தமிழ், இந்தியில் தயாரித்தார். யசோதை கதாபாத்திரத்துக்கு இந்தியில், துர்கா கோட்டே என்ற புகழ்பெற்ற நடிகை. தமிழில், முதல் தமிழ்ப்பட நாயகி, டி.பி.ராஜலட்சுமி. படப்பிடிப்பில் ஒரு சிக்கல் ஏற்பட்டது. ‘அந்தக் கால யசோதைக்கு ஏது ஜாக்கெட்? ஜாக்கெட்டை கழற்று’ என்று சொன்னார் மெய்யப்ப செட்டியார். ‘கரெக்ட்’ என்று கழற்றிவிட்டார், இந்தி நடிகை துர்கா கோட்டே! ‘கழற்றவே மாட்டேன்’ என்று கடைசிவரை அடம்பிடித்தார் தமிழ் நடிகை டி.பி.ராஜலட்சுமி. வேறுவழியின்றி, இந்தி யசோதை ஜாக்கெட் இன்றியும், தமிழ் யசோதை ஜாக்கெட் போட்டும் நடித்தார்கள்!

1941ல் ஏவி.எம். செட்டியார், ‘சபாபதி’ என்ற எவர்கிரீன் படம் ஒன்று எடுத்தார். ‘ஸ்ரீவள்ளி’, ‘நாம் இருவர்’, ‘வேதாளஉலகம்’, ‘வாழ்க்கை’ (வைஜெயந்திமாலாவை அறிமுகம் செய்த படம்), அறிஞர் அண்ணாவின் ‘ஓர் இரவு’ போன்ற புகழ்பெற்ற படங்களைக் கொடுத்தார் ஏவி.எம். செட்டியார்.

நடிகர்களைப் பொறுத்தவரை, கவிஞர் வைரமுத்து ‘எட்டு எட்டா மனுஷன் வாழ்க்கையைப் பிரிச்சிக்கோ’ என்று சொன்னதுபோல், கிட்டத்தட்ட நூறு வருட தமிழ் சினிமாவை நான்கு பாகங்களாக (தோராயமாக) பிரித்துவிடலாம். ஒவ்வொரு பாகத்திலும் இரண்டு பேர் (இரட்டை நாயகர்கள்) கோலிவுட்டில் கோலோச்சினார்கள்.

1930-1955 –   பி.யு.சின்னப்பா,
               எம்கே.தியாகராஜ பாகவதர்.
1955-1980 –   எம்.ஜி.ஆர், – சிவாஜி.
1980-2000 –   ரஜினி–கமல்
2000த்திலிருந்து   அஜீத்–விஜய்

ஒவ்வொரு காலகட்டத்திலும், ஆக்‌ஷனில் கலக்குகிறவர் ஒருபக்கம். குணசித்திரம் மற்றும் நகைச்சுவையில் மிளிர்கிறவர் இன்னொரு பக்கம் என்று இரண்டு குரூப். இன்றுவரை தமிழ் சினிமா உலகில் இந்த பேலன்ஸ் தவறவில்லை என்பது ஆச்சரியமான உண்மை. இவர்களில் யாருடைய புகழும் மங்கவில்லை என்பதும் உண்மை.

கோலிவுட்டில் அன்றுமுதல் இன்றுவரை இந்த டிரெண்ட் தான் காணப்படுகிறது.

காரைக்குடியில் 'பவளக்கொடி' நாடகத்தில் ஜோடியாக நடித்துக்கொண்டிருந்த தியாகராஜன், எஸ்.டி.சுப்புலட்சுமியை திரைக்குக் கொண்டுவந்து, 'பவளக்கொடி' என்ற பெயரிலேயே படம் இயக்கினார் கே.சுப்ரமணியம். இதன்மூலம், 1934ஆம் ஆண்டு, நாடகத்துறையில் இருந்து சினிமாவுக்கு வந்தார்

இரு துருவங்கள்: சிவாஜி - எம்ஜிஆர்

மாயவரம் கிருஷ்ணமூர்த்தி தியாகராஜன் என்ற எம்.கே. தியாகராஜ பாகவதர் (1910–1959) கிட்டத்தட்ட 14 படங்களில் நடித்தார். அதில் 6 படங்கள் சூப்பர் டூப்பர் ஹிட்.

கோலிவுட்டின் முதல் 'சூப்பர் ஸ்டார்' எம்.கே.டி!

பவளக்கொடிக்கு அப்புறம், 1937ல் ஒய்.வி.ராவ் இயக்கத்தில் 'சிந்தாமணி' (ராதே உனக்கு கோபம் ஆகாதடீ) ஒருவருடம் ஓடியது. அதையும் மிஞ்சியது, எல்லீஸ் ஆர்.டங்கனின் 'அம்பிகாபதி'. அம்பிகாபதி எம்.கே.டி.க்கும், அமராவதி சந்தானலட்சுமிக்கும் வைக்கப்பட்ட 'அமெரிக்கன் ஸ்டைல்' நெருக்கமான காதல் காட்சிகள், தமிழகத்தில் பெரும்புயலைக் கிளப்பின. அதனால், 'சிந்தாமணி' சாதனையை முறியடித்தது.

அதன்பின் வந்தது, 1944ஆம் ஆண்டு, சுந்தர்ராவ் நட்கர்னியின் 'ஹரிதாஸ்'. கிட்டத்தட்ட 3 தீபாவளியைக் கண்ட ஒரே தமிழ்படம், கோலிவுட் வரலாற்றில் மகத்தான சாதனை 'ஹரிதாஸ்'. (மன்மத லீலையை வென்றார் உண்டோ?). எம்.கே.டி. புகழ்வானின் உச்சத்தில் இருந்தார். அவரைத் தொட்டுப் பார்க்க ரசிகைகள் துடித்தார்கள். வெள்ளித்தட்டில் சாப்பிட்டு, பன்னீரில் குளித்தார் எம்.கே.டி. இந்த வெற்றிகளுக்குப்பிறகு, லட்சுமிகாந்தன் கொலைவழக்கில் மாட்டினார். அவர் புகழ் அதன்பிறகு, மெல்லமெல்ல சரிந்தது.

சூப்பர் ஸ்டாரும் உலகநாயகனும்

ஆசான் கே.பாலசந்தருடன் கமல், ரஜினி

இதே காலகட்டத்தில், இன்னொரு சாதனை நாயகன், புதுக்கோட்டை உலகநாதன் சின்னப்பாசுவாமி பிள்ளை என்னும் பி.யு.சின்னப்பா (1916–1951). அப்பா நாடக நடிகர். அதனால், இவருக்கும் அந்த ஆர்வம் வந்தது. சிறுவயதில் 'சதாரம்' நாடகத்தில் குட்டித் திருடனாக அப்போதே அசத்தினார். படிப்பு நான்காம் வகுப்பைத் தாண்டவில்லை. குஸ்தி போடுவதில் இஷ்டம் அதிகம். ஒரிஜினல் பாய்ஸ் கம்பெனி நாடகங்களில் நடித்தார். அங்கே அவருக்கு தொண்டை 'உடைந்ததால்', நடிப்பதில் இருந்து விலகி, சங்கீதம் பயின்றார். சுருள் கத்திச்சண்டை போடுவதில் வல்லவரானார்.

புளியம்பட்டி கம்பெனியில் சேர்ந்து 'சந்திரகாந்தா' என்ற நாடகத்தில் நடித்தார். அந்த நாடகம் பிரபலமாக, அதை ஜூபிடர் பிக்சர்ஸ் தயாரிக்க முன்வந்தது. சுண்டூர் இளவரசனாக நடித்த சின்னப்பாசுவாமி, இந்தப் படத்தின் மூலம் புகழ்பெற்று சின்னப்பாவானார்.

அவருடன் ஒரு படத்தில் ஜோடி சேர்ந்து நடிக்கவந்த பி.பானுமதி, 'யார் அந்த புகழ்பெற்ற பி.யு.சின்னப்பா?' என்று கேட்டுக்கொண்டே, செட்டுக்கு வெளியே ஆர்வமாக ஓடிவந்து பார்த்தாராம். கட்டையாக, குட்டையாக, கறுகறுவென்று தொப்பையும் தொந்தியுமாக நின்று பீடி பிடித்துக்கொண்டு இருந்தாராம் பி.யு.சின்னப்பா. பானுமதி அதிர்ச்சியாகி வீட்டுக்குப் போனவர், இரண்டுநாட்களுக்கு செட்டுபக்கம் வரவே இல்லையாம். இது போன்ற பி.யு.சின்னப்பா பற்றிய சுவாரஸ்யமான தகவல்களும் உண்டு.

பியு.சின்னப்பா வாழ்க்கையில், அடுத்து வந்தது பெரிய திருப்பம். மாடர்ன் தியேட்டர்ஸ் டி.ஆர்.சுந்தரம் இயக்கத்தில், 'உத்தமபுத்திரன்' இரட்டைவேடத்தில் அசத்தினார். அதன்பிறகு, 'மனோன்மணி', 'ஆர்யமாலா', 'கண்ணகி', 'ஜெகதலப்பிரதாபன்' என்று 'சூப்பர் ஸ்டார்' ஆனார் பியு.சின்னப்பா.

இதனிடையே, பியு.சின்னப்பா ரசிகர்களும், எம்.கே. தியாகராஜ பாகவதர் ரசிகர்களும் அங்கங்கே மோதிக்கொள்ளும் சம்பவங்களும் நடந்தேறின.

இந்தக் காலகட்டத்தில் கோலிவுட் வானத்தில் இன்னும் இரண்டு புதிய விடிவெள்ளிகள் உருவாகின.

ஒருவர், மருதூர் கோபாலன் ராமச்சந்திரன் என்ற எம்ஜிஆர் (1917–1987). ஸ்ரீலங்காவில் பிறந்தவர். கேரளாவில் வளர்ந்தார். சென்னைக்கு வந்து ஒரிஜினல் பாய்ஸ் கம்பெனியில் நடித்துக்கொண்டு இருந்தார்.

எல்லிஸ் ஆர்.டங்கனின், ‘சதிலீலாவதி’ திரைப்படத்தில் 1935ல் அறிமுகமானார். கலைஞர் மு.கருணாநிதி வசனம் எழுதிய ‘ராஜகுமாரி’ (1947) எம்ஜிஆரை தமிழகத்தின் ஹீரோ ஆக்கியது. எம்ஜிஆரின் அழகும், நடிப்பும், உடற்கட்டும் மக்கள் மனதில் அவருக்கு ஒரு தனிஇடம் பிடித்துக் கொடுத்தன. ‘படகோட்டி’, ‘மலைக்கள்ளன், ‘நாடோடி மன்னன், ‘எங்க வீட்டுப்பிள்ளை’, ‘அடிமைப் பெண்’ என்று வரிசையாக வெற்றிகளைக் குவித்தார். மர்மயோகி மூலம் தனக்கென ஒரு தனிப்பாதையை உருவாக்கினார். அந்தப் பாதை அவரை நேராக செயின்ட் ஜார்ஜ் கோட்டைக்கு அழைத்துச் சென்றது.

இன்னொருவர், விழுப்புரம் சின்னையாபிள்ளை கணேசன். 1927, அக்டோபர் ஒன்றாம் தேதி பிறந்தார். (அவர் பிறந்த அன்று, அவருடைய தந்தையை, பிரிட்டிஷாருக்கு எதிராக கிளர்ச்சி செய்ததாக கைது செய்துகொண்டு போய்விட்டார்கள்).

வேலூர் சக்தி நாடக சபாவில் நடித்துக்கொண்டிருந்த வி.சி.கணேசன், 1952ஆம் ஆண்டு, ‘பராசக்தி’ மூலம் கோலிவுட்டில் நுழைந்தார்.

கோலிவுட்டை புரட்டிப்போட்ட படம், ‘பராசக்தி’. கலைஞர் மு.கருணாநிதியின் பட்டை தீட்டிய வசனத்தை அனல்பறக்கப் பேசினார் வி.சி.கணேசன். புராணப்படங்களின் காலகட்டம் முடிந்து, சமூக விழிப்புணர்வையும், சுயமரியாதையையும் சினிமாவுக்குள் கொண்டுவந்த ஆரம்ப காலமாக ‘பராசக்தி’ திகழ்ந்தது. சொல்லப்போனால், கோலிவுட்டை ‘பராசக்தி’க்கு முன், ‘பராசக்தி’க்குப் பின் என்று இரண்டு காலகட்டங்களாகப் பிரிக்கலாம்.

எம்.ஜி.ஆர் சினிமா உலகில் நுழைந்து கிட்டத்தட்ட 15 வருடங்களுக்குப் பிறகு வந்தாலும், சிவாஜியின் வளர்ச்சி மிகவேகமாக இருந்தது. ஈ.வெ.ரா.பெரியார் அவர்களிடமிருந்து ‘சிவாஜி’ பட்டம் பெற்றார். அதன் பிறகு அவர் நடித்த ‘திருவிளையாடல்’, ‘திருமால்பெருமை’, ‘கர்ணன்’, ‘கப்பலோட்டிய

'தல' அஜீத் - 'தளபதி' விஜய்

தமிழன்', 'நவராத்திரி', 'வீரபாண்டிய கட்டபொம்மன்', 'தில்லானா மோகனாம்பாள்', 'தங்கப்பதக்கம்', 'தெய்வமகன்', 'கௌரவம்', 'முதல் மரியாதை'... போன்ற திரைப்படங்கள் ரத்தினங்களாக ஜொலித்தன. கே.எஸ்.ஜி., பி.மாதவன், பீம்சிங் போன்ற திறமையான இயக்குனர்களின் பட்டாளம் சிவாஜிக்கு இருந்தது. பிரான்ஸ் நாட்டின் உயரிய விருதான 'செவாலியர்' விருது பெற்றார்.

வழக்கம்போல் இரண்டு ஜாம்பவான்களின் ரசிகர்கள் மோதிக்கொள்ளும் சம்பவங்களும் நிறைய நடந்தன.

இதன்பிறகு கமல்-ரஜினி கூட்டணியின் ராஜ்யம் ஆரம்பமாயிற்று. இருவரும் இயக்குனர் கே.பாலசந்தரின் சீடர்கள்.

1954ல் பரமகுடியில் பிறந்த கமல்ஹாசன், 'அம்மாவும் நீயே, அப்பாவும் நீயே' பாடி, களத்தூர் கண்ணம்மாவில், ஏ.பீம்சிங் இயக்கத்தில் 1959ல் குழந்தை நட்சத்திரமாக அறிமுகமானார் (சிறந்த குழந்தை நட்சத்திர விருது), பிறகு 'அரங்கேற்றம்', 'சொல்லத்தான் நினைக்கிறேன்', 'மூன்றுமுடிச்சு', 'மூன்றாம்பிறை' என்று பல கதாபாத்திரங்களில் அவதானித்து,

‘இந்தியனில்’ இரண்டு வேடங்கள், ‘மைக்கேலில்’ நாலுவேடங்கள், ‘தசாவதாரத்தில்’ பத்து வேடங்கள் என்று கலக்கினார், இந்த மக்கள் நீதி மய்ய நாயகன்.

கமல்ஹாசனின் ‘ஓபனிங்’ ரஜினிக்குக் கிடைக்கவில்லை. ஆனால், ரஜினியின் வாழ்க்கை, ஒரு பஸ் கண்டக்டர், கடின உழைப்பு, விடாமுயற்சியால் இந்த அளவுக்கு வாழ்க்கையின் உச்சத்துக்குப் போகமுடியும் என்ற விஷயம், சினிமாவை நேசித்தவர்களுக்கும், சினிமாவில் சாதிக்க துடித்தவர்களுக்கும் பெரிய டானிக்காக இருந்தது. எளிமையாக இருந்து காட்டி சாதித்தார் ரஜினி. ஆன்மிகம் அவருடைய இன்னொரு அட்ரஸாக இருந்தது.

1975ல் ‘அபூர்வ ராகங்களில்’ ரஜினி அறிமுகம். எம்.ஜி.ஆர்.– சிவாஜி கதைதான் இங்கேயும். கமல் திரையுலகில் கால்பதித்து கிட்டத்தட்ட 15 ஆண்டுகள் கழித்துதான் ரஜினி விஜயம். ஆனால், வளர்ச்சி வேகம், அபரிமிதம். தன் வித்தியாசமான ஸ்டைல்களால் ரசிகர்களை தன்பக்கம் திருப்பினார். ‘16 வயதினிலே’, ‘முள்ளும் மலரும்’, ‘பில்லா’, ‘முரட்டுக்காளை’, ‘தம்பிக்கு எந்த ஊரு’, ‘தளபதி’, ‘பாட்ஷா’ (கையைத் தூக்கினாலே ‘விஷ்க்..’ சத்தம் கொடுக்கிற பாணியை உருவாக்கி அசத்தினார் தேவா). ‘சிவாஜி’, ‘எந்திரன்’, ‘பேட்டை’ என்று ரஜினியின் வேட்டைகள் அபாரம்!

இயக்குனர் ஷங்கரின் பிரமாண்டம் ‘எந்திரன்’

அசகாய அசுரன் தனுஷ்

வழக்கம்போல, இரண்டு ஜாம்பவான்களின் ரசிகர்களின் மோதல்களுக்கும் பஞ்சமில்லை.

லேட்டஸ்டாக, அஜீத்–விஜய். 'தல'யும் 'தளபதி'யும்.

ஜோசப் விஜய் சந்திரசேகர், சினிமா தொட்டிலில் பிறந்தவர்(1974). 1992ல் 'நாளைய தீர்ப்பு' அறிமுகம். ஆரம்பகால படங்கள் சுமாரானவை. திருப்புமுனைப் படம், 'பூவே உனக்காக'. சூப்பர்ஹிட் படம், 'காதலுக்கு மரியாதை'. 'குஷி', 'கில்லி', 'மாஸ்டர்' என்று தொடர்கிறார். காமெடியில் கலக்குவார். நடனங்களில் பரிமளிப்பார். குழந்தைகள் மற்றும் இளைஞர் பட்டாளம் அவரது பலம்.

அஜீத், நடிகர்களில் ஆணழகன். 1971ஆம் ஆண்டு செகந்திராபாத்தில் பிறந்தவர். அப்பா, பாலக்காட்டு ஐயர். அம்மா, ஸிந்தி குடும்பத்தைச் சேர்ந்தவர். அஜீத், ப்ளஸ் டூகூட முடிக்கவில்லை. பைக்ரேஸ் அவர் மனதை கொள்ளைகொண்டது. ஆட்டோ மெக்கானிக்காக இருந்து, பிறகு, கார்மென்ட்ஸ் தொழிலுக்கு மாறினார். 1992ல், 'பிரேம புஸ்தகம்' என்ற தெலுங்குப் படத்தில் அறிமுகம். அங்கிருந்து, செல்வாவின், 'அமராவதி'. (அமராவதியில் அஜீத்துக்கு டப்பிங் குரல், நடிகர்

விக்ரம்) 'ஆசை' முதல் பிரேக். 'காதல்கோட்டை' பெரிய பிரேக். 'வாலி' அவரை பெரிய உயரத்துக்குத் தூக்கியது. 'வரலாறு', 'கிரீடம்', 'பில்லா', 'விசுவாசம்' அவரை மேலேதூக்கி, 'தல' ஆக்கியது.

வழக்கம்போல், இரண்டு ஜாம்பவான்களின் ரசிகர்களும் மோதிக்கொள்கிறார்கள். ஆனால், இந்தமுறை, கொஞ்சம் வித்தியாசமாக. இரண்டுபேர்களின் படங்கள் ரிலீஸாகும்போதும், ஊரிலுள்ள எல்லா மொபைல்போன்களும் 'நான்ஸ்டாப்' வேலை செய்கின்றன.

கோலிவுட்டின் வரலாற்றில் கதை-வசன கர்த்தாக்களாக வலம் வந்தவர்கள் அறிஞர் அண்ணா, கலைஞர் மு.கருணாநிதி, இளங்கோவன், ஆரூர்தாஸ் போன்றோர்.

தமிழில் முதல் முழுநீள கலர்ப்படம், 'அலிபாபாவும் 40 திருடர்களும்' (1955). முதல் சினிமாஸ்கோப், 'ராஜராஜசோழன்' (1973). முதல் 70எம்எம் 'மாவீரன்' (1986). தமிழில் 24 மணிநேரத்தில் எடுக்கப்பட்ட கின்னஸ் சாதனை படம், 'சுயம்வரம்'.

2009ஆம் ஆண்டு வெளியான 'பசங்க' படம், 3 தேசிய விருதுகளைப் பெற்றது (இயக்குனர்: பாண்டிராஜ்).

2021ல், ரஜினிகாந்துக்கு தாதா சாகேப் பால்கே விருது கிடைத்திருப்பது முக்கிய நிகழ்வு.

தமிழ் சினிமாவின் சாதனைகளை எழுத நிறைய விஷயம் இருந்தாலும், மிகச் சிறந்த நடிகர்கள், நடிகைகள் இயக்குநர்கள், நகைச்சுவை மன்னர்கள், இசையமைப்பாளர்கள், பாடலாசிரியர்கள், பின்னணிப் பாடகர்கள், எழுத்தாளர்கள் நமக்கு நன்கு பரிட்சயமான காரணத்தினாலும், மற்ற திரைப்பட உலகங்களை அறிமுகப்படுத்த வேண்டி, இந்த புத்தகத்தின் நோக்கத்தைக் கருத்தில் கொண்டு, இதோடு நிறுத்த வேண்டி உள்ளது! கோலிவுட் உலகம், தமிழர்களைத் தலைநிமிர வைத்துவிட்டது என்பது உண்மை!

✕✕✕

BADUGA / TAMILNADU - 2

படுகா திரைப்படம் உலகம்

தமிழகத்தின் நீலகிரி மாவட்டத்தில் கிட்டத்தட்ட 370 கிராமங்களில் வசிக்கும் படுகு மொழி பேசும் மக்கள், தங்கள் கலாசாரத்தைப் பரப்ப, படுகா மொழி திரைப்படங்களை எடுக்கிறார்கள்.

கன்னடமும் தமிழும் கலந்த மொழி, படுகா மொழி.

படுகா மொழியில் முதல் திரைப்படம், 'கால தப்பித பாயிலு'. இது 1970களில் தயாரிக்கப்பட்டு வெளியானது.

இரண்டாவது படுகா படம், 'ஹோசு முங்காரு', படுக மொழியின் முதல் கலர்ப்படம் இது. பல

படுகா படம் 'கவாவா தேடி'

'ரவுடி பேபி' சாய்பல்லவி

தடங்கல்களுக்கிடையே கிட்டத்தட்ட மூன்று ஆண்டுகள் தயாரிப்பில் இருந்த இந்தப் படம், 2008ஆம் ஆண்டு வெளியாயிற்று. இதன் இயக்குனர், ஆர்.வெற்றிவேலன், இவர் படுகா இனத்தைச் சேர்ந்தவர்.

'ஹோச முங்காரு' என்றால், 'புது வசந்தம்' என்று அர்த்தம். இந்தப் படம், ஊட்டி கணபதி தியேட்டரில் கிட்டத்தட்ட 50 நாட்களுக்குமேல் ஓடியது. படுக இனத்தின் செழிப்பான கலாசாரத்தையும், அவர்களது தனித்துவமான நடனத்தையும் இந்தப் படம் பிரதிபலித்தது.

அதே வருடம் வெளியான மூன்றாவது படுகா படம், 'கவாவா தேடி' (அன்பைத் தேடி). இந்தப் படத்தின் இயக்குநர், டாக்டர் மகேஷ் பாபு, கவரட்டி கிராமத்தைச் சேர்ந்தவர். கோயம்புத்தூர் வேளாண் பல்கலைக்கழகத்தைச் சேர்ந்த பயோகெமிஸ்ட்ரி பேராசிரியர். ஏற்கெனவே படுக மொழி சீரியல்களைத் தயாரித்துள்ள இவர், படத் தயாரிப்பிலும் இறங்கினார். டிஜிட்டல் முறையில் இந்தப் படத்தைத் தயாரித்துள்ளார்.

‘கவாவா தேடி’ ஒரு 12 வயதுப் பெண்ணின் கதை. சிறுவயதிலேயே தாயையும் தந்தையையும் இழந்துவிடும் அவள், அன்பைத் தேடி அலைகிறாள். அவளுக்கு அந்த அன்பு எப்படி, எந்த ரூபத்தில் கிடைக்கிறது என்பதுதான் கதை.

கதையின் நாயகன் ஜெகதீஷ், படுகா இனத்தைச் சேர்ந்தவர். கதாநாயகி, மம்தா மற்றும் பாரதி பெங்களூருவைச் சேர்ந்தவர்கள். மும்பையிலிருந்து வந்து படுகா மொழி படத்தில் நடித்துவிட்டுப் போன நடிகையும் உண்டு.

இந்தப் படம், ஊட்டி கெம்பகவுடா தியேட்டரில் திரையிடப்பட்டு 40 நாட்கள் ஓடியது.

ரவுடி பேபி ‘சாய் பல்லவி’யும் கோத்தகிரியில் பிறந்த படுகா இனப் பெண்தான்.

எப்படியாவது ஒரு நல்ல படமாவது தயாரித்து, சர்வதேச விழாவில் ஒரு படுக மொழி திரைப்படத்தையாவது பங்கு பெறச் செய்துவிட வேண்டும் என்பது படுகா திரைப்பட உலகத்தின் ஆசை!

TOLLYGUNGE
மேற்கு வங்காள திரைப்பட உலகம்

பெங்காலி திரைப்பட உலகம், கல்கத்தாவில் டாலிகுஞ்ச் என்ற இடத்தில் உள்ளது. அதனால், இது 'டாலிகுஞ்ச்' என்றும், பலசமயம் 'டாலிவுட்' என்றும் அழைக்கப்படுகிறது. தெலுங்குப் படஉலகமும், 'டாலிவுட்'தான். அதனால், இரண்டு பட உலகுக்கும் சில சமயம் குழப்பங்கள் நேர்வதுண்டு.

மேலும், பெங்காலி திரைப்பட உலகம் இரண்டு பாகங்களாகப் பிரிக்கப்பட்டு உள்ளது. பெங்காலி

'பெங்காலி படங்களின் பிதாமகன்' சத்யஜித்ரே

திரைப்பட உலகத்தின் ஒருபாகம், கல்கத்தாவில் இயங்குகிறது. அது, டாலிகுஞ்ச். இன்னொரு பாகம், டாக்கா, பங்களாதேஷில் இயங்குகிறது. அது, 'டோலிவுட்' (Dollywood) என்று அழைக்கப்படுகிறது.

1897ஆம் ஆண்டு, முதல்முறையாக கல்கத்தாவில் திரைப்படங்கள் காண்பிக்கப்பட்டன.

1901ஆம் ஆண்டு, கல்கத்தாவைச் சேர்ந்த ஹீராலால் சென் என்பவர், 'ராயல் பயாஸ்கோப்' என்ற ஸ்டுடியோ ஆரம்பித்து, துண்டுப்படங்கள் தயாரிக்க ஆரம்பித்தார். அப்போதைய வங்காளி நாடகங்களையும், நடனங்களையும் படங்களாக எடுத்து கேபிடல் தியேட்டரில் வெளியிட்டார்.

இந்தியாவில் முதல்முதலாக விளம்பரப்படங்களை எடுத்தவர் என்ற பெருமையும் ஹீராலால் சென்னுக்கு உண்டு.

அவரைத் தொடர்ந்து, அம்ரித்லால் போஸ் என்பவரும், அதேபோல் துண்டுப்படங்கள் தயாரித்து, கல்கத்தாவின் ஸ்டார் தியேட்டரில் திரையிட ஆரம்பித்தார்.

இன்னொருபக்கம், டி.ஜி. என்று அழைக்கப்பட்ட, தீரேந்திரநாத் கங்குலி, தன்னுடைய இன்டோ பிரிட்டிஷ் பிலிம் கம்பெனியை நிறுவினார். 'பிலாத் ஃபெரத்' என்ற படத்தை எடுத்தார்.

1913ஆம் ஆண்டு, இந்தியாவின் முதல் ஊமைப்படம், 'ராஜா ஹரிச்சந்திரா' வெளியாயிற்று.

1919ஆம் ஆண்டு, முதல் பெங்காலி ஊமைப்படம், 'பிஸ்வமங்கள்' வெளியாயிற்று. மதன் டாக்கீஸ் தயாரிப்பு இது.

ஆரம்ப காலகட்டத்தில் வெளியான பெரும்பாலான பெங்காலி ஊமைத் திரைப்படங்களுக்கு, அப்போது பிரபலமாயிருந்த எழுத்தாளர் பாங்கிம் சந்திர சட்டர்ஜியின் நாவல்கள்தான் இன்ஸ்பிரேஷன். அவருடைய நாவல்கள்தான் படங்களாயின.

1931ம் ஆண்டு, மதன் தியேட்டர்ஸ் தயாரிப்பில், அமர் சௌத்ரி இயக்கத்தில் வெளியான, 'ஜமாய் சாஸ்த்ரி' என்ற படம்தான் பெங்காலி திரைப்பட உலகத்தின் முதல் பேசும்படம். ஆனால், இது ஒரு குறும்படம்.

எவர்க்ரீன் காவியம் 'பதேர் பாஞ்சாலி'

*1931*ஆம் ஆண்டு பிரேமான்கூர் அதார்தி இயக்கி தயாரித்த, 'தேனா பவுனா' படம்தான் பெங்காலி திரைப்பட உலகத்தின் முதல் முழுநீள பேசும்படம். இது, ரவீந்திரநாத் தாகூரின் கதையைத் தழுவி எடுக்கப்பட்ட படம்.

*1935*ஆம் ஆண்டு, பிசி பரூவா, சரத்சந்திர சாட்டர்ஜியின், 'தேவதாஸ்' கதையைப் படமாக இயக்கினார். இந்தப் படம் ஒரு காவியமானது.

*1930*களில் இரண்டு இயக்குனர்கள் பெங்காலி திரைப்பட உலகத்தைக் கலக்கினார்கள். அவர்கள், பிரேமதேஸ் பரூவா மற்றும் தேவகிதாஸ். இருவரும் நடிகர்களும்கூட.

தேவகிதாஸ் இயக்கத்தில், *1932*ஆம் ஆண்டு வெளியான 'சந்திதாஸ்' என்ற படம், சவுண்ட் ரெக்கார்ட்டிங் ஒலியில் பெரும் புரட்சி செய்தது.

'பயாலிஸ்' (*42*) என்ற படம், வெளியாகி, *1942*ம் ஆண்டில் நடந்த புரட்சியைச் சொன்னது. ஆனால், அரசாங்கத்தால் தடைசெய்யப் பட்டது.

அன்றைய காலகட்டத்தில், சப்பி பிஸ்வாஸ், பசந்தா சவுத்ரி, பிகாஸ் ராய் போன்ற நடிகர்களும், பிமல்ராய், தபன் சின்ஹா, தருண் மஜும்தார் போன்ற திறமையான இயக்குனர்களும் பெங்காலி திரைப்பட உலகத்தை ஆக்ரமித்து வந்தார்கள்.

பெரும்பாலானோர் பின்னர், இந்தி திரைப்பட உலகத்துக்குப் பயணமாகிவிட்டனர்.

பெங்காலி திரைப்படங்களிலிருந்து மறக்கமுடியாதவர் மட்டுமல்ல, பிரிக்க முடியாத ஒரு நடிகர் உண்டென்றால், அது, உத்தம்குமார் என்ற நடிகர்தான்.

பெங்காலி திரைப்பட உலகத்திற்கு அன்றிலிருந்து இன்றுவரை ஒரே ஒரு 'சூப்பர் ஸ்டார்'தான் உண்டு. அது, உத்தம்குமார்!

உத்தம்குமார், 1926ஆம் ஆண்டு பிறந்தார். அவர் இயற்பெயர், அருண்குமார் சட்டர்ஜி. கல்லூரியில் படித்துக்கொண்டு இருந்த இவர், படிப்பை விட்டுவிட்டு, கல்கத்தா துறைமுகத்தில் குமாஸ்தாவாகச் சேர்ந்தார்.

இவர்களது குடும்பம் கூட்டுக்குடும்பம். அவர்கள் ஏற்கெனவே ஒரு நாடகக் கம்பெனி வைத்து நடத்திவந்தனர். உத்தம்குமார் வேலை செய்துகொண்டே, நடிகராகவும் இருந்தார்.

உத்தம்குமாரின் முதல்படம், 'திருஷ்டிதான்'. 1948ல் வெளியானது. முதல் படமே சூப்பர்ஹிட்.

காதல்ஜோடி: உத்தம்குமார் - சுசித்ரா சென்

1948முதல் 1980வரை அசராமல் கிட்டத்தட்ட, 202 படங்களில் நடித்தார் உத்தம்குமார். அவற்றில் மிக சொற்பமான படங்கள் தவிர, அனைத்துமே சூப்பர்டூப்பர் ஹிட் படங்கள்தான்.

பெங்காலி திரைப்பட உலகவானில் சூரியனாகத் திகழ்ந்தார் உத்தம்குமார். மற்ற நட்சத்திரங்கள் அங்கே மங்கி மறைந்தே போயினர்.

உத்தம்குமாருடன் ஜோடி சேர்ந்து நடித்தார் சுசித்ரா சென் என்ற நடிகை. இந்த சுசித்ரா சென்தான், நடிகை மூன்மூன் சென்னுடைய அம்மா. ரியா சென், ரிமா சென் ஆகியோரின் பாட்டி.

உத்தம்குமார்–சுசித்ரா சென் ஜோடி மிகப்பிரபலமான ஜோடி ஆனார்கள். இருவரும் 'பிரிக்க முடியாத அன்றில் பறவைகளாக' திரைவானில் வலம் வந்தனர். அவர்கள் நடித்த எல்லா படங்களும் பிரபலமடைந்தன.

ஒரு காலகட்டத்தில், பல படங்கள் நடித்தபின், சுசித்ராசென், உடல்நிலை சரியில்லாமல், ஒரு அறுவை சிகிச்சைக்குபின், திரையுலகைவிட்டு விலகினார்.

'மிரட்டல் இயக்குனர்' மிருனாள் சென்

தன் நாயகி சுசித்ரா சென்னின் விலகலுக்குப் பின், உத்தம்குமார் நடிகை சுப்ரியா தேவியுடன் கூட்டு சேர்ந்து நடித்தார். திரைக்கு வெளியேயும் அவர்கள் உறவு பலமாக வளர, தன் மனைவியை விட்டுப் பிரிந்த உத்தம்குமார், அடுத்த 17 வருடங்கள் சுப்ரியாவுடன் ஒன்றாக வாழ்க்கையும் நடத்தினார்.

'நான் படம் நடித்துக்கொண்டு இருக்கும்போதே, படப்பிடிப்பில் என் உயிர் போகவேண்டும்' என்று அடிக்கடி சொல்வாராம் உத்தம்குமார். அதன்படியே, 1980ஆம் ஆண்டு, ஒரு படப்பிடிப்பில், உத்தம்குமாருக்கு திடீரென்று ஹார்ட் அட்டாக் ஏற்பட்டது. அவரைக் காப்பாற்ற கிட்டத்தட்ட 16 மணிநேரம் டாக்டர்கள் போராடினார்கள். சிகிச்சை பலன் இன்றி, உத்தம்குமார் இறந்தார். அன்றைய தினம், கல்கத்தாவே ஸ்தம்பித்துப்போனது.

சத்யஜித் ரே, நடிகர் உத்தம்குமாரின் வாழ்க்கை நிகழ்வுகளை வைத்து, 'நாயக்' என்ற படம் இயக்கி விருது பெற்றார்.

உத்தம்குமாரின் மறைவுக்குப் பிறகு, பெங்காலி திரைப்பட உலகத்தில் ஒரு பெரிய சூனியம் சூழ்ந்தது. அவருடைய இடத்தைப் பிடிக்க வேறு எந்த நடிகராலும் இன்றுவரை முடியவேயில்லை.

தபஸ் பால், பிரசேன்ஜித், சிரோன்ஜித் போன்ற நடிகர்கள் போட்டி போட்டுப் பார்த்தார்கள். அன்றுமுதல் இன்றுவரை, ஜனங்கள் யாரையும் தங்கள் இதய நாயகன், சூப்பர் ஸ்டார் உத்தம்குமார் இடத்திற்கு ஏற்றுக்கொள்ளவே இல்லை. இன்றும் அந்த இடம் 'வெற்றிடமாகவே' உள்ளது.

கொஞ்சம் சோர்ந்திருந்த பெங்காலி திரைப்பட உலகத்தை புரட்டிப் போட வந்த படம்தான், உலகமகா படமான, சத்யஜித் ரேயின், 'பதேர் பாஞ்சாலி'. பிபிதிபூஷன் பானர்ஜி என்பவரின் கதையைத் தழுவி எடுக்கப்பட்ட காவியம் இது. இந்திய திரைப்பட உலகத்துக்கு பகவத் கீதை ஆகிவிட்ட படம்.

இந்தப் படத்துக்குக் கிடைத்த சர்வதேச அங்கீகாரத்தைத் தொடர்ந்து, ரே, எழுத்தாளர் பானர்ஜியின் அடுத்த இரண்டு கதைகளையும் படமாக எடுத்தார். அவை, 'அபராஜிதோ' மற்றும் 'அபுர் சன்சார்'.

பதேர் பாஞ்சாலி, அபராஜிதோ, அபுர் சன்சார்– இந்த மூன்று படங்களையும் சேர்த்து, 'அபு – ட்ரைலாஜி' என்று அழைக்கப் படுகிறது. 1955 முதல் 1959வரையிலான காலகட்டத்தில் இந்த மூன்று படங்களும் எடுக்கப்பட்டன.

சத்யஜித் ரேயைப்பற்றி எழுத இந்தப் புத்தகத்தில் பக்கங்கள் போதாது.

1950களில் 'பேரலல் படங்கள்' என்று கருதப்பட்ட அறிவுஜீவிப் படங்கள் அல்லது கலைப்படங்கள் என்பவை, பெங்காலியில்தான் முதன்முதலில் ஆரம்பித்தது. பிறகு, மற்ற திரைப்பட உலகங்களுக்குப் பரவ ஆரம்பித்தது.

பெங்காலி திரைப்பட உலகத்தில் சத்யஜித் ரே தவிர்த்து, சர்வதேச அளவில் புகழ்பெற்ற இயக்குநர்களாக மிருனாள் சென் மற்றும் ரித்விக் கடக்–கை கருதலாம்.

இவர்களைத் தொடர்ந்து, இன்று பெங்காலி திரைப்பட உலகத்தை வழிநடத்தும் இயக்குநர்கள் வரிசையில், அபர்ணா சென், கௌதம் கோஷ், புத்ததேவ் தாஸ்குப்தா, உத்பலேந்து சக்ரபர்த்தி, ரிதுபர்னோ கோஷ் ஆகியோர் உள்ளனர்.

1980களில் பெங்காலி திரைப்பட உலகத்தில் ஒரு சுணக்கம் ஏற்பட்டது. மேலும், பாலிவுட் படங்கள் காட்டிய மயக்கும் விழிப்பார்வையில் கொஞ்சகாலம், பெங்காலி படங்கள் சொக்கிப்போய் மயங்கிக்கிடந்தன. சொந்தப்புத்தி போய், எல்லாம் பாலிவுட் படங்களின் ஈயடிச்சான் காப்பியாக படங்கள் வெளியாக ஆரம்பித்தன.

ஆனால், கூடியசீக்கிரமே, கௌதம் கோஷ் போன்ற இயக்குனர்களின் அதிரடி நடவடிக்கைகளால், பெங்காலி திரைப்பட உலகம் சுதாரித்து, தன் சுயநினைவு பெற்றது.

பெங்காலி திரைப்பட உலகம் தந்த இன்னொரு நன்முத்து, நடிகர் சௌமித்ரா சட்டர்ஜி. ரஞ்சித் மாலிக், புரோசன்ஜித், தபஸ் பால், சிரஞ்சித் ஆகியோர் இப்போதைய லேட்டஸ்ட் நடிகர்கள் லிஸ்ட்டில் உள்ளனர்.

நடிகைகளில் குறிப்பிடத்தக்கவர்களாக, அருந்ததி தேவி, சுப்ரியா சவுத்ரி, சாவித்திரி சாட்டர்ஜி, ஷர்மிளா டாகூர்

ஆகியோரும் புது நடிகைகளில் முன்னணியாக ரிதுபர்னா சென்குப்தா, இந்திரானி ஹல்டர் ஆகியோரும் உள்ளனர்.

தற்காலத்தில் பெங்காலி திரைப்பட உலகம் மீண்டும் புத்துணர்ச்சி பெற்றுள்ளது. ஜீத், தேவ், பரம்ப்ராட்டா, ருத்ரனில் போன்ற நடிகர்களும், இன்றைய ரசிகர்களின் கல்கத்தா ரசகுல்லாவாக கோயல் மாலிக் போன்ற நடிகைகளும், அனிருதா ராய் சவுத்ரி, ராய் சக்ரபர்த்தி போன்ற இயக்குனர்களும் பெரிய ஹிட் படங்களைக் கொடுத்து அசத்தி வருகிறார்கள்.

மேட்லி பெங்காலி, அந்தஹீன், நிஷப்த் போன்ற படங்கள் அங்கே வெற்றிப்படைப்புகள் ஆகும்.

ரிதுபர்னோ கோஷ் இயக்கத்தில், ஐஸ்வர்யா ராய் நடித்த, ரவீந்திரநாத் தாகூரின், 'சோக்கர்பாலி' திரைப்படத்தின் பட்ஜெட், கிட்டத்தட்ட 2 கோடி. பெங்காலி திரைப்பட உலகத்தின் காஸ்ட்லியான பட்ஜெட் அப்போதைய காலகட்டத்தில் இதுதான். ஆனால், படம் தியேட்டரில் ஃப்ளாப் ஆனது.

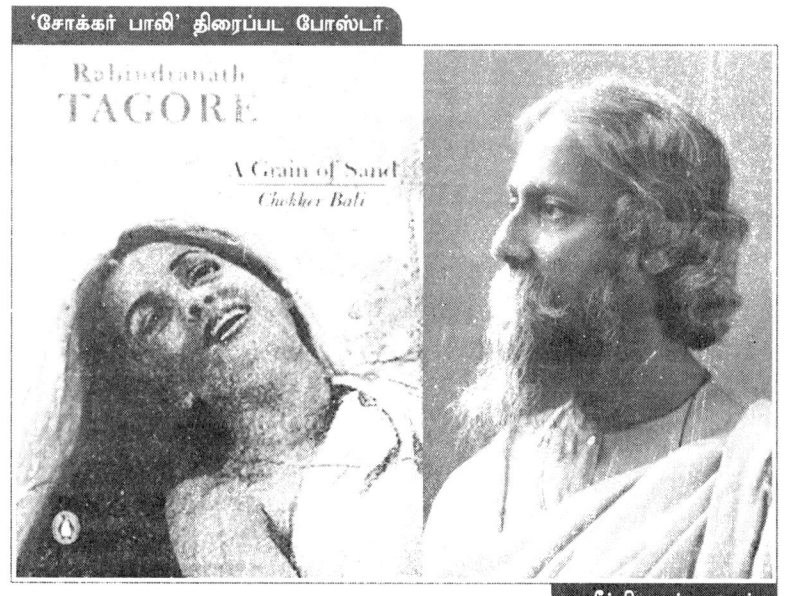

'சோக்கர் பாலி' திரைப்பட போஸ்டர்

ரவீந்திரநாத் தாகூர்

பெங்காலி படங்களின் பட்ஜெட் சுமார் ஒன்றரை கோடிதான். சத்யஜித் ரேயின் உலகப் புகழ்பெற்ற 'பதேர் பாஞ்சாலி' பட்ஜெட் எவ்வளவு தெரியுமா? ஒன்றரை லட்சம்! (ஒருவேளை, 1955ஆம் ஆண்டுக்கு அது பெரிய பட்ஜெட்டாக இருக்கலாம்.)

சத்யஜித் ரேயின் அதிகபட்ச பட்ஜெட்டில் எடுக்கப்பட்ட படம், 'செஸ் பிளேயர்ஸ்' (1977).– 20 லட்சம்.

பெங்காலி திரைப்பட உலகம், வருடத்துக்கு கிட்டத்தட்ட 50 முதல் 70 படங்கள்வரை தயாரிக்கிறது. அவற்றில், 30 படங்கள்தான் வெளியாகின்றன.

எண்ணற்ற கேபிள் டிவிக்களின் வருகைகளும், பங்களாதேஷின் பெங்காலி படங்களும், அரசாங்கம் போதிய நிதி உதவி தராமல் இருப்பதும், பெங்காலி திரைப்பட உலகத்தைக் சுணக்கத்திலும் எப்போதும் ஒரு கலக்கத்திலும் கலவரத்திலும் வைத்திருக்கிறது.

சமீபகாலமாக, ராஜஸ்ரீ பிக்சர்ஸ், முக்தா ஆர்ட்ஸ், வெங்கடேஸ்வரா பிக்சர்ஸ் போன்ற நிறுவனங்கள் பெங்காலிப் படங்களை வாங்கி விநியோகிக்க களம் இறங்கியுள்ளன.

ஹாலிவுட்டின் கொலம்பியா ட்ரைஸ்டார், தன் திரைப்பட வரலாற்றில் முதல்முறையாக, பெங்காலிப் படங்களை வாங்கி விநியோகித்ததின் மூலம் இந்தியாவில் தன் கால்களைப் பதித்த சம்பவம், அனைவரையும் ஆச்சரியப்பட வைத்தது. இது வேறு எந்த இந்திய திரைப்பட உலகத்துக்கும் கிடைக்காத ஒரு பெருமை.

இருந்தாலும், அன்று இருந்த 'கெத்து' ஏனோ இன்றைய பெங்காலித் திரைப்பட உலகத்துக்குக் கிடையாது.

'எங்க புள்ளீங்கோ ரொம்போ பயங்கரம்' என்று பாடியது போய், 'எங்க புள்ளீங்கோ ரொம்போ சாது' என்றாகிவிட்டது பெங்காலித் திரைப்பட உலகம்.

⊠⊠⊠

MARATHI
மராத்திய திரைப்பட உலகம்

இந்தியத் திரைப்பட உலகத்தின் கலங்கரை விளக்கமாக விடிவெள்ளியாக விளங்கியவர் தாதா சாகேப் பால்கே.

இவர் ஒரு மராத்தியர். இந்திய சினிமாவின் தந்தை என்று அழைக்கப்படுபவர். 1913ல் முதல் இந்தியப் படமான 'ராஜா ஹரிச்சந்திரா'வின் தயாரிப்பாளர், இயக்குனர்.

அதன்பிறகு, இன்றுவரை இந்திய சினிமா வளர்ந்து கிட்டத்தட்ட 100 ஆண்டுகளுக்குமேல் ஆகின்றது. வருடத்துக்கு ஆயிரக்கணக்கான படங்களை

'இந்திய சினிமாவின் தந்தை' தாதா சாகேப் பால்கே

இந்தியா தயாரிக்கிறது. ஹாலிவுட் மற்றும் உலக நாடுகளின் படங்களுடன் போட்டி போடுகிறது.

ஆனால், இதுவரை யாராவது ஒருவர் தாதா சாகேப் பால்கே பற்றி ஒரு இந்தியப் படமாவது எடுத்திருக்கிறார்களா?

97 ஆண்டுகளுக்குபிறகு, முதல்முறையாக, தாதா சாகேப்பின் சினிமாப் பயணத்தைச் சொல்லும் வகையில், 'ஹரிஸ்சந்திராச்சி ஃபேக்டரி' என்ற படத்தை எடுத்து, தன் மண்ணின் மைந்தனை கௌரவப்படுத்தியது மராத்திய திரைப்பட உலகம்.

மொத்த இந்திய திரைப்பட உலகம் தாதா சாகேப்புக்கு ஏற்படுத்திய களங்கத்தையும் துடைத்து, இந்தப் படத்தை ஆஸ்கர் படவிழாவுக்கும் அனுப்பி வைத்தது.

அந்தக் கதை அப்புறம்.

முதலில், மராத்தியத் திரைப்பட உலகத்தின் ஆரம்ப கதையைப் பார்க்கலாம்.

கோலாப்பூரிலிருந்தும் பூனேயிலிருந்தும் ஆரம்பித்து, பம்பாயில் வந்து செட்டில் ஆனது, மராத்திய திரைப்பட உலகம். ஆரம்ப காலகட்டத்தில் ஏறக்குறைய எல்லா திரைப்பட உலகமும் கோலாப்பூரையும் கல்கத்தாவையும்தான் சார்ந்திருந்ததாக வரலாற்று ஆய்வுகள் தெரிவிக்கின்றன.

முதல் மராத்திய திரைப்படம், 'அயோத்யேச்சா ராஜா' 1932ல் வெளிவந்தது (முதல் இந்தி பேசும்படம் 'ஆலம்ஆரா' 1931ல் வெளியானது).

தாதா சாகேப் பால்கே 1913ஆம் ஆண்டு, முதல் படமான 'ராஜா ஹரிச்சந்திரா' தயாரித்தார். அது ஏறக்குறைய ஒரு மராத்திய படமாகத்தான் கருதப்படுகிறது. ஏனெனில், அந்தப் படத்தின் தயாரிப்பில் ஈடுபட்டவர்கள் அநேகர் மராத்தியர்களே.

1919ல் கோலாப்பூர் மகாராஜாவின் ஆசியுடன், பாபுராவ் மிஸ்த்ரி என்பவர் – பாபுராவ் பெயிண்டர் என்று அழைக்கப்பட்டவர் – மஹாராஷ்ட்ரா பிலிம் கம்பெனியை நிறுவினார். 1920ல் பாபுராவ் பெயிண்டர் வெளியிட்ட படம், 'சாய்ராந்திரி'. கமலாதேவி, பாபாசாகேப் பவார், ஜூன்ஜாரோ பவார் ஆகியோர் நடித்திருந்தனர்.

'ஹரிஸ்சந்திராச்சி ஃபேக்டரி'யில் ஒரு காட்சி

மராத்திய திரைப்பட உலகத்தின் ஆரம்ப காலகட்டப் படங்கள் பெரும்பாலும் 17ம் நூற்றாண்டில் முகலாயர்களை எதிர்த்துப் போரிட்ட சத்ரபதி சிவாஜி கதைகளை ஒட்டியே உருவாக்கப்பட்டன. அவை பெருமளவில் வெற்றியும் அடைந்தன.

அதன்பிறகு, தொடர்ந்து 1930 வரை பாபுராவ் பெயிண்டர் மௌனப்படங்களைத் தயாரித்து இயக்கி வந்தார். சினிமாவில் ஒலி வந்தபின், பாபுராவ் படங்கள் தயாரிப்பதை நிறுத்திக்கொண்டார். பேசும் படங்கள், மௌனப்படங்களின் புனிதத்தையே கெடுத்துவிட்டது என்பது அவரது கடுமையான நம்பிக்கை. அதன்பிறகு உருவானதுதான், பிரபாத் சினிமா கம்பெனி. இந்த கம்பெனி தயாரித்த 'சந்த் துகாராம்' படத்துக்கு, 1937ம் ஆண்டு, வெனிஸ் நாட்டில் சிறந்த படத்துக்கான விருது

ப்ரஸன்னா | 89

'காமெடி சூப்பர் ஸ்டார்' தாதா கோன்ட்கே

கிடைத்தது. அந்த விருதைப் பெற்ற முதல் இந்தியப் படம், இந்த மராத்தியப் படம்தான்.

1954ஆம் ஆண்டு, தேசிய விருதுகள் ஆரம்பிக்கப்பட்டபோது, ஜனாதிபதியின் தங்கமெடல் பரிசு பெற்ற முக்கியமான மராத்திய படம், 'ஷ்யாமாச்சி ஆயி' (ஷ்யாமின் அம்மா). இதை இயக்கியவர், ஆச்சாரியா பி.கே.ஆத்ரே.

பேசும்படங்கள் வந்து புரட்சி செய்ய ஆரம்பித்தபின், மராத்தியத் திரைவானில் ஜொலித்தவர்களில் முக்கியமானவர்கள் இயக்குனர் வி.சாந்தாராம், மாஸ்டர் வினாயக், பால்ஜி பென்டால்கர், ஆச்சாரிய ஆத்ரே, ராஜா பராஞ்பயி, தின்கர் பாட்டீல், ஜிடி மட்குல்கர், சுதிர் பாட்கே ஆகியோர்.

1960ல் வந்த இயக்குனர்களில், முக்கியமானவராக அனந்த் மானே கருதப்பட்டார். இவர், மராத்திய கலாசார நடனமான 'தமாஷா'வை பிரபலப்படுத்தினார்.

அதன்பிறகு வந்தவர்களில், தத்தா தாமாதிகாரி, ராஜ்தத் ஆகியோர் குடும்பப் படங்களில் கோலோச்சினார்கள்.

1970களில் வந்தார், தாதா கோன்ட்கே. மராத்தியத் திரைஉலகம் கண்ட முக்கியமானவர்களில் முன்னணி நடிகராக தாதா கோன்ட்கே கருதப்படுகிறார்.

கிருஷ்ண கோன்ட்கே என்ற பெயர் கொண்ட தாதா கோன்ட்கே, தம் படங்களில் பெரும்பாலும் கவர்ச்சி டான்ஸ்களையும், ரெட்டை அர்த்த வசனங்களையும், அதிரடி காமெடிகளையும் அரசியல் நெடிகளையும் தூக்கலாக கலந்து கட்டி மராத்திய திரைப்பட உலகத்தை செமை கலக்கு கலக்கினார்.

தாதா கோன்ட்கேயின் எல்லா படங்களுமே சென்சாரில் பெரும் பிரச்னையையும் தலைவலியையும் ஏற்படுத்தின. அவர் படங்கள் என்றாலே, 'இந்தப்படத்தில் மனுஷன் என்ன ரணகள அக்கிரமம் பண்ணி வச்சிருக்காரோ, இதை எப்படி சமாளிக்கப் போறோமோ' என்று சென்சார் அதிகாரிகள் (மக்களிடையே அவருக்கிருந்த செல்வாக்கைக் கண்டு) கத்திரிக்கோலும் கையுமாக பயந்து நடுங்கினர்.

தொடர்ச்சியாக அதிக சில்வர் ஜூப்ளி படங்கள் (9) தந்த ஹீரோ என்று கின்னஸ் ரெக்கார்டில் பெயர் பெற்ற ஒரே கதாநாயகன் தாதா கோன்ட்கே என்று அவரைச் சொல்வதுண்டு. ஆனால், அதற்கான வலுவான ஆதாரங்கள் எதுவும் கிடையாது.

பஞ்சாலைத் தொழிலாளி குடும்பத்தில் பிறந்த கோன்ட்கே, முதலில் மளிகைக்கடையில் வேலைசெய்தும், திருமண வைபவங்களுக்கு பேன்ட் வாசித்தும், நாடக நடிகராகவும் தன் கலைப்பயணத்தை ஆரம்பித்தார். சேவாதள் தொடர்புகள் கிடைத்தன.

நாடக உலகில் கதாசிரியரான வசந்த் சப்னிஸ் என்பவரின் துணைகொண்டு, 'என் ஆசையை பூர்த்தி செய்' போன்ற கவர்ச்சியான சி கிளாஸ் நாடகங்கள் நடத்தி பிரபலமானார் கோன்ட்கே. சமுதாயத்தின் கடைநிலையில் கஷ்டப்படும் ஏழைகளும், கூலித் தொழிலாளிகளும்தான் அவரது டார்கெட். 'அவர்களைச் சிரிக்க வைத்தால் போதும், வெற்றி நம் கைக்கு வந்துவிடும்' என்பது அவரது சித்தாந்தம். அதற்கு ஏற்றாற்போல் அவர் நாடகங்களைப் பார்க்கவும் சிரிக்கவும் கைதட்டி விசிலடிக்கவும் கூட்டம் குவிந்தது.

அந்த பாப்புலாரிட்டி, அவரை மராத்தியப் படஉலகுக்குள் தள்ளியது. 'சாங்கத்யா' என்ற படத்தில் நடித்தார். பயங்கர

ஹிட். அதன்பிறகு அவர் எது நடித்தாலும் அது, ஹிட்டோ ஹிட். காமாட்சி பிக்சர்ஸ் என்ற கம்பெனி ஆரம்பித்து, சொந்தப் படங்கள் தயாரிக்க ஆரம்பித்தார். வெற்றி மேல் வெற்றி குவித்தார், காலன் வந்து கூப்பிட்டுப்போகும்வரை.

சற்று காலத்துக்கு முன், ஒரு தமிழ்ப்பட வெற்றி விழாவில் ஒரு பிரபல இரண்டெழுத்து இயக்குனர், "என் படங்களின் வெற்றிக்குக் காரணம், நான் எடுத்த முதல் படம் ஆரம்பித்து இந்தப் படம்வரை தொடர்ந்து அதே கலைஞர்களை பயன்படுத்துவதுதான்" என்று தன் வெற்றி ரகசியத்தை சொன்னார். நிச்சயம் அது ஒரு பெரிய சாதனைதான்.

ஆனால், அதை 1970களிலேயே செய்துவிட்டார் தாதா கோன்ட்கே. தாதா கோன்ட்கேயின் எல்லாப் படங்களிலும் ஒரே கதாநாயகி (உஷா சவான்), ஒரே மியூசிக் டைரக்டர் (ராம் லக்ஷ்மன்), ஒரே பின்னணி பாடகர் (மகேந்திர கபூர்), ஒரே பின்னணி பாடகி (உஷா மங்கேஷ்கர்). ஒரே உதவி இயக்குனர் (பால் மோஹித்).

காமெடியின் சூப்பர் ஸ்டாரான தாதா கோன்ட்கேவுக்கு, இன்னொரு பக்கமும் உண்டு. வெளியுலகத்துக்குச் சிரித்து உள்ளுக்குள் அழுதார் கோன்ட்கே. அவர் மணவாழ்க்கை துயரத்தில் முடிந்தது. நளினி என்ற பெண்ணை மணந்தாலும், அந்தத் திருமண பந்தத்தின் மூலம் ஒரு பெண்குழந்தை பிறந்தாலும், மனைவியையும் மகளையும் கடைசிவரை ஏற்கவேயில்லை தாதா கோன்ட்கே. ஏனோ வெறுத்தார்.

வெளியுலகத்துக்கு அவர் ஒரு கட்டை பிரம்மச்சாரி. 1998ல் அவர் இறந்தபோதுதான், அவருக்கு ஒரு மகள் இருப்பது பலருக்குப் பெரிய அதிர்ச்சியை ஏற்படுத்தியது.

அப்பாவின் சடலத்தைப் பார்த்து, "ஊர் உலகத்தைச் சிரிக்க வச்சிட்டு என்னைக் காலம் பூரா அழவச்சியே... ஏம்பா? கடைசி வரை என்னை உன் மகளாகவே ஏத்துக்கலியே... ஏம்பா?" என்று அந்தப் பெண் கதறி அழுதது அனைவரையும் உருக்கிற்று.

மராத்தியத் திரைப்பட உலகத்தில், இயக்குநர் சாந்தாராம் போலவே, நடிகர் தாதா கோன்ட்கேயும் ஒரு சகாப்தம். இவரைத் தொடர்ந்து நகைச்சுவை வானில் மின்னிய நட்சத்திரங்களாக

அசோக் சராப், லக்ஷ்மிகாந்த் பெர்டே ஆகியோரைச் சொல்லலாம்.

*1980*களில் மராத்திய சினிமாக்களில் புது ரத்தம் பாய்ச்ச வந்தார்கள், மகேஷ் கோத்தாரே மற்றும் சச்சின் பில்காவ்கர். பில்காவ்கர் எடுத்தப் படங்கள் அனைத்தும் பாக்ஸ்ஆபீஸ் ஹிட்டாக, மகேஷ் கோத்தாரேயின் படங்கள் ட்ரெண்ட் செட்டர் படங்களாக இருந்தன.

மகேஷ் கோத்தாரேதான் மராத்திய திரைப்பட உலகத்துக்கு சினிமாஸ்கோப்பையும், டோல்பி டிஜிட்டல் சவுண்ட் சிஸ்டத்தையும், ஸ்பெஷல் எபெக்ட்ஸ்களையும் முதல் முதலில் தன் படங்களின்மூலம் அறிமுகப்படுத்தியவர். லேட்டஸ்ட் விஞ்ஞான யுக்திகளை தன் படத்தில் பயன்படுத்துவதில் முன்னோடியாகத் திகழ்ந்தார்.

*1980*களில் பாலிவுட் படங்கள் அசுர வளர்ச்சி கண்டதன் காரணமாக, அதனடியில் மராத்தியப் படங்கள் நசுங்க ஆரம்பித்தன. பாலிவுட் படங்களின் எண்ணிக்கை அதிகமாக

மனதை உருக்கிய மராத்திப் படம் 'ஷ்வாஸ்'

அதிகமாக, தியேட்டர்களிலிருந்து மராத்தியப் படங்கள் புறக்கணிக்கப்பட்டு ஓரங்கட்டப்பட்டன. மராத்திய நடிகர்கள் பெயருக்காகவும் புகழுக்காகவும் பணத்துக்காகவும் பாலிவுட் படங்களின் பக்கம் சாய்ந்துவிட்டார்கள்.

கொஞ்சகாலமாக யாரும் கேட்பாரற்றுப் பரிதாபமாய் நின்றிருந்தது, மராத்தியத் திரைப்பட உலகம்.

அந்த நிலைமையை மாற்றியது, 2004ஆம் ஆண்டு வெளியான 'ஷ்வாஸ்' என்ற படம்.

1953ல் ஜனாதிபதியின் தங்கமெடல் பெற்ற 'ஷ்யாமாச்சி ஆயி'க்குப் பிறகு, 2004ஆம் ஆண்டு ஜனாதிபதியிடம் தங்கமெடல் பரிசு பெற்ற படம், 'ஷ்வாஸ்'.

'ஷ்வாஸ்' என்றால் 'சுவாசம்' என்று அர்த்தம். பூனேயில் நடந்த ஓர் உண்மைக்கதையை அடிப்படையாகக் கொண்டு, மாதவி கர்புரே என்ற எழுத்தாளர், ஒரு சிறுகதை எழுதினார். அந்தக் கதையைப் படிக்க நேர்ந்த அருண் நலாவடே என்ற மராத்தியத் திரைப்பட நடிகர், அதைத் திரைப்படமாக எடுக்க முடிவு செய்தார்.

30 லட்ச ரூபாய் பட்ஜெட் நிர்ணயித்து, அதை சந்தீப் சாவந்த் என்ற புது இயக்குனரிடம் கொடுத்தார்.

ஷ்வாஸ் திரைப்படம் எடுக்க 30 நாட்கள்தான் ஆனது. அதன் போஸ்ட் புரொடக்ஷன் வேலைகள் முடிய, ஒன்றரை வருடம் ஆனது.

எந்த முன்னணி நடிகரோ, நடிகையோ, பாடல்களோ இல்லாத 'ஷ்வாஸ்' ஒரு மனதை உருக்கும் கதை.

விசாரே என்ற கிராமத்து பெரியவர் ஒருவர், தன் எட்டுவயது பேரன் பரசுராமுக்கு கண்பார்வை தெரியவில்லை என்று கூறி, சிகிச்சைக்காக அவனை மும்பைக்கு அழைத்துவருகிறார்.

முதல்நாள் டாக்டர்கள், அவரை ஒரு பேப்பரில் கையெழுத்து இடச் சொல்கிறார்கள். 'என்ன எழுதியிருக்கு?' என்று கேட்கிறார். 'இந்த சிகிச்சையால் ஏற்படும் பின்விளைவுகளுக்கு டாக்டரோ ஆஸ்பத்திரியோ பொறுப்பேற்கமுடியாது' என்று எழுதியிருப்பதாகச் சொல்கிறார்கள். 'அதெப்படி..?' என்று சண்டை போடுகிறார் தாத்தா.

அவருக்கு நடைமுறையைப் புரியவைப்பதற்குள் போதும் போதும் என்றாகிவிடுகிறது.

பையனுக்கு கண் பரிசோதனை நடக்கிறது. அவன் கண்கள் புற்றுநோயால் பாதிக்கப்பட்டு இருப்பது தெரிகிறது.

'பையன் உயிர் பிழைக்கவேண்டுமானால், கண்களை எடுத்து விடுவதுதான் ஒரே வழி' என்று டாக்டர்கள் சொல்கிறார்கள்.

பாசமுள்ள பேரனை ஒரு குருடனாக நினைத்துக்கூட பார்க்க முடியவில்லை தாத்தாவால். அழுகிறார், துடிக்கிறார், அந்த நிஜத்தின் குரூரத்தை ஜீரணிக்க முடியாமல் தடுமாறுகிறார்.

எட்டுவயது பேரனுக்கு இதைச் சொல்லி புரியவைக்க முடியவில்லை அவரால். பேரனிடம் இந்த விஷயத்தைச் சொல்லாமலேயே இந்த ஆபரேஷனை பண்ணிவிடலாம் என்று முடிவு செய்கிறார்.

ஆனால், 'ஆபரேஷனுக்குபிறகு பையனுக்கு கண்பார்வை போய்விடும். ஆபரேஷனுக்குமுன்பு பேஷண்ட்டுக்கு சொல்லியே தீரவேண்டும், அதுதான் நடைமுறைச் சட்டம்' என்று தாத்தாவிடம் மருத்துவமனை அடம் பிடிக்கிறது.

அவருடைய இயலாமை, அந்த டாக்டர்களின் மேலும் ஆஸ்பத்திரியின் மேலும், கோபமாக கொப்புளிக்கிறது. திட்டுகிறார். புலம்புகிறார். மனஉளைச்சல். போராட்டம்.

ஒருவழியாக, ஆபரேஷனுக்கு முதல்நாள் பேரனை ஊர்சுற்ற அழைத்துப்போய், கனத்த இதயத்துடன் அவனைக் கடைசித் தடவையாக இந்த உலகத்தைப் பார்க்க வைக்கிறார்.

உண்மையைச் சொல்கிறார்.

ஆபரேஷன் நடக்கிறது. கண்களில் கறுப்புக்கண்ணாடியுடன் பையன் தாத்தாவுடன் ஊருக்குத் திரும்புகிறான்.

பார்ப்பவரின் இதயத்தைக் கனக்கச் செய்யும் படம்.

இதில் பெரிய விஷயம், தாத்தா பேரன் உறவைப் பற்றி மட்டும் சொல்லாமல், ஆஸ்பத்திரி இந்த விவகாரத்தில் படும் அவஸ்தைகளையும், டாக்டர்கள் எந்த அளவு மனிதாபிமானத்துடன் உதவுகிறார்கள் என்பதையும் சிறப்பாகச்

சொல்லி, மருத்துவர்களின் தொண்டுக்கு ஒரு சல்யூட்டும் வைக்கிறது படம்.

இந்தப் படம் ஆஸ்கார் விருதுக்காக இந்திய அரசால் அனுப்பப்பட்டது.

அமெரிக்காவில் இந்தப் படத்தைப் பற்றிய விழிப்புணர்வு ஏற்படுத்த பெரும் பணச் செலவு தேவைப்பட்டது மராத்திய அரசுக்கு.

தங்களது மொழிப்படம் ஆஸ்கார் பெறவேண்டும் என்ற உத்வேகத்தில், மராத்திய மக்களே பணம் தர முன்வந்தார்கள்.

பள்ளிக்குழந்தைகள் நிதி திரட்ட கார் துடைத்தார்கள். மெழுகுவர்த்திகள் செய்து விற்றார்கள். ஒரு பள்ளியில் பத்தாவது படிக்கும் சிறுவர்கள், தங்கள் சொந்தக் காசைப் போட்டு ஆயிரம் ரூபாய் சேமித்துக் கொடுத்தார்கள். கலைஞர்கள் நாடகம் நடத்தி நிதி திரட்டினார்கள். அமிதாப் பச்சன் ஒரு லட்சம் பணம் கொடுத்தார். சிவசேனாகூட பெரும் நிதி திரட்டித்தந்தது. ஆனால், படத்துக்கு ஆஸ்கார் விருது கிடைக்கவில்லை. ஆஸ்கார் பட்டியலில் ஆறாவது படமாக வந்தது, 'ஷ்வாஸ்'.

மும்பையில் ஒரு பெரிய திரையரங்கின் முதலாளி, ஒரு பைசாகூட வாங்காமல், இலவசமாக இந்தப் படத்தை ஒரு மாதம் தன் தியேட்டரில் ஓட்டி, 'ஷ்வாஸ்'க்கு தன் பங்கு மரியாதையைச் செய்தார்.

2009ஆம் ஆண்டு, இன்னொரு படம் வெளியாகி, மராத்தியத் திரைப்பட உலகுக்குப் பெருமை சேர்த்தது.

அந்தப் படத்தின் பெயர், 'ஹரிஸ்சந்திராச்சி ஃபேக்டரி'. படத்தின் அறிமுக இயக்குனர், பரேஷ் மோகாஷி.

தாதா சாகேப் பால்கே வாழ்க்கை வரலாற்றையும், அவர் எப்படி தன் முதல் இந்தியப்பட முயற்சியைத் தொடங்கினார், என்ன நடந்தது என்ற வரலாற்றுச் சிறப்புமிக்க உண்மைகளையும் சுவாரஸ்யமாகச் சொல்லும் படம்.

நாசிக் திரிம்பகேஸ்வரைச் சேர்ந்த துந்திராஜ் கோவிந்த் பால்கே, (என்ற தாதா சாகிப் பால்கே) மும்பையில் ஜேஜே ஸ்கூல் ஆஃப் ஆர்ட்ஸ் படித்துப் பட்டம் பெற்றார்.

1910ஆம் ஆண்டு, மும்பையில் 'லைஃப் ஆஃப் கிரைஸ்ட்' படம் பார்க்கிறார். அந்தப் படம், அவருக்குள் ஆழ்ந்த தாக்கத்தை ஏற்படுத்துகிறது. தன் வாழ்க்கைப் பயணம் இனி சினிமா உலகம்தான் என்று முடிவு செய்கிறார்.

தன்னுடைய பிரிண்டிங் பிரஸ் பார்ட்னருடன் சண்டை ஏற்படுகிறது. அந்தத் தொழிலை உதறித் தள்ளிவிட்டு வெளியேறுகிறார்.

அவருக்கு லண்டனில் படம் தயாரிக்கச் சொல்லி அழைப்புகள் வருகின்றன. 'நான் இந்திய மண்ணில் என் மக்களுக்காக படம் செய்ய விரும்புகிறேன்' என்று இங்கேயே அந்த முயற்சியை ஆரம்பிக்கிறார். அதற்கு அவருக்கு உதவியாக அவரது மனைவியும் 2 மகன்களும் இருக்கிறார்கள்.

பால்கே சினிமா தயாரிக்க ஆரம்பித்து முதல் இரண்டு ஆண்டுகளில் சந்தித்த பிரச்னைகளை இரண்டு மணிநேரப் படமாகச் சொல்லியிருக்கிறார்கள் 'ஹரிஸ்சந்திராச்சி ஃபேக்டரி'யில்.

படம் முழுதும் ஒரு மெல்லிய நகைச்சுவை இழையோட்டத்துடன் கதை சித்திரிக்கப்பட்டுள்ளது.

பால்கே, சினிமா தயாரிப்பது என்று முடிவு எடுத்தவுடன், குடும்பத்தினரும் உறவினர்களும் அவரை வலுக்கட்டாயமாக மென்டல் ஆஸ்பிட்டலுக்கு செக்கப்பிற்கு இழுத்துக்கொண்டு ஓடுவது நல்ல நகைச்சுவை.

அதேபோல், 1910 போன்ற அந்தக் காலகட்டத்தில் சினிமாவில் நடிப்பது பெரிய கவுரவக்குறைச்சலாக கருதப்பட்டது. யாரும் சுலபமாக நடிக்க ஒத்துக்கொள்ளவில்லை. தன் 'ராஜா ஹரிச்சந்திரா' படத்துக்கு நடிகர், நடிகர்களை தேர்ந்தெடுப்பதும், அவர்களை ஒப்புக்கொள்ள வைப்பதும் பால்கேவுக்கு பெரும்பாடாகவும் சவாலாகவும் தலைவலியாகவும் இருந்தது.

அதனால், அவர் ஒரு யுக்தி செய்தார். தன் படத்தில் நடிக்க ஒப்புக்கொள்கிறவர்களிடம், "யாராவது உங்களிடம் 'என்ன வேலை செய்கிறீர்கள்?' என்று கேட்டால், 'சினிமா படத்தில் நடிக்கிறேன்' என்று சொல்லாதீர்கள். 'ராஜா ஹரிச்சந்திராவின் ஃபேக்டரியில் வேலை செய்கிறேன்' என்று சொல்லுங்கள்" என்று சொல்வாராம். அதனாலேயே இந்தப் படத்துக்கு 'ஹரிஸ்சந்திராச்சி ஃபேக்டரி' என்று தலைப்பு வைக்கப்பட்டது.

இன்னொரு காட்சியில், மனைவி தன் கணவருக்கு உதவியாக படத்தயாரிப்பு வேலைகளில் ஈடுபட்டிருக்க, பால்கே அந்த நேரத்தில் மனைவிக்கு உதவியாக சப்பாத்தி சுட்டுப் போட்டுக்கொண்டு இருப்பது மிகவும் இயல்பான, யதார்த்தமான உணர்வைக் கொடுக்கிறது.

பால்கேயாக நந்துமாதவ், மனைவியாக விபாவரி தேஷ்பாண்டே நடித்தனர்.

இந்தப் படம் 2009ஆம் ஆண்டு, ஆஸ்கார் விருதுக்காக இந்தியாவின் சார்பில் பங்குகொண்டது.

பால்கே சுமார் 175 படங்களைத் தயாரித்தார். அவற்றில் 'சத்யவான் சாவித்திரி', 'மோகினி பாஸ்மசூர்', 'ராஜா ஹரிச்சந்திரா' ஆகியவை முக்கியமானவை.

'ஷ்வாஸ்' படம் வெளிவந்த பிறகு, மராத்தியத் திரைப்பட உலகம், 'பொறுத்தது போதும் பொங்கியெழு மனோகரா' பாணியில் பாலிவுட் படங்களுக்கு நேரிடையாக சவால்விட ஆரம்பித்தன.

மராத்திய அரசு, இந்திப் படங்களை ஒதுக்கிவிட்டு, தன் மொழிப் படங்களை வெளியிடுவதில் சுறுசுறுப்பு காட்ட ஆரம்பித்தது. 'நாங்கள் மண்ணின் மைந்தர்கள், எங்களுக்கே முன்னுரிமை' என்ற ரீதியில், அனைத்து சினிமா திரையரங்குகளிலும் மராத்திய திரைப்படங்கள் வெளியிடப்பட வேண்டும் என்று அரசாணை பிறப்பித்தது. சிவசேனாவும் தன் பங்குக்கு தியேட்டர்காரர்களை மிரட்டி பணியவைத்தது.

இப்போது சமீபகாலமாக, ஹிந்திப் படங்களைவிட குறைவான கட்டணத்தில், முக்கியமான திரையரங்குகளில், மராத்தியப் படங்கள் சீராக வெளிவர ஆரம்பித்துள்ளன.

அகில இந்திய திரைப்பட உலகத்தில் மட்டுமல்ல... சர்வதேச திரைப்பட உலகத்தில்கூட இந்தியாவுக்குப் பெரும் மரியாதை பெற்றுத்தந்த பெயர் ஒன்று மராத்திய திரைப்படத்தில் உண்டு.

அவரைப் பற்றிச் சொல்லாமல், எந்த மராத்திய சினிமா கட்டுரையும் பூர்த்தி பெறாது.

அவர், வி.சாந்தாராம்.

சாந்தாராம் ராஜாராம் வான்குத்ரே (1901–1990) அவரது முழுப் பெயர். நடிகர், தயாரிப்பாளர், இயக்குனர்.

வி.சாந்தாராம், கோலாப்பூரில் பிறந்தார். ஜெயின் குடும்பத்தைச் சேர்ந்தவர். ஆரம்பத்தில் ஒரு நாடகக் கொட்டகையில் திரைச்சீலை இழுப்பவராக தன் வாழ்க்கையை ஆரம்பித்தார். பிறகு, பாபுராவ் பெயிண்டரின் சினிமா கம்பெனியில் எடுபிடியாகச் சேர்ந்து, நடிகராக உயர்ந்தார்.

வி.சாந்தாராம், 1927ம் ஆண்டு, 'நேதாஜி பால்கர்' என்ற படத்தை இயக்கி, இயக்குனராக அறிமுகமானார். 1929ம் ஆண்டு, 'பிரபாத் பிலிம் கம்பெனி'யை உருவாக்கினார். 1932ம் ஆண்டு, முதல் மராத்தியத் திரைப்படமான 'அயோத்தியேச்சா ராஜா'வை இயக்கினார். 1942ம் ஆண்டு, பிரபாத் கம்பெனியை விட்டு வெளியேறி, மும்பையில் 'ராஜ்கமல் கலாமந்திர்' என்ற படநிறுவனத்தை உருவாக்கினார்.

'சகலகலா வல்லவன்' வி.சாந்தாராம்

வி.சாந்தாராமின் பாதம்பணிந்து, எம்ஜிஆர்

மிகப் புகழ்பெற்ற படங்களை இயக்கினார். டாக்டர் கோட்னிஸ் கி அமர்கதா (1946), ஜனக் ஜனக் பாயல் பாஜே(1955), நவ்ரங்(1959), துனியா ந மானே(1937), பிஞ்சாரா (1973) ஆகியவை குறிப்பிடத்தக்கவை.

ராஜ்கமல் என்ற பெயரைக் கேட்டாலே, அகில இந்தியாவும் உணர்ச்சிவசப்பட்டது.

சார்லி சாப்ளின்கூட வி.சாந்தாராமின் 'மானுஸ்' படத்தைப் பார்த்துவிட்டு வெகுவாகப் பாராட்டினாராம். 1985ல் பால்கே விருது, 1992ல் பத்ம விபூஷண் விருதும் பெற்றார்.

வி.சாந்தாராமுக்கு மூன்று மனைவிகள்.

'இந்தியத் திரைப்பட வரலாற்றில் முதல்முறையாக...' போன்ற பல சாதனைகள் செய்த பெருமை வி.சாந்தாராம் ஒருவருக்கே உண்டு.

இந்தியாவில் முதல் குழந்தைகள் படத்தை (ராணிசாஹிபா – 1930) எடுத்தவர்.

சந்திரசேனா (1931) படத்தில், முதல் முறையாக, ட்ராலியை உபயோகித்தவர்.

இந்தியாவின் முதல் கலர்படத்தை, 1933ல் எடுத்தவர். –படம், சாய்ரந்திரி. (ஆனால், பரீட்சார்த்த முறையில் எடுக்கப்பட்ட படம் மிகவும் வெளிறி இருந்ததால், 1937ல் தயாரிக்கப்பட்ட 'கிஷன் கன்னையா' படம்தான் முதல் கலர்ப்படம் என்று சொல்லப்படுகிறது).

முதன்முதலாக, இந்தியாவில் டெலிபோட்டோ லென்ஸ் உபயோகித்தவர் (அமிர் மந்தன் – 1934).

முதன்முறையாக, இந்தியாவில் அனிமேஷன் யுக்தியை தன் 'ஜம்புகாகா' படத்தில் 1935ல் உபயோகித்தவர்.

முதல்முறையாக, இந்தியாவில், பேக் புரொஜக்ஷன் உபயோகித்து வெற்றி கண்டவர். படம், அமர்ஜோதி (1936)

வெளிநாட்டில் திரையிடப்பட்ட முதல் இந்தியப் படத்துக்கு சொந்தக்காரர் (டாக்டர் கோட்னிஸ், சகுந்தலா).

மராத்தியத் திரைப்பட உலகம் பெருமையுடன் தலைநிமிர்ந்து நடக்க, தாதா சாகேப் பால்கே, வி.சாந்தாராம் – இவர்கள் இருவர் மட்டுமே போதும்.

வேறு எவருமே தேவையில்லை!

⊠⊠⊠

SANDALWOOD

கர்நாடக திரைப்பட உலகம்

நிறைய பேருக்குத் தெரியாத அதிசயம் – கன்னடத் திரைப்பட உலகம், 'ஸாண்டல்வுட்' என்று அழைக்கப்படுவது.

கன்னடப் படங்கள் மட்டுமல்லாது, கொடாவா மொழி மற்றும் துளு மொழியில் எடுக்கப்படும் படங்களும் கன்னடப் பட உலகத்தையே சாரும். கோவாவில் தயாரிக்கப்படும் கொங்கனி மொழித் திரைப்படங்கள்கூட, ஸாண்டல்வுட் பட உலகத்தையே பெரும்பாலும் சார்ந்து இருக்கிறது.

2009ஆம் ஆண்டு, கன்னடத் திரைப்பட உலகம், தனது 75வது ஆண்டைப் பூர்த்தி செய்தது.

கன்னடத் திரைப்பட உலகத்தின் முதல் பேசும்படம், 'சதி சுலோசனா'. ஆண்டு, 1934. 'பக்த துருவா'வும் இந்த ஆண்டுதான் வெளியாயிற்று. இரண்டு படங்களும் பெரிய வெற்றியை எட்டின.

சொல்லப்போனால், முதல் படம், 'பக்த துருவா'தான். இது சுமார் 40,000 ரூபாய் பட்ஜெட்டில் தயாரிக்கப்பட்டது. ஆனால், முதலில் ரிலீஸாகியதால், 'சதி சுலோசனா' முதல் படம் என்ற பெயரைத் தட்டிச் சென்றது.

'பிறவி நடிகன்' ராஜ்குமார்

தொடர்ந்து நிறைய ஆர்வலர்கள், கன்னடப் படம் எடுக்க நினைத்து முன்வந்தாலும், ஸ்டுடியோ வசதி இல்லாததும், பணப் பிரச்னைகளும், திரைப்படக் கலைஞர்கள் பற்றாக்குறையும் கன்னடத் திரைப்பட உலகத்தை கொஞ்சகாலம் முடக்கியே வைத்திருந்தது.

'சதி சுலோசனா' படமே, கோலாப்பூர் சத்ரபதி ஸ்டுடியோவில்தான் எடுக்கப்பட்டது. ரெக்கார்டிங் மற்றும் போஸ்ட் புரொடக்‌ஷன் வேலை சென்னையில் நடந்தது.

ஆகையால், ஆரம்ப காலகட்டத்தில் ஸாண்டல்வுட் திரைப்பட உலகத்தின் வளர்ச்சி சற்று மந்தமாகவே இருந்தது.

இரண்டாம் உலகப்போரின் காரணமாக, 1938முதல் அடுத்த மூன்று வருடங்களில் எந்த கன்னடப்படமும் தயாரிக்கப்பட வில்லை. இந்த மந்தநிலை கிட்டத்தட்ட 1950வரை தொடர்ந்தது.

1954ல், நடிகர் டாக்டர் ராஜ்குமாரின் வருகைதான் கன்னடத் திரைப்பட உலகத்துக்குப் பெரும் அதிரடித் திருப்பமாய் அமைந்தது.

சிங்கநல்லூரு புட்டஸ்வமய்யா முத்துராஜூ என்ற இயற்பெயர் கொண்ட டாக்டர் ராஜ்குமார், 1929ல், கஜனூரில் (அது இப்போது தமிழகத்தில் உள்ளது) பிறந்தார்.

முத்துராஜூவின் அப்பா, ஒரு நாடக நடிகர். அதனால், நடிப்பு முத்துராஜூவுக்கு ரத்தத்திலேயே ஊறி இருந்தது.

ஆல் ரவுண்டர் 'குரசி'

பழம்பெரும் ஜாம்பவானான குப்பி வீரண்ணாவின் நாடகக் குழுவில் எட்டு வயதிலேயே சேர்ந்தார் முத்துராஜூ. பிறகு, அங்கிருந்து, எம்.எஸ்.சுப்பையா நாயுடு கம்பெனிக்குத் தாவினார்.

1954ம் ஆண்டு, 'பேடார கண்ணப்பா' மூலம் கன்னடத் திரைப்பட உலகத்துக்குள் நுழைந்தார். இந்தப் படத்தின் இயக்குநர், ஹெச்.எல்.என். சின்ஹா. அவர்தான் முத்துராஜூவுக்கு, 'ராஜ்குமார்' என்று பெயர் சூட்டினார். அவர் வாய்முகூர்த்தமோ என்னவோ, நிஜமாகவே கன்னட படஉலகின் ராஜகுமாரனாகத் திகழ்ந்தார் முத்துராஜூ. பிறகு, ராஜ்குமார் என்ற பெயரே நிலைத்துவிட்டது.

ராஜ்குமார், நஞ்சன்கூடு பஸ் ஸ்டாண்டில் நின்று பஸ்ஸூக்காக காத்துக்கொண்டு இருந்தபோதுதான், இயக்குநர் ஹெச்.எல்.என்.சின்ஹா அவரை முதல்முதலாகப் பார்த்தார். அவரைக் கூட்டிச்சென்று நடிகராக்கினார். (இந்த சூப்பர் ஸ்டார் அந்தஸ்துக்கும், பஸ் ஸ்டாண்ட், பஸ் கண்டக்டர் போன்றவற்றிற்கும் ஏதோ சம்பந்தம் இருப்பதுபோல் தெரிகிறது.)

'பேடார கண்ணப்பா' கன்னடத்தில் நூறு நாட்கள் ஓடிய முதல் திரைப்படம்.

இதைத் தொடர்ந்து, ராஜ்குமார், 'பேடார கண்ணப்பா' வை எழுதிய ஜீவி ஐயர் மற்றும் காமெடியன் நரசிம்மராஜூவுடன் சேர்ந்து படக்கம்பெனி ஆரம்பித்து, சில படங்கள் தயாரித்தார். ஆனால், அதிகநாள் நிலைக்காமல் சீக்கிரமே அவர்கள் கூட்டணி கலைந்தது.

அதன்பிறகு, அதிவேகமாகப் படங்களில் நடிக்க ஆரம்பித்தார் ராஜ்குமார். அவரது யதார்த்த நடிப்பு மக்களை வெகுவாக ஈர்த்தது. தன்னுடைய வாழ்நாளில் கிட்டத்தட்ட *206* படங்களை நடித்து முடித்து சாதனை செய்தார் டாக்டர் ராஜ்குமார்.

நடிகர் பாலகிருஷ்ணாவுடன் சேர்ந்து, 'ரணதீரா காந்தீரவா' போன்ற படங்களைத் தயாரிப்பதிலும் ஈடுபட்டார். இந்தப் படத்தின் அனைத்து டெக்னீஷியன்களும் கன்னட படஉலகைச் சார்ந்தவர்களாகவே இருந்தனர். அதனால், இந்தப் படம், ஸாண்டல்வுட் திரைப்பட உலகத்தின் ஒரு மைல்கல் என்ற சொல்லலாம்.

இதன்பிறகு, தன் சொந்தப் படத் தயாரிப்பிலும் இறங்கினார் டாக்டர் ராஜ்குமார். அவரது, வஜ்ரேஸ்வரி புரொடக்ஷன்ஸ்,

'கன்னடத்துப் பைங்கிளி' சரோஜாதேவி

தாக்ஷாயணி கம்பைன்ஸ் என்ற பேனரில் படங்கள் தயாரிக்கலாயிற்று.

டாக்டர் ராஜ்குமாரின் நூறாவது படம், 'பாக்ய பாகிலு'. அவரது 200வது படம், 'தேவதா மனுஷ்ய'. பெரும்பாலும் கன்னட நாவல்களை அடிப்படையாகக்கொண்டு அவர் தனது படங்களைத் தயாரித்தார். அவரது, 'சப்தவேதி' போதைப்பழக்கத்துக்கு எதிரான பிரசாரப்படமாக அமைந்தது.

டாக்டர் ராஜ்குமார், பிரமாதமான பாடகரும்கூட. நிறைய பக்திப் பாடல்கள் பாடினார். 'ஜீவன சயித்ர' படத்தில் அவர் பாடிய 'நாடமயா' பாடலுக்குத் தேசிய விருது கிடைத்தது. 'சம்பதிகெ சவால்' படத்தில் அவரது 'யாரே கூகதலி' பாடல் மிகவும் புகழ் பெற்றது. அதன்பிறகு, பெரும்பாலும் அவர் படங்களுக்கு அவரே பாடினார். (அதுநாள்வரை அவருக்கு பின்னணி பாடிக்கொண்டு இருந்தவர், பி.பி.ஸ்ரீநிவாஸ்)

அதுமட்டுமல்ல, 1993ம் ஆண்டு, 'முத்தின மாவே' என்ற ஒரு கன்னடப் படத்தில் நடித்தார், பிரபல பின்னணி பாடகர் எஸ்.பி.பி. அந்தப் படத்தில் அவருக்குப் பின்னணி பாடினார் டாக்டர் ராஜ்குமார். ஒரு பின்னணிப் பாடகர் நடிக்க, ஒரு நடிகர் அவருக்குப் பின்னணி பாடியது வித்தியாசமான ஒரு சுவாரஸ்ய நிகழ்வுதான்.

தனிப்பட்ட வாழ்க்கையில், மிகவும் கட்டுப்பாடான மனிதராக டாக்டர் ராஜ்குமார் திகழ்ந்தார். காலையிலும் மாலையிலும் யோகா பயின்றார். நிஜ வாழ்க்கையிலும், படத்திலும்கூட குடிகாரனாகவோ, சிகரெட் பிடிப்பவராகவோ அவர் நடித்ததுகூட கிடையாது. வெளி உணவுகள் சாப்பிடும் பழக்கம் கிடையாது.

மாநிலத்தில் கன்னட மொழி தழைக்கவும், பள்ளிகளில் கன்னட மொழி கட்டாயமாகக் கற்பிக்கப்படவும், முக்கிய காரணமாகத் திகழ்ந்தார் டாக்டர் ராஜ்குமார்.

2000ம் ஆண்டு சந்தனக்கடத்தல் வீரப்பனால் கடத்தப்பட்டு, 108 நாட்கள் அவனிடம் பணயக்கைதியாக இருந்து, பத்திரமாக மீண்டார். அந்த வரலாற்றுப் புகழ்பெற்ற 108 நாட்கள், 250 ரூபாய் கோடி வியாபாரம் நடக்கும் ஸாண்டல்வுட் திரைப்பட

உலகத்தின் முழு இயக்கத்தையும் மொத்தமாக நிறுத்திவிட்டது. ராஜ்குமார் ரிலீஸ் செய்யப்பட்ட பிறகே, கன்னடத் திரைப்பட உலகம், தன் இயல்பு வாழ்க்கைக்குத் திரும்பியது. டாக்டர் ராஜ்குமார், 2006ஆம் ஆண்டு, மாரடைப்பு ஏற்பட்டு இறந்தார்.

1970ல் குப்பி வீரண்ணா நாடகக் கம்பெனிமூலம் கன்னடத் திரைப்பட உலகத்துக்கு வந்து ஜொலித்த இன்னொரு நவரத்தினம், கு.ரா.சீதாராமண்ண சாஸ்த்ரி என்னும், குரசி.

குரசி ஒரு நடிகர், பாடலாசிரியர், திரைக்கதை ஆசிரியர், இயக்குனர். 1940கள் முதல் 1970வரை இவர் கன்னடப் படஉலகில் நல்ல பெயரும் புகழும் பெற்றிருந்தார். டாக்டர் ராஜ்குமாரின் பல படங்களையும் இயக்கியுள்ளார்.

பின்னழகு நடையரசி சரோஜாதேவியைக் கண்டுபிடித்து கன்னட, தமிழ் மற்றும் தெலுங்குப்பட உலகத்துக்கு தந்த பெருமை குரசியையே சாரும். இவர் இயக்கிய 'மகாகவி காளிதாசா' படத்துக்கு ஜனாதிபதியின் வெள்ளிப்பரிசு கிடைத்தது. இவருடைய பெயர் சொல்லும் இன்னொரு படம், 'அண்ணா தங்கி'. வெளிநாடுகளுக்குச் சென்று மலேயா மொழியில் படம் இயக்கிய முதல் கன்னட இயக்குனர் குரசிதான். அவர் இயக்கிய 'மலேயா' படம், 'இமாம்'க்கு சர்வதேச விருது கிடைத்தது.

1970 மற்றும் 1980ம் ஆண்டு 'ஸாண்டல்வுட்'டின் பொற்காலம் என்று நம்பப்படுகிறது.

டாக்டர் ராஜ்குமாரின், 'பங்காரட மானுஷ்ய' பெரும் புகழ் பெற்றது. இரண்டு வருடங்கள் தொடர்ந்து ஓடி இந்தப் படம் பெரும் சாதனை படைத்தது. பிற்காலத்தில், ராஜ்குமார் தன்னுடைய சுயசரிதையைப் புத்தகமாக எழுதியபோது, அந்தப் புத்தகத்திற்கும் இந்தப் பெயரையே வைத்தார்.

இந்தக் காலகட்டத்தில்தான், 'பேரலல் சினிமா' எனப்படும், அறிவுசார்ந்த படங்கள், கலைப்படங்கள் கன்னட உலகில் வலம்வர ஆரம்பித்தன. பெங்காலிப் படங்கள் மற்றும் மலையாளப் அறிவுஜீவிகளின் படைப்புகளுக்கு நிகராக, கன்னடப் படங்களும் பேசப்பட்டன.

கிரிஷ் கர்னாட்டின் 'காடு'(1973), கிரிஷ் காசரவல்லியின் 'கதா ஷ்ரத்தா'(1977ம் ஆண்டு – தேசிய விருது கிடைத்தது),

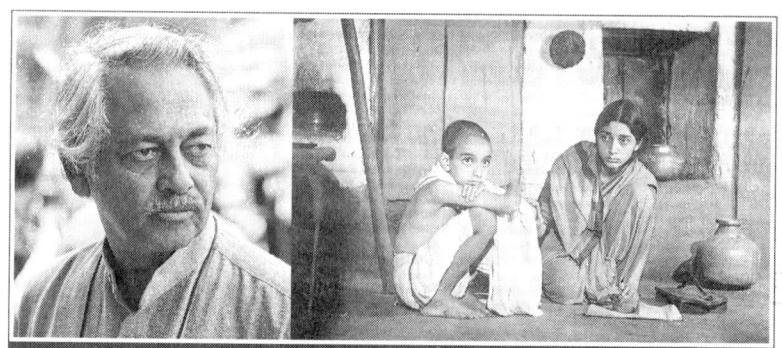

'சாதனை இயக்குனர்' கிரிஷ் காசரவல்லி - 'தி ரிச்சுவல்' படக்காட்சி

பி.வி.காரந்த்தின் 'சோமன துதி' போன்ற படங்களும், 'ஹம்சகீதே', 'ஆக்ரமனா', 'மூரு தாரிகலு', 'தாபரணகதா', 'பன்னாத வேஷா', 'காடு குடுரே', 'வம்சவிருக்ஷா' போன்ற படைப்புகளும் பரபரப்பாக பேசப்பட்டன.

கன்னடத் திரைப்பட உலகத்தின் குறிப்பிடத்தக்க முக்கியமான தூண், இயக்குனர் கிரிஷ் காசரவல்லி. 'பேரலல் சினிமா' எனப்படும், அறிவார்ந்த கலைப்படங்களை எடுத்துப் புகழ்பெற்றவர்.

பூனே திரைப்படக் கல்லூரியில் கோல்ட் மெடல் பெற்றவர். அவருடைய முதல்படம், 'கட ஷ்ரத்தா' 1997ஆம் ஆண்டு வெளியாகி, ஜனாதிபதியின் தங்கத்தாமரை விருது பெற்றது. அதைத்தொடர்ந்து, 'தபரணகதா'(1986), 'தாயி சாகேபா'(1997), 'த்வீபா'(2001) ஆகிய படங்கள் அனைத்தும் ஜனாதிபதியின் தங்கத்தாமரை விருதை வென்றன.

இந்தியாவில் அதிக ஜனாதிபதி தங்கத்தாமரை விருது வென்ற ஒரே இயக்குனர், கிரிஷ் காசரவல்லி என்பது, ஸாண்டல்வுட்டின் ஒரு பெரிய சாதனை.

2010ம் ஆண்டும், சிறந்த மாநில மொழிப்படத்துக்கான ரஜத் கமல் விருது, கிரிஷ் காசரவல்லியின், 'கனசெம்ப குடரெயானெரி' என்ற படத்துக்குத்தான்.

பி.ஆர்.பந்துலு, புட்டண்ணா கனகல், பட்டாபி ராமரெட்டி, எம்.எஸ்.சாது போன்ற திறமைமிகுந்த இயக்குநர்கள் தங்கள்

படைப்புகள் மூலம் கன்னடப் படஉலகத்தின் தரத்தை உச்சிக்கே அழைத்துச் சென்றனர்.

இதன்பிறகு, விஷ்ணுவர்த்தனும், அம்பரிஷும் கன்னடத் திரையுலகிற்குள் வந்துவிட்டார்கள்.

ஷங்கர் நாக் இன்னொரு திறமையான நடிகர். அவருடைய 'ஒன்டனோன்ட காளதல்லி' பிரமாதமாகப் பேசப்பட்டது.

இது ஏறக்குறைய அகிரோ குரஸோவின் 'செவன் சாமுரா'யைத் தழுவிய கதை. இந்தப் படத்தின்மூலம் சர்வதேச அளவில் சிறந்த நடிகருக்கான பரிசுபெற்ற நடிகராக ஆனார் ஷங்கர் நாக். 1978முதல் 1990வரை 12 வருடங்களில் கிட்டத்தட்ட 90 படங்களில் நடித்துக் குவித்தார் ஷங்கர் நாக். இவருக்கு கராத்தே தெரியாது என்றாலும், இவரை செல்லமாக 'கராத்தே கிங்' என்று அழைத்தார்கள் நண்பர்கள். 1990ஆம் ஆண்டு, கார் விபத்தில் மரணமடைந்தார்.

1980களின் குறிப்பிடத்தக்க மற்ற இயக்குநர்களாக, தினேஷ்பாபு, சுனில்குமார் தேசாய், சந்தேஷ் நாகராஜ், கொட்லு ராமகிருஷ்ணா, பானி ராமசந்திரா ஆகியோரைச் சொல்லலாம்.

கிரிஷ் கர்னாட்

ரவிச்சந்திரனும் ஹம்சலேகாவும் பிரபலமான நட்சத்திரங்களாக இருந்தார்கள்.

ஷிவ்ராஜ்குமார் படஉலகில் நுழைந்து, தொடர்ந்து மூன்று வெற்றிப் படங்களை அதிரடியாகக் கொடுத்தார்.

இன்றைய தலைமுறையில், ரமேஷ் அரவிந்த், சசிகுமார், ராம்குமார், மாலா, தாரா, ரம்யா ஆகியோர் பிரபலமாக உள்ளனர்.

அம்ருதவர்ஷினி, அமெரிக்கா அமெரிக்கா, ஓம், ஏ, பெலதிங்கல பாலே, சயனைட், கேஜிஎஃப் போன்ற வித்தியாசமான படங்கள் கன்னடத்தில் குறிப்பிடத்தக்கவை.

'எஜமானா' அதுவரை வந்த கன்னடப் படங்களின் சாதனைகளை முறியடித்து, 42 கோடி வசூல் செய்து வரலாறு படைத்தது. தொடர்ந்து வந்த 'முங்காரு மாலே' அதையும் தாண்டி 45 கோடி வசூல் செய்து சாதனைப் படைத்தது.

கன்னடப் படங்களின் சுணக்கத்தை நீக்கவும், ஸாண்டல்வுட் திரைப்பட உலகுக்கு ஊக்கம் தரவும், கர்நாடக அரசு 1980ம் ஆண்டுமுதல், கர்நாடகாவில் தயாரிக்கப்படும் கன்னடப் படங்களுக்கு ஐம்பது சதவிகித வரிவிலக்கு அளித்தது.

ஆனாலும், 1990களுக்குப் பிறகு, ஸான்டல்வுட்டில் திறமைமிகுந்த படைப்பாளிகளின் எண்ணிக்கை கணிசமாகக் குறைந்தது. அறிவுஜீவித்தனமான படங்கள் முற்றிலும் காணாமல் போயின. சினிமாவை நேசிப்பவர்கள் அல்லாமல், அவசரமாக காசு பார்க்க நினைத்த கோஷ்டிகளின் கமர்சியல் படங்கள் வந்து குவிந்தன. நல்ல படங்கள், முட்டி எலும்பு தேய்ந்துபோனதுபோல் ஆட்டம் கண்டன.

மேலும், கோலிவுட் மற்றும் தெலுங்குப் பட உலகங்களின் அசுர வளர்ச்சியைத் தாங்கமுடியாமலும் கன்னடப் படங்கள் தடுமாறின.

நல்ல ஸ்டுடியோக்கள் இல்லாததும், அரசு திரைப்பட கலைஞர்களுக்குப் போதிய வசதிகள், சலுகைகள் செய்து தராததும், பெருத்தக் குறையாக இருந்தது. படப்பிடிப்பு நடத்துவதற்குகூட சரியான இடவசதியோ, சூழ்நிலையோ இல்லை.

தியேட்டர்களில் கூட்டம் குறைந்தது. அந்தக் கூட்டத்தை சேட்டிலைட் டிவி-க்கள் அள்ளிக்கொண்டு போய் வீடுகளில் அடைத்தன.

ஒரு வருடம் பந்தயக் குதிரைபோல் நன்றாக ஓடுவதும், அடுத்தவருடம் நொண்டிக்குதிரைபோல் சண்டித்தனம் செய்து படுத்துக்கொள்வதுமாக இருக்கிறது, ஸாண்டல்வுட் திரைப்பட உலகம்.

2006ம் ஆண்டு, கன்னடத் திரைப்பட உலகத்துக்குப் பலத்த அடி விழுந்தது. தயாரிக்கப்பட்ட 50 படங்களில், கிட்டத்தட்ட 49 படங்கள் தோல்வியைத் தழுவின. ஒருவருட காலத்துக்கு கன்னடப் படங்களின் தயாரிப்பையே நிறுத்திவைக்க முடிவுசெய்தது ஸாண்டல்வுட் திரைப்பட உலகம்.

பெரிய பெரிய சோதனைகளுக்கு நடுவே நிறைய நிறைய சாதனைகள் செய்த புகழும் 'ஸாண்டல்வுட்' திரைப்பட உலகத்துக்கு உண்டு.

இரண்டே பேர் நடித்த 'ஷிரிங்கார மாஸா' கன்னடத்தில் வெளியானது. ஒரே ஒரு நடிகை (பாவனா) நடித்த 'ஷாந்தி'யும் கன்னடத்தில்தான் ரிலீஸ் ஆனது.

பதினோரு வயது மாஸ்டர் கிஷன், இயக்கிய 'கேர் ஆஃப் புட்பாத்' படம் கன்னடத்தில் ரிலீஸாகி, கின்னஸ் ரிக்கார்ட் செய்தது.

இந்தியத் திரைப்பட உலக வரலாற்றிலேயே முதல்முறையாக, ஒரு மாநில அரசாங்கத்தால், தன் மாநில மொழிப்படங்களுக்கு நூறு சதவிகித கேளிக்கை வரி தள்ளுபடி செய்யப்பட்டதும் கன்னடப் பட உலகத்தில்தான்.

இயக்குநர் பாரதிராஜாவின் குருநாதர், இயக்குனர் புட்டண்ணா கனகல், அதிகபட்சமாக 22 திரைப்படக் கலைஞர்களை சினிமாவுக்கு அறிமுகப்படுத்தி அசத்தினார்.

முன்னாள் முதல்வர் ஜெயலலிதா, கன்னடப் படத்தில்தான் முதல்முதலாக அறிமுகம் ஆனார். படம், 'சின்னடா கோம்பே'.

ஐயப்பன் சிலையைத் தொட்டு பரபரப்பு ஏற்படுத்தினார் கன்னட நடிகை ஜெயமாலா.

கன்னட சூப்பர்ஹிட் படம் 'கேஜிஎ∴ப்'

ஆனாலும், கன்னடத் திரைப்பட உலகத்தின் வளர்ச்சி ஒரே சீரானது என்று சொல்லமுடியாது. ஏற்றஇறக்கங்களும் வளைவு நெளிவுகளும் கூடிய மலைப்பாதைபோல், அது இன்றுவரை, ஏறியும் இறங்கியும் நிலையான ஆரோக்கியமாக இல்லாமல், ஒரு பிபி பேஷண்ட்போல் மூச்சிறைத்துக்கொண்டும் இருக்கிறது.

கன்னடத் திரைப்பட உலகத்தை ஒரு திறமையான 'டாக்டர்' வந்து ரொம்ப காலம் காப்பாற்றினார்.

போகிற போக்கைப் பார்த்தால், அடுத்து, இன்னொரு 'டாக்டர்' வந்துதான் ஸாண்டல்வுட் திரைப்பட உலகத்தைக் காப்பாற்ற வேண்டும்போல் தெரிகிறது.

யார் அந்த 'டாக்டரோ?'

காத்துக்கொண்டுதான் இருக்கிறது கன்னடம்.

☒☒☒

KONKANI / KARNATAKA - 2
கொங்கனி திரைப்பட உலகம்

'ஸாண்டல்வுட்' என்று அழைக்கப்படும் கர்நாடகத் திரைப்பட உலகத்தின் ஒரு பகுதியான கொங்கனி (கோவா) திரைப்பட உலகம், 'கொங்கனிச்சோல் சித்ரம்' என்றும் அழைக்கப்படுகிறது.

அல் ஜெர்ரி ப்ரகவுஸா இயக்கிய 'மோகாச்சோ அவுந்தோ' (காதல் ஆசை) இதுதான் கொங்கனித் திரைப்பட உலகத்தின் முதல் படம். ஏப்ரல் 24, 1950ல் இந்தப் படம் வெளியாயிற்று. டியோகினோ டெமெல்லோ என்ற கதாசிரியர் எழுதிய 'மோகாச்சி வோத்' என்ற கொங்கனி நாவலைத் தழுவி எடுக்கப்பட்ட படம் இது. படத்தின் இயக்குனரான அல் ஜெர்ரி ப்ரகவுஸாவே இந்தப் படத்தின் தயாரிப்பாளர், கதாநாயகன், வசனகர்த்தா, பின்னணிப் பாடகர் எல்லாமே. 'கொங்கனி சினிமாவின் தந்தை' என்று இவரை அழைக்கிறார்கள்.

அதன்பிறகு வருடத்துக்கு ஓரிரு படங்களை கொங்கனித் திரைப்பட உலகம் தந்துகொண்டு இருந்தது. பெரும்பாலான படங்கள் மற்றும் பாடல்கள் சூப்பர் ஹிட் ரகங்களாகவே இருந்தன.

முதல் கொங்கனி படம் 'மோகாச்சா அவுந்தோ'

கடந்த *59* வருடங்களாக, *40* படங்களும், *150* வீடியோ படங்களும் கொங்கனி படஉலகில் தயாரிக்கப்பட்டு உள்ளன.

*1977*ல், 'மோக் அனி மோயிபாஸ்' (அன்பும் காதலும்) என்ற முதல் கொங்கனி கலர்ப்படம் வெளியாயிற்று.

*1950*லிருந்து *1970*வரை கிட்டத்தட்ட *20* படங்களே வெளியாயின. *2005*ம் ஆண்டு, 'அலிஷா' என்ற கொங்கனிப் படம் தேசிய விருது பெற்றது. அதன்பிறகு, கொங்கனிப் படங்களுக்கு பூஸ்ட் குடித்தப் புத்துணர்வு ஏற்பட்டது.

*2007*ல், முதல் E-film 'பிளாக் நெசோப் அதென்செம் ஃபேஷன்' அதாவது, கறுப்புதான் எனக்குப் புடிச்ச கலரு டைட்பில் 'கறுப்புகலர் உடுத்துவதுதான் ஃபேஷன்' என்ற படம் வெளியாயிற்று.

சர்வதேசத் திரைப்பட விழா இந்தியாவில் திரையிடப்பட நிரந்தர இடமாக கோவா தேர்ந்தெடுக்கப்பட்டது, கொங்கனித் திரைப்பட உலகத்துக்குப் பெரிய பெருமையும் புத்துணர்ச்சியும் அளித்துள்ளது.

*1997*ல் கோவா அரசாங்கம், முதல் கொங்கனித் திரைப்பட விழாவை நடத்தியது. அதன்பிறகு, *2005*வரை மேலும் இரண்டு கொங்கனித் திரைப்பட விழாக்களை நடத்திவிட்டது.

'என்டர்டெயின்மென்ட் சொசைட்டி ஆஃப் கோவா' என்ற அமைப்பை அரசாங்கம் உருவாக்கி, படத்தயாரிப்பாளர்களுக்கு

பணஉதவியும் செய்துவருகிறது. திரைப்படம், குறும்படம், மற்றும் டெலிபிலிம் எடுக்க அரசு ஐம்பது சதவிகித பணஉதவி செய்கிறது. மேலும் கேளிக்கை வரியை ரத்து செய்தும், கோவாவில் எந்த இடத்தில் படப்பிடிப்பு நடத்தினாலும் ரூபாய் ஆயிரம் செலுத்தினால் போதும் என்ற சலுகை கொடுத்தும், தியேட்டர்கள் கட்டாயம் கொங்கனிப் படங்களை வெளியிட வேண்டும் என்று சட்டம் இயற்றியும் அரசு செவ்வனே கொங்கனித் திரைப்பட உலகத்தை வளர்த்து வருகிறது.

ஆனாலும், அரசாங்கத்துக்கும் தயாரிப்பாளர்களுக்கும் குடுமிப்பிடி சண்டை. 'அரசாங்கத்திடம் கையேந்த நாங்கள் பிச்சைக்காரர்கள் அல்ல. நாங்களாக வந்து அவர்களிடம் நிற்போம் என்று அரசு எங்களை எதிர்பார்க்கக்கூடாது. நாங்கள் கலைஞர்கள். கொங்கனிக் கலாசாரம் தழைக்கவேண்டும் என்ற அக்கறை இருந்தால், அரசாங்கம் எங்களைக் கூப்பிட்டு படம் எடுக்க பணஉதவி செய்ய வேண்டும்' என்பது பெரும்பாலான தயாரிப்பாளர்களின் கருத்து.

'ஆலிஷா' படத்தின் இயக்குனரும் கொங்கனிப் படஉலகின் முன்னணி இயக்குனருமான ராஜேந்திர தலக் போன்றவர்கள், அரசாங்கத்துடன் ஏற்பட்ட மனக்கசப்பின் காரணமாக, இப்போது கோபித்துக்கொண்டு மராத்தியப் பட உலகத்துக்குள் நுழைந்துவிட்டார்கள்.

'ஓ... பாயி!' – 16எம்எம் கலரில் தயாரிக்கப்பட்ட இந்த முதல் கொங்கனிக் குறும்படம், அகில உலகைச் சுற்றிவந்து பிரசித்தி பெற்றது.

கொங்கனி பேசும் மக்களின் தொகை கிட்டத்தட்ட 30 லட்சத்தைத் தாண்டும். இவர்கள் கோவாவில் மட்டுமில்லாமல், கர்நாடகா, மகாராஷ்டிராவிலும் பரவியுள்ளனர்.

ஓர் அழகான கொங்கனி பழமொழியைக் கற்றுக் கொள்வோம்...

Tumcam Maie, mogacho ieukar!
- Enjoy life, this is not a rehearsal!

☒☒☒

TULU / KARNATAKA - 3
துளு திரைப்பட உலகம்

ஸாண்டல்வுட் திரைப்பட உலகத்தின் இன்னொரு அங்கம்தான், துளு திரைப்பட உலகம். இப்பொழுது அந்த உலகத்துக்கு 35 வயதாகிறது.

துளு மொழி பேசப்படும் துளுநாடு, கிழக்குக் கர்நாடகா பகுதிகளையும், உடுப்பி மாவட்டம் மற்றும் கேரளாவின் காசர்கோட் மாவட்டத்தின் சில பகுதிகளையும் கொண்டுள்ளது. மங்களூரும் உடுப்பியும் இதன் முக்கிய நகரங்கள். இந்தத் திரைப்பட உலகத்தின் முதல் படம், 'என்ன தங்கடி' (1971) இயக்குனர் எஸ்.ஆர்.ராஜன் என்பவர்.

'பங்கார் பட்லர்' என்ற துளு படம்தான், நூறு நாட்கள் ஓடிய முதல் துளு படமாகும். கதாநாயகி, கன்னட நடிகை சுதாராணி. இந்தப் படத்துக்கு தேசிய விருதும் கிடைத்தது.

1993ஆம் ஆண்டு, துளு மொழியில் வெளியான 'செப்டம்பர் 8' என்ற படம் 24 மணிநேரத்தில் எடுக்கப்பட்ட முதல் இந்தியப் படமாகும். இதன் தயாரிப்பாளர் மற்றும் இயக்குனர் ரிச்சார்ட் காஸ்டலினோ. கதாநாயகன் சுனில். 9 கேமராக்கள் மற்றும் 9 யூனிட்டுகளுடன் காலை ஆறு மணிக்குத் துவங்கிய படப்பிடிப்பு, மறுநாள் காலை 5 வரை நடந்தது.

முதல் துளு படம் 'என்ன தங்கடி'

சாதனைப் படம் 'செப்டம்பர் 8'

இந்தச் சாதனை செப்டம்பர் *8*ம் தேதி நடந்ததால், இந்தப் படத்துக்கும் 'செப்டம்பர் *8*' என்றே பெயர் வைக்கப்பட்டது.

துளு திரைப்பட உலகம் மிகச் சிறியது. அது கடந்த *40* வருடங்களில் சுமார் *45* படங்களைத் தயாரித்துள்ளது. இது துளு மொழியில் வெளியான புத்தகங்களைவிட அதிகம் என்று கணக்குச் சொல்கிறார்கள்!

*2005*ல் பி.என்.ராமச்சந்திரா இயக்கத்தில் வெளியான 'சுதா', டிஜிட்டல் ஃபார்மேட்டில் தயாரிக்கப்பட்ட படம். பல சர்வதேசத் திரைப்பட விழாக்களில் பங்குகொண்டு விருதுபெற்ற ஒரே துளு படம்.

*2008*ஆம் ஆண்டு வெளியாகி தேசிய விருது பெற்ற முதல் துளு படம், 'கோடி சென்னையா'. இந்தப் படத்தின் இயக்குனர், அனந்த் ராஜு.

கோடி மற்றும் சென்னையா என்ற இருவரும் அண்ணன் தம்பிகள். சுமார் *500* வருடங்களுக்குமுன், துளுநாட்டில் வாழ்ந்த வரலாற்றுப் புருஷர்கள். இன்றும் அவர்கள் துளு நாட்டின் காக்கும் கடவுளாக ஆராதிக்கப்படுகிறார்கள். அவர்களைப் பற்றிய படம் ஏற்கெனவே ஒருமுறை கறுப்பு-வெள்ளையில் வெளியாகி, இன்னொருமுறை கலர்ப்படமாகவும் வெளியாயிற்று.

துளு நாயகி 'தீபிகா படுகோன்'

'யோகா டீச்சர்' ஷில்பா ஷெட்டி

துளு மொழியில் டி.டி.எஸ்.ஸில் வெளியான முதல் படம், 'தேவர்'.

2010ஆம் ஆண்டு, கன்னட நடிகரும் இயக்குனருமான ஷிவாத்வாஜ், தன்னுடைய முதல் துளு படம், 'கக்காரா'வுக்காக தேசிய விருது பெற்றார். 'கக்காரா' படம், துளு கலாசாரத்தில் கொஞ்சம் கொஞ்சமாக நசிந்துக்கொண்டிருக்கும், ஆவி ஆராதனையை எடுத்துச் சொல்லும் படம். துளு மக்கள் ஆவிஆராதனையை பாரம்பரிய கலையாகச் செய்து வருபவர்கள். இன்றைய காலகட்டத்தில் அதனால் அவர்களுக்கு ஏற்படும் பிரச்னைகளையும், இளைஞர்கள் இந்தப் பழம்பெரும் கலையைப் புறக்கணித்துவிட்டு, நாகரிகத்தின் தாக்கத்தில் கட்டுண்டு கிடப்பதையும் படம் விவரிக்கிறது.

துளு படங்கள் சற்று ரிச்சாகவே எடுக்கப்படுகின்றன. பெரிய வியாபாரம் இல்லாததால், தயாரிப்பாளருக்கு எந்த லாபமும் கிடைப்பதில்லை. நஷ்டம்தான். இருந்தாலும்,

வருடத்துக்கு ஒரு படமாவது யாராவது தயாரிப்பது, தங்கள் மொழியை வளரவைக்கவேண்டும் என்று அவர்கள் காட்டும் அக்கறையையே குறிக்கிறது.

துளு மொழிப் படங்களுக்கு வித்திட்டவர்களில் முதன்மையானவர், சதாநந்த சுவர்ணா. இவர், பிரபல கன்னட இயக்குனர் கிரிஷ் காரசவள்ளியின் முதல் படமான, ‘கடஷ்ரத்தா’ படத்தின் தயாரிப்பாளர்.

குறிப்பிடத்தக்க மற்றவர்கள், சின்ன காசரகோடு, ரிச்சர்டு காஸ்டலினோ, ஷிவ்ராம் காரத், கலிங்கா ராவ், கிஷோர் பல்லால், பி.சேஷாத்ரி, கணபதி பட், ஜெயராம் உடுப்பி மற்றும் ஜெயமாலா.

ஐஸ்வர்யா ராய், ஷில்பா ஷெட்டி, சுனில் ஷெட்டி, விஜய் மல்லையா, பரிதா பின்ட்டோ, தீபிகா படுகோனே ஆகியோர் முதல் அல்வாத்துண்டு ராஷ்மிகா மந்தானா அனைவரும் துளு தேசத்திலிருந்து மற்ற திரைப்பட உலகங்களுக்குப் போய் வெற்றிக் கொடி நாட்டியவர்கள்.

நமக்கு ரொம்பப் பழக்கமான தெலுங்கு நடிகர் சுமன், தெலுங்குக்காரரே அல்லர். மங்களூர் சுமன் தல்வார் என்ற முழுப்பெயர் கொண்ட ‘சிவாஜி – தி பாஸ்’ வில்லன், ஒரு மங்களூர்க்காரர்.

⊠⊠⊠

KODAVA / KARNATAKA - 4
கொடவா திரைப்பட உலகம்

கர்நாடகா மாநிலத்தில் அமைந்திருக்கும், குடகு மாவட்டத்தில் இருக்கிறது கொடவா திரைப்பட உலகம். குடகு, இந்தியாவின் சுவிட்சர்லாந்து என்று வர்ணிக்கப்படுகிறது.

கொடவா திரைப்பட உலகத்தில் தயாரிக்கப்படும் படங்கள் கூர்க்கிப் படங்கள் என்றும் அழைக்கப்படுகின்றன. கொடவா இனத்தவர் வீரத்துக்குப் பேர் போனவர்கள். இந்த ஓர் இனத்தவருக்குத்தான் லைசென்ஸ் இல்லாமல் துப்பாக்கி வைத்துக்கொள்ள அரசாங்கம் அனுமதி வழங்கியிருக்கிறது. இவர்கள் ஹாக்கி விளையாட்டில் வல்லவர்கள்.

'கொடவா தாக்' எனப்படும் கொடவா மொழி, தமிழ், கன்னடம் மற்றும் மலையாளம் கலந்தது.

கொடவா மொழியில் முதல் திரைப்படம், 'நாதா மன்னே நாதா கூலு' 1972ம் ஆண்டு வெளியாயிற்று.

தொடர்ந்து மகாவீரா அச்சுநாயகா, மந்தார பூ, நிரிக்ஷா, பால் புலந்தாத், பொன்னேர மனசு போன்ற படங்கள் 2009 ஆண்டுவரை வெளியாகி உள்ளன.

2009ம் ஆண்டு வெளியான 'பொன்னேர மனஸ்' (பொண்ணோட மனசு), கிட்டத்தட்ட 11 வருட

சூப்பர்ஹிட் கொடவா படம் 'முங்காரு மலே'

இடைவெளிக்குப்பின் வெளியான படம். கொடவா மொழியில் வெளியான முதல் சினிமாஸ்கோப் படம். ஒரு பெண்ணின் உணர்வுகளைச் சித்திரிக்கும் இந்தப் படத்தில், ராஷ்மி என்பவர் கதாநாயகி. ஜனித் ஐயப்பா நாயகன். இருவரும் கொடவா இனத்தைச் சேர்ந்தவர்கள். ராஜ் பல்லால் என்ற துளு மொழிப் பட இயக்குனர்தான் இதற்கும் இயக்குனர்.

2010ஆம் ஆண்டு ரிலீஸான படம், 'ஐடி மழே' (அடை மழை). பச்சமாட விஷூ என்பவர்தான் இயக்குனர். இது கொடவா மொழியில் வெளியாகும் எட்டாவது படம்.

சமீபகாலமாக, கொடவா படங்களின் பட்ஜெட் அதிகரித்துள்ளது. 'ஐடி மழே', சுமார் 25 லட்ச ரூபாய் பட்ஜெட்டில் தயாரிக்கப்பட்டு உள்ளது.

இவை தவிர, கன்னடப் படங்களிலும் கொடவா மொழி கலாசாரத்தைப் பிரதிபலிக்கும் படங்கள் அடிக்கடி வெளியாகின்றன. அவற்றில் முக்கியமாக, 2006ல் வெளியான 'முங்காரு மலே' என்ற படம், சக்கைப்போடு போட்டது.

கொடவா இனத்திலிருந்து வந்து தமிழில் நடித்துவிட்டுப் போன நடிகை ஒருவரும் உண்டு. அவர் பெயர், டெய்ஸி போபன்னா. நடித்த படம், 'சக்ரவியூகம்'(2008).

☒ ☒ ☒

MOLLYWOOD
மலையாள திரைப்பட உலகம்

மலையாளத் திரைப்பட உலகம், 'மாலிவுட்' என்று அழைக்கப்படுகிறது.

மலையாளத்தின் முதல் படம், 'விகதகுமாரன்' ஊமைப்படம். இதன் இயக்குநர், தயாரிப்பாளர், கதாசிரியர், கேமராமேன், எடிட்டர் மற்றும் கதாநாயகன் அனைவரும் ஒருவரே. ஜே.சி. டேனியல். இவர்தான் மாலிவுட் திரைப்பட உலகத்தின் தந்தை.

1926ல் திருவாங்கூர் நேஷனல பிக்சர்ஸ் என்ற ஸ்டுடியோவை உருவாக்கி, 'விகதகுமாரன்' உருவாக்கினார். 1928 ஆம் ஆண்டு, கேபிடல் தியேட்டரில், 'விகதகுமாரன்' ரிலீஸாயிற்று.

ஆனால், படத்துக்கு பலத்த எதிர்ப்பு எழுந்ததன் காரணமாக, படம் ஃபிளாப் ஆயிற்று. காரணம், படத்தில் பெண்கள் இடம் பெற்றிருந்ததுதான். அந்தக் காலத்தில் அது பெரும் குற்றமாக இருந்தது.

மாலிவுட்டில் வெளியான முதல் பேசாத மலையாளப் படம், அதன் தயாரிப்பாளர் ஜே.சி.டேனியலுக்குப் பெருத்த நஷ்டத்தை ஏற்படுத்தியது. அத்துடன் அவர் சினிமாவை விட்டு வெளியேறினார்.

'மலையாளத் திரையுலகத் தந்தை' ஜே.சி.டேனியல்

'செல்லுலாயிட்' படத்தில் ஒரு காட்சி

2013ஆம் ஆண்டு ஜே.சி.டேனியல் வாழ்க்கை வரலாற்றை 'தி செலுலாய்ட்' என்று படம் இயக்கி தயாரித்தார் கமால்.

இரண்டாவது படம், பி.வி.ராவ் இயக்கத்தில் 'மார்த்தாண்ட வர்மா' (1933). சி.வி.ராமன் பிள்ளை என்பவரின் கதையை எடுத்து படம் பண்ணினார் தயாரிப்பாளர் சுந்தர்ராஜ். ஆனால், 'ரைட்ஸ்' வாங்காமல் 'ராங்' செய்துவிட்டார். அதனால், படம் தடை செய்யப்பட்டது.

1938ம் ஆண்டு, டி.ஆர்.சுந்தரம் தயாரிப்பில், நோடானி இயக்கத்தில், மாலிவுட் தன் முதல் பேசும்படத்தைக் கண்டது (பாலன்). இந்தப் படத்தில் மொத்தம் 23 பாடல்கள்.

1950வரை மாலிவுட்டின் வளர்ச்சி மிகவும் மெதுவாகவே இருந்தது. 1940, 1941, 1948, 1949 ஆகிய ஆண்டுகளில் தலா ஒரு படம் வெளிவந்தது.

1947ஆம் ஆண்டு, ஆலப்புழையில் முதல் திரைப்பட ஸ்டுடியோ 'உதயா' உருவானது. எம். குஞ்சாக்கோ, கே.வி.கோஷி இருவரும் சேர்ந்து உருவாக்கிய ஸ்டுடியோ அது. அவர்களை அடுத்து, திருவனந்தபுரத்தில் பி.சுப்ரமணியம் இரண்டாவது ஸ்டுடியோவாக 'மெரிலாண்டை' உருவாக்கினார்.

1948ம் ஆண்டு வெளியான 'நிர்மலா'தான் கேரளாவில் உருவான முதல் மாலிவுட் படம். தயாரிப்பாளர்

அடூர் கோபாலகிருஷ்ணன்

எம்.டி.வாசுதேவன் நாயர்

பி.ஜே.செரியன். இவர்தான் மாலிவுட்டின் முதல் மலையாள தயாரிப்பாளர். அதுவரை ஆரம்ப காலகட்டத்தில் அனைத்து மலையாளப்படங்களும், தமிழ் தயாரிப்பாளர்களால் மட்டுமே தயாரிக்கப்பட்டு வந்தது.

உதயா ஸ்டுடியோவில் உருவான முதல் திரைப்படம், 'வெள்ளி நட்சத்திரம்' (1949).

1950 முதல் சமூகப் படங்கள் வரிசையாக வெளியாக ஆரம்பித்தன.

1951ஆம் ஆண்டு, 'ஜீவித நௌகா' வெளியானது. மலையாளத்தின் முதல் சூப்பர்ஹிட் திரைப்படம் இதுதான். இதன் கதாநாயகன், திக்குரிசி சுகுமாறன் நாயர் முதல் சூப்பர் ஸ்டார் ஆனார்.

1954ல் வெளியான 'நீலக்குயில்' தீண்டாமை பற்றி பேசி, ஜனாதிபதியின் வெள்ளி மெடல் வாங்கிய முதல் மலையாளப்படம். ராமுகரியத் மற்றும் பி. பாஸ்கரன் இருவரும் சேர்ந்து இயக்கிய படம். 'உரூப்' என்ற மலையாள கதாசிரியர் (இயற்பெயர், பி.சி. குட்டி கிருஷ்ணன்) எழுதிய நாவலைத் தழுவிய படம் இது. இந்தப் படத்தில், 'மாப்பிள்ளை ஸ்டைல்' எனப்படும் 'கயலாரிகது வலையெறின்யபோல்' என்ற பாடல், மிகப் பிரபலமானது.

1955ல் பி.ராமதாஸ் இயக்கத்தில், 'நியூஸ்பேப்பர் பாய்' படம் வெளியாகி பெரும்வெற்றி கண்டது. இத்தாலிய படங்களின் தாக்கத்தில், சினிமா தாகமுள்ள சில அமெச்சூர் காலேஜ் மாணவர்கள் சேர்ந்து உருவாக்கிய இந்தப் படம், பிரிண்டிங் பிரஸ்ஸில் வேலை செய்யும் ஒரு ஏழைப் பையனின் உருக்கமான கதையைச் சொன்னது.

1961ல் மாலிவுட்டின் முதல் கலர்ப்படம், 'கந்தம் பாசா கோட்' வெளியாயிற்று.

1960 மற்றும் 1970களில் மலையாளப் படைப்பாளிகள் தங்கள் கவனத்தை நாவல்கள் மற்றும் நாடகங்களைப் படமாக்குவதில் ஈடுபட்டனர். தகழி, எஸ்.எல்.புரம், முட்டத்து வர்க்கி, பி.கேசவராவ் தோப்பில் பாஷி, வைக்கம் முகம்மது பஷீர் ஆகியோரது கலைப்படைப்புகள் படங்களாக மாறின. வெற்றி பெற்றன.

1966ல் தகழி சிவசங்கரப் பிள்ளையின் நாவலை, ராமு கரியத் 'செம்மீன்' என்ற பெயரில் இயக்கி, ஜனாதிபதியின் தங்கப் பதக்கத்தைத் தட்டிச் சென்றார்.

இதே காலகட்டத்தில், எம்.டி.வாசுதேவன்நாயர் எழுதிய நாவல்களும், 'இருட்டின்டே ஆத்மவு' (இயக்கம்: பாஸ்கரன்), ஔவும் தீரவும் (இயக்கம்: பி.எம்.மேனன்) ஆகியவை வெளியாகி புகழ்பெற்றன.

மலையாளத்தில் தேசிய விருது பெற்ற படங்கள், செம்மீன் (1966), சுயம்வரம் (1972), நிர்மால்யா (1973), சிதம்பரம் (1985), பிறவி (1988) மற்றும் கதபுருஷன்.

மாலிவுட்டின் மறக்கமுடியாத நாயகனாகத் திகழ்பவர், அடூர் கோபாலகிருஷ்ணன். 1972ல் 'சுயம்வரம்' படத்தை இயக்கினார். அவர் இயக்கிய கொடியேற்றம், எலிப்பத்தாயம், முகமுகம், மதிலுகள் போன்ற படங்கள் சர்வதேச அளவில் மாலிவுட்டுக்குப் பெருமை சேர்த்தன.

மவுத்தாத்து அடூர் கோபாலகிருஷ்ணன் உன்னிதன் 1941ல் பிறந்தார். எட்டு வயதிலேயே நாடகங்களில் நடிக்க வந்துவிட்டார். பிறகு அதை விட்டுவிட்டு, எழுத்துலகுக்குத் தாவினார். காந்திகிராமத்தில் படித்துப் பட்டம் பெற்றார்.

கொஞ்சகாலம், திண்டுக்கல்லில் அரசாங்க ஊழியராக பணிபுரிந்தார். பிறகு, அரசாங்க ஸ்காலர்ஷிப்பில் பூனே பிலிம் இன்ஸ்டிட்யூட்டில் திரைக்கதை மற்றும் இயக்கம் சம்பந்தமான பாடங்கள் படித்தார். படங்கள் இயக்க கேரளா திரும்பினார். மாலிவுட்டின் புரட்சிகரமான பாதைக்கு வித்திட்டார்.

1972ல் அவரது முதல்படம், 'சுயம்வரம்'. தேசிய விருது பெற்றது. அதன்பின், 'ஒரு பெண்ணும் ரெண்டானும்'வரை கிட்டத்தட்ட 11 படங்கள் இயக்கினார். தேசிய, சர்வதேச விருதுகளை அள்ளினார். அவரது படங்கள் அனைத்தும் சர்வதேசத் திரைப்பட விழாக்களில் பங்குபெற்று பட்டையைக் கிளப்பியது. 1984ல் பத்மஸ்ரீயும், 2006ல் பத்ம விபூஷணும் பெற்றார்.

அடூர் ஒரு பர்பெக்ஷனிஸ்ட். தான் நினைப்பது சரியாக வரும்வரை படத்தின் ஒரு ஃபிரேமையும் விடமாட்டார். வழக்கமாக கதாநாயகர்கள் உட்பட யாருக்கும் படத்தின் கதையைச் சொல்கிற பழக்கம் அவரிடம் கிடையாது. தன் உதவியாளர்களுக்குகூட சீன்பேப்பர் காட்டமாட்டார்.

தான் சொன்னதை கேமரா எதிரில் வந்து நடிகர்கள் நடித்துக்கொடுத்தால் போதும் என்பார். "என் படத்தில் நடிக்கும் நடிகர்கள், நாடகத்தில் நடிப்பதுபோல பார்வையாளர்களுக்காக நடிக்கத் தேவையில்லை. பார்வையாளன் என்று தனியாக யாருமில்லை. நான்தான் பார்வையாளன். என்னை அவர்கள் திருப்திப்படுத்தட்டும். எதுசரி, எது தவறு என்று நான் சொல்வதை அவர்கள் செய்யட்டும். அது போதும்" என்பார். ஒருவேளை இதுதான் அவரது வெற்றி ரகசியமோ?

அரவிந்தன் இன்னொரு பேர்சொல்லக்கூடிய இயக்குனர் களில் ஒருவர். உத்தராயணம், காஞ்சனசீதா, எஸ்தப்பன், பொக்குவெயில், சிதம்பரம் ஆகியவை அவரது படைப்புகளில் குறிப்பிடப்படவேண்டியவை.

மாலிவுட்டின் இன்னொரு ஜாம்பவான், எம்.டி.வாசுதேவன் நாயர். நிர்மால்யம், வைசாலி, ஒரு வடக்கன் வீரகதா, பெரும்தச்சன், பரிணயம் ஆகியவை காலத்தை மிஞ்சி நிற்கும் மாலிவுட் காவியங்கள்.

மடத்தில் தெக்கப்பாட்டு வாசுதேவன் நாயர் என்ற எம்.டி. வாசுதேவன் நாயர், பாலக்காட்டில் உள்ள கூடலூரில் 1933ல்

‘கின்னஸ் நாயகன்’ பிரேம்நஸீர்

‘லைலா மஜ்னு’ படக் காட்சி

பிறந்தார். மலையாள இலக்கியத்திலும் சினிமா உலகத்திலும் அசைக்கமுடியாத தூண்களில் ஒருவர். 1973ம் ஆண்டு, ‘நிர்மால்யம்’ திரைப்படத்தை எழுதி, இயக்கி, தயாரித்து மாலிவுட்டில் புகுந்தார். இந்தப் படத்துக்கு ஜனாதிபதி பரிசு கிடைத்தது. சிறந்த திரைக்கதைக்காக நான்குமுறை தேசிய விருது பெற்றார் (ஒரு வடக்கன் வீரகதா, கதவு, சதயம், பரிணயம்).

எம்டியின் சூப்பர் ஹிட் படம், ‘பழசிராஜா’, மம்முட்டி கதாநாயகன். கோகுலம் கோபாலன் தயாரிப்பாளர். 27 கோடி பட்ஜெட் படம். மாலிவுட்டில் எடுக்கப்பட்ட அதிக பட்ஜெட் படம் என்று அப்போது பெயர் பெற்றது. வெண்டி டுவெண்டி படத்துக்கும் (33கோடி), கிளாஸ்மேட்ஸ் படத்துக்கும் (24கோடி) அப்புறம், அதிக வசூல் (20 கோடி) செய்த படம், பழசிராஜா.

மாலிவுட்டைக் கலக்கிய இன்னொரு ஜாம்பவான், பிரேம் நஸீர்! கிட்டத்தட்ட 700 படங்களுக்குமேல் கதாநாயகனாக நடித்து, உலக சாதனை படைத்தார்.

அப்துல்காதர் என்பதுதான் பிரேம் நஸீரின் இயற்பெயர். 1926ஆம் ஆண்டு சிறையின்கீழு என்ற கிராமத்தில் பிறந்தார். சிறுவயதிலேயே தாயாரை இழந்தார். படித்துப் பட்டம் பெற்றார், நடிகரானார்.

1952ல், ‘மருமகள்’ படத்தின்மூலம் அறிமுகமானார். இந்த பட செட்டில் வைத்து, அப்போதைய ‘சூப்பர் ஸ்டார்’ திக்குரிசி சுகுமாறன், ‘அப்துல் காதர்’ என்ற பெயரை ‘பிரேம் நஸீர்’ என்று மாற்றினார்.

பிரேம் நஸீர் மூன்று கின்னஸ் உலக சாதனைகள் படைத்தார். அதிகப் படங்களின் நாயகன் (கிட்டத்தட்ட 700 படங்கள்), ஒரே கதாநாயகியுடன் அதிகப் படங்கள் (நடிகை ஷீலா – 107 படங்கள்), மேலும், 1979ஆம் ஆண்டு வெளியான எல்லா படங்களிலும் (39 படங்கள்) நடித்த ஒரே நாயகன். (அடேங்கப்பா! தலை சுத்துதுடா சாமி!).

மேலும், பத்ம பூஷன், பத்மஸ்ரீ பட்டங்களும் பெற்றவர். பிரேம் நஸீரும், கே.ஜே.ஜேசுதாசும் மறக்கமுடியாத கூட்டணியாக கருதப்படுகிறார்கள். பிரேம் நஸீர் நடித்த படங்களிலேயே, 'இருட்டின்டே ஆத்மவு' படத்தில் அவர் நடித்த பரதன் வேலாயுதன் கேரக்டர் ஒரு மாஸ்டர் பீஸ் என்று கருதப்படுகிறது.

இவ்வளவு காவியங்களும், திறமையானவர்களும், படைக்கப் பட்டாலும், பாராட்டப்பட்டாலும், இன்னொருபக்கம், 'மலையாளப் படம்' என்றால் செக்ஸ் படங்கள் என்ற பேரும் இருக்கிறது.

1970களில் அதன் விதை விழுந்தது. ஐ.வி.சசி 'அவளோட ராவுகள்' எடுத்து அந்த புண்ணியத்தைக் கட்டிக்கொண்டார். அதன்பிறகு, மாலிவுட்டில் ஒரே மசாலா நெடியும், முண்டுகட்டிய (துண்டுகட்டிய?) மாமிகளின் அராஜகமும்தான். பச்சைப் பிள்ளைகளுக்கு பாடம் சொல்லிக்கொடுக்கும் டீச்சர்களை

'அவளோட ராவுகள்' சீமா - ரவிகுமார்

வேறு, வலுக்கட்டாயமாக 'அஞ்சரைமணி வண்டி'யில் ஏற்றி இந்த வகையறாக்களில் சேர்த்துவிட்டார்கள்.

அழகழகான பெயர்களின் பின்னே அபாயகரமான படங்கள் ஒளிந்திருந்து ரசிகர்களுக்கு விருந்து கொடுத்தன. நீலத்தடாகத்தில் நிழல்பட்சிகள், கின்னாரத்தும்பிகள், நிஷாசுந்தரிகள், ராக்கிளிகள், அஞ்சரைக்குள்ள வண்டி என்று உலகம் பூராவும் ரவுண்ட் அடித்து ஒரு கவர்ச்சி ஆட்டம் ஆடித் தீர்த்தது மாலிவுட்.

ஆபாசப் படங்களின் அட்சயப் பாத்திரமானார் நடிகை ஷகீலா. அந்தப் பாத்திரத்திலிருந்து எவ்வளவு எடுத்தாலும், அது சுரந்துகொண்டே இருந்தது. மலையாளத் திரைப்பட உலகமே ஒரு பெண்ணைப் பார்த்து பயந்து நடுங்கியது.

மாலிவுட்டில் நடிப்புக்கும் பஞ்சம் இருக்கவில்லை. போற்றத்தக்க திக்குரிசி சுகுமாறன் நாயர்முதல், சத்யன், பிரேம் நஸீர், ராகவன், சுதீர், வின்செண்ட், சுகுமாறன், எம்.ஜி.சோமன், மம்முட்டி, மோகன்லால், சுரேஷ் கோபி, திலீப் மற்றும் இன்றைய இளைஞர் பட்டாளம் மாலிவுட்டில் மிகப்பெரிது.

நடிகைகளில் குறிப்பிடும்படியாக, பத்மினி, மது, ராகினி, ஷீலா, சாரதா, ஜெயபாரதி முதல், மஞ்சுவாரியர், ஷோபனா, நயன்தாரா வரை நல்ல நடிகைகளைக் கொண்டுள்ளது மாலிவுட்.

1980 மற்றும் 1990களை மாலிவுட்டின் தங்கக்காலம் என்று சொல்லலாம். மலையாளப் படங்கள் இந்தக் காலகட்டத்தில் மிகவும் யதார்த்த நிலையைத் தொட்டன.

'பேரலல் சினிமா' என்று சொல்லப்பட்ட அறிவுபூர்வமான (அல்லது) அர்த்தபூர்வமான கலைப்படங்களுக்கும், கமர்ஷியல் படங்களுக்கும் இடையே மற்ற திரைப்பட உலகங்கள் சிக்கி மூச்சுவாங்க தடுமாறிக்கொண்டு இருந்தபோது, இரண்டுக்கும் பொதுவான ஒரு தளத்தில், கலைஉணர்வுடனும் கமர்ஷியல் உணர்வுடனும் மாலிவுட் படங்கள் சித்திரிக்கப்பட்டன. அதில் கலைநயமும் இருந்தது. காசும் இருந்தது.

மோகன்லால், மம்முட்டியின் வரவும், ஐவிசசி, பரதன், பத்மராஜன், சத்தியன் அந்திகாடு, பிரியதர்ஷன், லோகிததாஸ், கேஜி ஜார்ஜ், ஜான் அப்ரஹாம், சித்திக்–லால், ஃபாசில், சீனிவாசன், ஜெயராஜ் போன்றோரும்,

சாமானியர்களின் அன்றாட வாழ்க்கைப் பிரச்னைகளையும், சமூகப் பிரச்னைகளையும், குடும்ப உறவுகளையும் சீரியஸாகவும், நகைச்சுவை கலந்து சொல்லியும் கலக்கினார்கள்.

நாடோடிகட்டு, பிறவி, ராமோஜிராவ் ஸ்பீக்கிங் போன்ற படங்கள் அதற்கு சில உதாரணங்கள்.

ஷாஜி என் கருன் இயக்கத்தில் 'பிறவி' (1989) வெளியாகி, கேன்ஸ் பிலிம் பெஸ்டிவலில் கலந்துகொண்டு, வெளிநாட்டில் விருது பெற்ற முதல் மலையாளப் படம் ஆனது.

தன் பங்குக்கு, நவோதயா அப்பச்சன், 'மை டியர் குட்டிச்சாத்தான்' கொண்டுவந்து, இந்தியாவின் முதல் 3டி படம் என்ற பெருமையை மாலிவுட்டுக்கு சேர்த்தார். அவரது 'படயோட்டம்', முதல் 70எம்எம் மலையாளப்படம்.

1990களுக்குப் பிறகு, மாலிவுட்டுக்குத் திருஷ்டி காலம். படங்களின் வீரியம் குறைந்து காணப்பட்டது. படைப்பாளிகள், ஸ்லாப்ஸ்டிக் காமெடி எனப்படும் அங்கத நகைச்சுவை சேட்டைகளின் பக்கம் திரும்பிவிட்டார்கள். சேடிலைட்

'சேட்டன்கள்' மோகன்லால் - மம்முட்டி

'அதிரிபுதிரி செக்ஸ்பாம்' ஷகீலா

டிவி மற்றும் திருட்டு விசிடிகளுடன் குடுமிப்பிடி சண்டை போடவேண்டிய நிர்ப்பந்தம் ஏற்பட்டது.

2000ஆம் ஆண்டுக்கு அப்புறம், மாலிவுட்டில் நுழைந்த இளம்புயல்கள் – பிளெஸ்ஸி, ரோஷன் ஆன்ட்ரூஸ், அன்வர் ரஷீது போன்ற இயக்குனர்களும், திலீப் போன்ற நடிகர்களும் மீரா ஜாஸ்மின் போன்ற நடிகைகளும்.

தயாரிப்பாளர் ரஞ்சித்தின், 'கேரளா கஃபே' என்ற படம். புது முயற்சியானது. லால்ஜோஸ், ஷாஜி கைலாஷ், ரேவதி, அஞ்சலி மேனன் போன்ற பத்து இயக்குனர்கள் சேர்ந்து இந்தப் படத்தை இயக்கினார்கள். மோகன்லால், ஜெயராம் தவிர மற்ற அனைத்து முக்கிய நடிகர் நடிகைகளும் நடித்தார்கள்.

கேரளா கஃபே என்பது ரயில்நிலையத்தில் உள்ள ஒரு கஃபே. அந்த இடத்துக்குப் பத்துவிதமான கேரக்டர்கள் பத்து விதமான கதைகளுடன் வருகிறார்கள். அவர்களுக்குள் நடக்கும் பிரசினைகளே கதை. படம், சுமாராக ஓடியது.

மாலிவுட் திரைப்பட உலகமும், தான் வேறு எந்த திரைஉலகுக்கும் சளைத்தது இல்லை என்று சமீபகாலங்களில் நிரூபித்தது. ஒரு நடிகையின் கடத்தல், அதில் ஒரு நடிகருக்குத் தொடர்பு என்று பரபரப்பு ஏற்படுத்தியது. கலாசாரத்துக்கு ஒவ்வாத ஆக்ஷன் படங்கள், நடிகர்களுக்குள் ஒற்றுமையின்மை,

மற்ற நடிகர்களின் படங்களை ஓடவிடாமல் தடுக்கும் குதர்க்க யுக்திகள், டிவி நிகழ்ச்சிகளில் பங்கெடுக்கக்கூடாது என்று பிலிம் சேம்பர் விதித்த கட்டுப்பாடுகள் மற்றும் 'மேக்டா','ஃபெஃப்கா', 'அம்மா' போன்ற திரைப்படத்துறை அமைப்புகள் விதிக்கும் கட்டுப்பாடுகள் போன்றவை அடுத்தவர்களின் உரிமைகளில் தலையிட யாருக்கு எந்த அளவு அதிகாரம் உள்ளது போன்ற கேள்விகளை எழுப்பி உள்ளன.

மாலிவுட் திரைப்படங்களில் மட்டுமல்ல, மாலிவுட் திரைப்பட உலகத்தின் உள்ளேயும் அடிதடி சத்தங்கள். கோஷ்டிகள்.

மாலிவுட் திரைப்பட உலகத்துக்கு இப்போது (2020–21) கஷ்டகாலம்.

⊠⊠⊠

GOLLYWOOD
குஜராத் திரைப்பட உலகம்

Gollywood என்று அழைக்கப்படுகிறது குஜராத் திரைப்பட உலகம்.

என்னடா இது, நம்ம ஊர் Kollywood-க்குப் போட்டிப் போடுதே என்று பயப்பட வேண்டாம். குஜராத் திரைப்பட உலகத்தின் வரலாற்றை பார்த்தால், அது எந்த ஜென்மத்திலேயும் நம்ம

'குணசுந்தரி' நிருபா ராய்

கோடம்பாக்கத்தை கபளீகரம் செய்யப்போவதில்லை என்பது சர்வ நிச்சயம்.

1922ஆம் ஆண்டுதான் குஜராத் திரைப்பட உலகம் பிறந்தது.

2010ஆம் ஆண்டு, குஜராத்திப் படஉலகம் தன்னுடைய 88ஆம் ஆண்டை நிறைவுசெய்தது.

உருப்படியான முதல் குஜராத்தி படம், 1932ஆம் ஆண்டுதான் எடுக்கப்பட்டது. படத்தின் பெயர், 'நரசிங் மேத்தா'. படத்தின் இயக்குனர், நானுபாய் வகீல்.

நரசிங் மேத்தா, ஒரு துறவி. அவரது கதை படமாக்கப்பட்டது. இந்தத் துறவியின் வாழ்க்கை நியதிகளைத்தான் அண்ணல் மகாத்மா காந்தி பிற்காலத்தில் பின்பற்றினார் என்று ஒரு பேச்சு உண்டு.

படம் வெற்றியடைந்தது.

இவரை அடுத்து, இயக்குனர் சந்துலால் ஷாவின் 'குணசுந்தரி' படம் 1927 முதல்தடவையும், 1934ஆம் ஆண்டு இரண்டாம்முறையும், 1948ஆம் ஆண்டு மூன்றாம் முறையும் தயாரிக்கப்பட்டு வெளியாகி, மூன்று முறையும் வெற்றி பெற்றது. மூன்றாம் முறை வெளியான 'குணசுந்தரி'யில் அறிமுகமான நடிகை நிருபா ராய், பிற்காலத்தில் இந்திப்பட உலகில் எல்லா ஹீரோக்களுக்கும் 'அம்மா' கேரக்டரில் நடித்துப் புகழ் பெற்றவராக விளங்கினார். (பிற்காலத்தில் குஜராத்திய குணசுந்தரி தெலுங்கில் தயாரிக்கப்பட்டு அங்கிருந்து தமிழுக்கும் ஒரு நடை வந்துவிட்டுப்போனது – 1954, ஜெமினி, சாவித்திரி, நாகிரெட்டி, விஜயா புரொடக்ஷன்ஸ்)

1935ம் ஆண்டு, 'கர் ஜமாய்' (வீட்டு மாப்பிள்ளை) என்ற நகைச்சுவைப் படம் வெளியாகி, மாப்பிள்ளைகள் படும் அவஸ்தைகளைச் சொல்லி, நன்றாக ஓடிற்று.

அதன்பிறகு, வரிசையாக படங்கள் வெளியாகின. சதுர்புஜ் தோஷி (காரியவார்), ராமசந்திர தாகூர்(வாதிலோனா வான்கே), ரதிபாய் புனாதூர்(கடானோ பெல்), வல்லப் சோக்சி (லீலூடீ தர்த்தி) போன்ற பண்பட்ட இயக்குனர்களின் கைவரிசையில் படங்கள் நல்ல வெற்றி அடைந்தன.

1976ஆம் ஆண்டு, கிரிஷ் மனுகந்த் இயக்கத்தில் வெளியான 'சோன்பைனி சுந்தாதி' என்ற படம்தான் குஜராத்தியின் முதல் சினிமாஸ்கோப் படம்.

1980ஆம் ஆண்டு, கேதன் மெஹ்தா இயக்கிய, 'பாவ்னி பவாய்' படம் குஜராத்திப் படஉலகுக்கு தேசிய விருது பெற்றுத்தந்தது.

ஆனால் கடந்த 78 ஆண்டுகளாக இயங்கினாலும், குஜராத்தி படஉலகம் தனக்கென ஒரு தனிப்பாதையை இந்தியப்பட உலகில் அமைத்துக்கொள்ளவில்லை. அமைத்துக் கொள்ள அதனால் முடியவில்லை. அதற்கு முக்கிய காரணம், பாலிவுட். ஆலமரத்துக்குக் கீழே இருக்கிற எதுவும் வளராது என்பதுபோல, குஜராத்தி படஉலகை வளரவிடாமல் செய்துவிட்ட விஷயத்தில் பெரும் பங்கு இந்திப்பட உலகுக்கு உண்டு.

ஏனெனில், இந்திப்பட உலகில் இருக்கும் பெரும்பாலான திரைப்பட வல்லுநர்கள், குஜராஜ் மாநிலத்தைச் சேர்ந்தவர்களே.

துறவி படம் 'நர்ஸிங் மேத்தா'

காமெடி படம் 'கர் ஜமாய்'

பழம்பெரும் தலைகளில் அனுபமா, உபேந்திரா திரிவேதி, திலீப் படேல், கிரிஜா மேத்தா, ரேனுகா சகானே, பர்வீன் பாபி, சஞ்சீவ் குமார், ஆஷா பாரேக், மன்மோகன் சிங் போன்றோரையும், புதிய தலைமுறையில் சஞ்சய்லீலா பன்சாலி, கல்யாண்ஜி ஆனந்த்ஜி, மல்லிகா சாராபாய், நிருபா ராய், ஆயிஷா தாகியா போன்றோரையும் சொல்லலாம்.

இவ்வளவு பேரை இந்திப்பட உலகுக்குத் தாரை வார்த்துக் கொடுத்துவிட்டு, தான் உருப்படியாக புஷ்டியாக வளர முடியாமல் அன்றிலிருந்து இன்றுவரை குஜராத்தியப் படஉலகம், குழந்தைபோல மலங்க மலங்க முழித்துக்கொண்டு நிற்கிறது.

பெரும்பாலான குஜராத்திப் படங்கள் ஓடுவதில்லை. எல்லா படங்களும் ஏறக்குறைய ஃபிளாப்தான். தியேட்டர்களுக்கு ஜனங்கள் வருவதில்லை. வந்தாலும், இந்திப் படங்கள் பார்க்கத் தான்.

பிரச்னை என்னவென்றால், எந்தக் குஜராத்திகாரர்களும் அதற்காக கவலைப்படவோ அலட்டிக்கொள்ளவோ இல்லை என்பதுதான். யாரும் அங்கே கொடி பிடித்து, குஜராத்திப் பட உலகை வாழவைக்கப் போராடுவதில்லை.

சூப்பர் ஹிட் 'மாரே ஹீரா நாதி காஸ்வா'

'பிறவிக் கலைஞன்' சஞ்சீவ்குமார்

ஒரு குஜராத்தி லோ பட்ஜெட் படம் தயாரிக்க ஆகிற செலவு பத்து லட்சம்தான். ஒரு சுமாரான படம் தயாரிக்க 25 லட்சம்தான் ஆகிறது. இதில் கிட்டத்தட்ட 5 லட்சம் அரசாங்கம் தரும் மானியம் மற்றும் 5 லட்சம் டிவி, சாட்டிலைட் உரிமங்களில் இருந்து வந்துவிடுகிறது. பிறகு, ஆடியோ வீடியோ உரிமங்களும் உண்டு. மேலும், போஸ்ட் புரொடக்‌ஷன் உட்பட குஜராத்திப் படங்கள் தயாரிக்க அதிகபட்சம் ஒருமாதம்தான் ஆகிறது. ஆகையால், ஒரு குஜராத்திப் படம் தயாரித்தால், பெரிதாக கையைக் கடித்துவிடுவதில்லை. ஆனால், யாருக்கும் மிகப்பெரிய ஆர்வமில்லை.

அதற்கு இன்னொரு காரணம், தொலைக்காட்சி வகையறாக்களில் குஜராத் சக்கைபோடு போட்டு, திரைப்பட உலகத்தை 'டம்மி பீஸ்' ஆக்கி விட்டதுதான்.

மேலும், காசுக்கு ஆசைப்பட்டு, குறைந்தபட்ச முதலீட்டில் அவசர அடி அடிக்கப்படும் படங்கள், குஜராத்திப் படஉலகின் தரத்தைக் கெடுத்துவைக்கின்றன.

கொஞ்சகாலமாக, தொழில் கண்ணோட்டத்துடன் இரண்டு மொழி நாயகர்களை வைத்து எடுக்கப்படும் படங்களின் எண்ணிக்கை அதிகரித்து உள்ளது.

குஜராத்தியில் கடைசியாக வந்த சூப்பர் டூப்பர் ஹிட் படம் 'தேஸ் ரே ஜோயோ, தாதா பர்தேஸ் ஜோயோ'. இது வெளியான ஆண்டு, 1998. வெறும் முப்பது லட்சம் பட்ஜெட்டில் எடுக்கப்பட்ட படம், இரண்டு கோடி வசூலை அள்ளிக் குவித்தது.

சமீபகாலத்தில் ஹிட் ஆன இன்னொரு குஜராத்திப் படம், 'மாரே ஹீரா நாதி காஸ்வா' ('நான் இதுக்குமேல வைரத்தை பாலீஷ் பண்ணமாட்டேன்') சூரத்தில் வைர வியாபாரம் செய்யும் அதுல் படேல் என்பவர், வைரத் தொழில் சம்பந்தப்பட்ட பிரச்னைகளை வைத்து எடுத்த படம் இது.

திரைகடல் கடந்து வெளிநாட்டில் திரையிடப்பட்ட முதல் குஜராத்தி திரைப்படம் என்று பெருமை பெற்ற இந்தப் படத்தின் கதையை சுருக்கென்று ஒரு சுவாரஸ்யத்துக்காகப் பார்ப்போம்.

கர்ஷன் என்ற கிராமத்துவாசி ஒருவன், பட்டணத்துக்கு வந்து வேலைசெய்து பணம் சம்பாதித்து கிராமத்தில் உள்ள கடன்களை அடைத்துவிடும் நப்பாசையுடன் சூரத் நகருக்கு வருகிறான்.

'மச்சான்ஸ் புகழ்' நமீதா

அவனுக்கு வைரம் பாலீஷ் செய்யும் வேலை கிடைக்கிறது. மிகக் கஷ்டமான வேலை. வைரத் தொழிலும் நசிந்துவருகிறது. பல கஷ்டங்கள் அனுபவிக்கிறான். அவனுடன் இருப்பவர்கள் பிரச்னைகளின் தீவிரம் தாங்காமல் தற்கொலை செய்து கொள்கிறார்கள். கடைசியில் இருப்பதையும் இழந்து, 'சீச்சீ இந்த பட்டணம் புளிக்கும்' சிந்தாந்தத்துடன் கிராமத்துக்கே போய் விடுகிறான். (அட... நம்ம 'பட்டினப் பிரவேசம்!).

80 வருடங்களுக்குப் பிறகும் குஜராத் சினிமா உலகத்துக்கு இப்படித்தான் இன்னும் பால்பற்கள் வளர்ந்துகொண்டு இருக்க, அரசாங்கம், நூறு சதவிகித கேளிக்கை வரிவிலக்கு அளித்துப் பார்த்தும், குஜராத் படஉலகம் இன்னும் காற்றாடுகிறது. தள்ளாடுகிறது. தத்தளிக்கிறது. தடுமாறுகிறது.

நமீதா போன்ற தளதளவென தளும்பும் குஜராத்தி தங்கக் குடங்கள், 'மச்சான்ஸ்' என்று பிஞ்சுத் தமிழ் பேசிக்கொண்டு ஒரே ஓட்டமாக இங்கே ஓடிவந்து செட்டில் ஆகிவிட்டதில் ஆச்சரியம் ஏதுமில்லை.

குஜராத் திரைப்படத்தைப் பற்றி மேலும் பேச விஷயம் இல்லாததால், நமீதா பற்றியாவது சொல்லி ஓரிரு விஷயங்கள் பேசி ஆறுதலடைவோம். நமீதா, 1998ஆம் ஆண்டு, தன்னுடைய 17வது வயதில், மிஸ் சூரத் பட்டம் பெற்றவர். நமீதா என்ற தன் பெயரை, 'பைரவி' என்று சினிமாவுக்காக மாற்றியவர், பிறகு என்ன நினைத்தாரோ, நமீதா என்றே இருந்துவிட்டார்.

☒☒☒

PUNJWOOD
பஞ்சாப் திரைப்பட உலகம்

பஞ்சாப் படஉலகம், இரண்டுவிதமாக பிரிக்கப்படுகிறது இந்தியன் பஞ்சாபி, பாகிஸ்தான் பஞ்சாபி.

பஞ்சாப் படஉலகின் முதல்படம், இந்திய-பாகிஸ்தான் பிரிவினைக்கு முன், லாகூர் இந்தியாவுடன் இருந்தபோது ரிலீஸாயிற்று.

இப்போது இந்திய பஞ்சாபி படஉலகம், 'பஞ்ச்வுட்' ஆகிவிட்டது.

பாகிஸ்தான் படஉலகம், லாகூரில் இருப்பதால், 'லாலிவுட்' ஆகிவிட்டது.

இந்த கட்டுரையில் நாம் 'Pollywood' பற்றி மட்டும் பார்ப்போம்.

பஞ்சாபிப் படங்களுக்கு, 'Punjwood' என்றும் ஒரு பெயர் வைக்கப்பட்டு இருந்தது. பிறகு, அது, உருதுமொழிப் படங்களுக்கு விட்டுக் கொடுக்கப்பட்டது. 2009 வரை பஞ்ச்வுட் கிட்டத் தட்ட ஆயிரம் படங்களைத் தயாரித்து உள்ளது.

பஞ்ச்வுட்டின் முதல் படம், 'பின்ட் டி குடி'. (1936) இது, 'ஷெய்லா' என்றும் அழைக்கப்பட்டது.

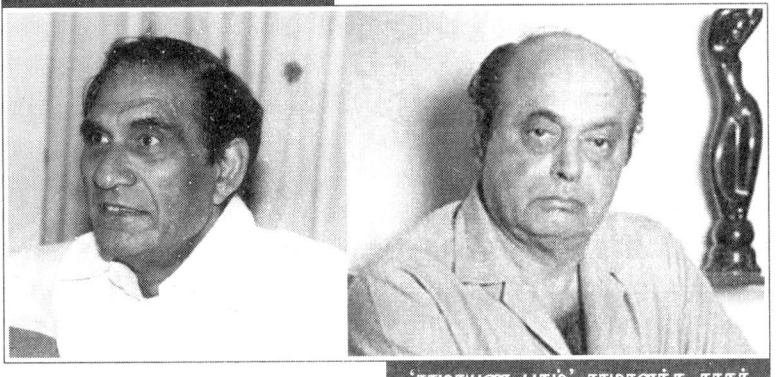

தயாரிப்பாளர் பி.ஆர்.சோப்ரா

'ராமாயண புகழ்' ராமானந்த சாகர்

இதன் இயக்குனர், கே.டி.மெஹ்ரா. இந்தப் படம் கல்கத்தாவில் தயாரிக்கப்பட்டு, லாகூரில் வெளியானது. பேபி நூர்ஜஹான் என்ற பாடகி கதாநாயகியாக நடித்தார். படம் நல்ல ஹிட் ஆனது. இதன் வெற்றியைத் தொடர்ந்து, கே.டி.மெஹ்ரா தயாரித்த அடுத்த படமான 'ஹீர் சியல்' படமும் வெற்றி பெற்றது.

இந்த இரண்டு படங்களின் வெற்றியைத் தொடர்ந்து, பஞ்சாபிப் படங்கள் தயாரிக்கவும், இயக்கவும் நடிக்கவும் புது ஆர்வம் கரைபுரண்டோடி, நிறைய பேர் படம் தயாரிக்க ஆரம்பித்தார்கள். ஷாந்தா ஆப்தே, மோதிலால், ஹீராலால், சந்திரமோகன், கிருஷ்ணகுமார் போன்றவர்கள் ஆர்வமாக படம் எடுக்க முன்வந்தனர்.

பி.ஆர்.சோப்ரா, ராமானந்த சாகர் போன்ற பிற்காலத்தில் பாலிவுட் படங்களுக்கு பெரும் அஸ்திவாரங்களாக விளங்கியவர்களும் இதில் அடங்குவர்.

பி.ஆர்.சோப்ராவும், ராமானந்த சாகரும் அப்போது லாகூரில் பத்திரிகைக்காரர்களாக இருந்தனர். பி.ஆர்.சோப்ரா, சினி ஹெரால்டு என்ற பத்திரிகை நடத்திவந்தார். ராமானந்த சாகர், 'ஈவினிங் நியூஸ்' பத்திரிகையில் வேலை செய்துவந்தார்.

1947ல் வந்த இந்திய-பாகிஸ்தான் பிரிவினை, பல கோடி பேரின் தலைவிதியைப் புரட்டிப்போட்டது.

இந்தியா இரண்டு துண்டானது. இந்தியா-பாகிஸ்தான்.

பஞ்சாப் மாகாணமும் இரண்டு துண்டானது.

மேற்குப் பஞ்சாப், பாகிஸ்தான் ஆனது.

கிழக்குப் பஞ்சாப், இப்போதைய பஞ்சாப் ஆனது.

பஞ்சாப் திரைப்பட உலகத்துக்கு இது மரண அடி கொடுத்தது. ஏனெனில், அப்போதைய பஞ்சாப் திரைப்பட உலகத்தில் பெரும்பாலான முஸ்லிம்கள் இடம் பெற்றிருந்தனர். பெரிய பெரிய நடிகர்கள், இயக்குனர்கள், நடிகைகள் அனைவரும் பாகிஸ்தானுக்குக் குடிபெயர வேண்டிய நிர்ப்பந்தத்துக்கு ஆளாயினர். அவர்களோடு சேர்ந்து மதிப்பிடமுடியாத பெரிய பெரிய திறமைகளும் பாகிஸ்தானுக்குப் போய்விட்டது. பெரும்பான்மை சீக்கியர்களும் ஹிந்துக்களும், பிழைப்பு தேடி பம்பாய் படஉலகுக்கு குடிபெயர்ந்தனர்.

1950களில் பஞ்சாபி படஉலகம் நிலைகொள்ள முடியாமல் தடுமாறியது. பல படங்கள் எடுக்கப்பட்டாலும், அந்த பழைய கெத்து, உயிர் இல்லாமல் இருந்தது. அதற்கு காரணம், பழைய படங்களில் இருந்த தேமதுரப் பாடல்களும், இசையும்தான். அந்த அளப்பரிய செல்வத்தை பாகிஸ்தானுக்குக் குடிபெயர்ந்த பஞ்சாப் முஸ்லிம்கள் தங்களோடு அள்ளிச் சென்றுவிட்டனர்.

பஞ்சாப் படஉலகம், பழைய படங்களைப் போன்ற மியூசிக் ஹிட் படங்களைத் தரமுடியாததால், கொஞ்சகாலம் நகைச்சுவைப் படங்களின் பக்கம் திரும்பியது. 'பாங்க்ரா' என்ற படம், 1958ல் வெளியாகி, நல்ல கலெக்ஷன் கொடுத்தது.

பிரிவினையின்போது தொலைந்துபோன பஞ்சாபி படங்களின் உயிர், மீண்டும் 1964ல்தான் திரும்பிவந்தது. 'சாட்லஜ் தே கன்டே' என்ற ரொமான்டிக் படம் பெரிய பட்ஜெட்டில் எடுக்கப்பட்டு வெளியாகி கன்னாபின்னா என்று ஓடியது. பல்ராஜ் சஹானி போன்ற பெரிய தல நடித்திருந்த படம் இது. படத்துக்கு தேசிய விருதும் கிடைத்தது.

1969ல் வெளியான, பிரிதிவி ராஜ்கபூர் நடித்த, 'நானக் நாம் ஜஹாஜ் ஹை' என்ற படம்தான், பஞ்சாப் படஉலகின் தலைவிதியை மாற்றி எழுதிய படமாகும். இந்தியாவிலும் வெளிநாடுகளிலும் இருந்த பஞ்சாபி சீக்கியர்களை உத்வேகம்

கொண்டு எழவைத்த படம். டிக்கெட் வாங்க ஜனங்கள் கிலோமீட்டர் கணக்கில் வரிசையில் நின்றனர்.

1970களிலிருந்து பஞ்ச்வுட் படஉலகம், தன் காரின் பிரேக்கிலிருந்து காலை எடுத்துவிட்டு, ஆக்ஸிலேட்டரை வேகமாக அழுத்திவிட்டது.

அப்போதைய மிகப் பிரபலமான ஹிந்திப்பட நடிகர்களும்கூட பஞ்சாபி படங்களில் நடிக்க மிகுந்த ஆர்வம் காட்டினார்கள். அமிதாப் பச்சன், தர்மேந்திரா, ஆஷாபாரேக், தாராசிங், பல்ராஜ் சஹானி, ராஜேந்திரகுமார், பெரோஸ் கான், ஆஷா சச்தேவ் போன்ற நடிகர் நடிகைகள் பட்டாளம் பஞ்சாப் படஉலகை மொய்த்தது.

நிறைய படங்கள் வெற்றியடைந்தன. குறிப்பிடத்தக்க சில படங்கள் வருமாறு – ச்சான் பர்தேஸ், மர்ஹி தா தீவா, கச்சேஹரி, மை மா பஞ்சாப் தீ, ஷாஹித் ஏ முஹப்பத், ஷாஹீத் உதாம் சிங், தேஸ் ஹோ யா பர்தேஸ் போன்ற படங்கள் சூப்பர் டூப்பர் ஹிட் ரகங்கள்.

'பால்ராஜ் சஹானி' திரைப்படக் காட்சி

ப்ரஸன்னா | 143

இந்திய சினிமா உலகத்தை ஆண்டுகொண்டு இருப்பவர் களில் கிட்டத்தட்ட 70 சதவிகிதத்தினர் பஞ்சாபியர்களே என்று ஒரு புள்ளிவிவரம் சொல்கிறது.(ராமானந்த் சாகர்கள், பி.ஆர்.சோப்ராக்கள், யஷ் சோப்ராக்கள், குல்ஜார்கள், ராஜ்கபூர்கள், தேவ்ஆனந்த்கள், கே.ஏ.அப்பாஸ்கள், டான்டன்கள்)

இன்னும் சில குறிப்பிடத்தக்கவர்களில் தர்மேந்திரா, ஜீதேந்திரா, சுனில்தத், ராஜேஷ்கன்னா, ராஜேந்திரகுமார், ஓம்புரி, அம்ரிஷ்பூரி, அனில்கபூர், போனிகபூர், அவர்களின் வாரிசுகள், ராஜ்கபூர் வம்சங்கள்... ஜூஹி சாவ்லா, ரவீனா டான்டன், ஹிர்த்திக் ரோஷன்... இவ்வளவு ஏன், அமிதாப்பின் அம்மா தேஜி பச்சன் ஒரு பஞ்சாபியரே.

இந்தியா-பாகிஸ்தான் உறவு நல்லபடி சுமுகமாக அமைந்தால், அதனால் பெரும்பயன் அடையப்போவது பஞ் ச்வுட் படஉலகமே என்று ஒரு கணிப்பும் உண்டு.

மற்ற படஉலகங்களில் இல்லாத, பஞ்சாப் படஉலகில் மட்டுமே உள்ள குறிப்பிடக்கூடிய ஓர் அம்சம், அங்கே உள்ள பாடகர்களே நடிகர்கள் ஆவதுதான்.

'செய்லா' திரைப்படக் காட்சி

வழக்கமாக, பாலிவுட் படங்களிலிருந்து கண்டெம் ஆகி, கழுத்தை பிடித்து வெளியே தள்ளி துரத்திவிடப்பட்ட கதாநாயகர்கள், நேரே மஞ்சப்பையுடன் பஸ்பிடித்து பஞ்சாப் படஉலகத்துக்குப் போய், பெரிய சூப்பர் ஸ்டார் ஆகிவிடுகிறார்கள் என்று பாலிவுட்காரர்கள் பஞ்சாப் நடிகர்களைக் கிண்டல் செய்வது உண்டு.

ஆனால், அதெல்லாம் பஞ்சாப் படஉலகில் 'மான்'கள் நுழைவதற்கு முன்பு.

பாலிவுட்டின் ஏகாதிபத்திய எகத்தாளத்தை மாற்றிக் காட்டிய பஞ்சாபி படம் , 'ஜீ ஆயன் நு'.

பிரபல பாடகர் ஹர்பஜன் மான் நடித்த இந்தப் படம், சக்கைப்போடு போட்டது. தியேட்டரில் யாரையும் சீட்டில் உட்கார விடாமல் எழுந்து ஆட்டம் போட வைத்தது. கலெக்ஷனில் பாலிவுட் படங்களை வாயிலும் வயிற்றிலும் அடித்துக்கொள்ள வைத்தது.

பஞ்ச்வுட் உலகத்தைத் தாறுமாறாக ஆட்டம் போடவைத்த இன்னொரு படம், குர்தாஸ் மான் நடித்த, 'வாரிஸ் ஷா– இஷ்க் தே வாரிஸ்'. 18ம் நூற்றாண்டில் வாழ்ந்த ஒரு சூஃபி கவிஞரைப் பற்றிய படம். இந்தப் படம் இந்திய அரசாங்கத்தால் அனுப்பப்பட்டு, நேரே ஹாலிவுட் சென்று ஆஸ்கார் விருதுகளின் கதவைத் தட்டு தட்டு என்று தட்டிவிட்டு, அவர்கள் பிடிவாதமாகத் திறக்க மறுத்ததால், 'போங்கடா நீங்களும் உங்க ஆஸ்காரும் தூ!' என்று துப்பிவிட்டுத் திரும்பி வந்த படம்.

குர்தாஸ் மான், ஹர்பஜன் மான், ரோஷன் பிரின்ஸ் போன்றவர்கள், நல்ல பாடகர்கள் மட்டுமல்ல, கட்டுமஸ்தான ஆண் அழகன்கள், 'பல்லே பல்லே' டான்ஸ் மன்னன்கள்.

இவர்களுக்குப் பிறகு, ஏறக்குறைய எல்லா பிரபலப் பாடகர்களும் க்யூ கட்டி நடிக்க ஓடி வந்துவிட்டார்கள். இப்பொழுது பஞ்சாபில் இருக்கும் எல்லா பெரிய சினிமா நடிகர்களும் பெரிய பாடகர்களே.

பஞ்சாப் படஉலகத் தயாரிப்பாளர்களும் பிரபலமான பாடகர்களைத் தேடிப்பிடித்து அவர்களை தங்கள் படங்களில் ஹீரோ ஆக்குவதில் முனைப்பாக இருக்கிறார்கள். உங்களுக்குப்

பிரமாதமாக பாடவரும் என்று நீங்கள் நிரூபித்துவிட்டால் போதும்... நீங்கள் 'பலே பலே' என்று பஞ்சாபில் முன்னணி நடிகராகிவிடலாம் என்ற நிலை.

அதற்கு அவர்கள் சொல்லும் காரணம், இளம் பாடகர்கள் ஏற்கனவே பாடி ஆடி பிரபலமாகிவிட்டார்கள். அவர்களுக்கென்று தனியாக இளம் ஆண் பெண்களின் கூட்டம் ஏற்கெனவே இருக்கிறது. அதனால், அவர்களை ஹீரோ ஆக்கிவிட்டால், அவர்கள் தங்களது ரசிகர்பட்டாளத்தை தியேட்டருக்குள் சுலபமாகக் கொண்டுவந்து, கல்லா நிறைத்து விடுகிறார்கள். படமும் ஹிட் ஆகிவிடுகிறது. (அட! இங்க யாராவது அதை பண்ணுங்கப்பா!)

அதுமட்டுமல்ல, ஏறக்குறைய எல்லா பாடகர்களும் வீடியோ ஆல்பம் தயாரித்துவிடுகிறார்கள். அதில் டான்ஸ் ஆடிஆடி அவர்களுக்கு நடிப்பும் சுலபமாக வந்துவிடுகிறது. கேமிரா பயம் கிடையாது. இது பல தயாரிப்பாளர்களுக்கு பழம் நழுவி பாலில் விழுந்தகதை.

தலேர் மெஹந்தி, மைக்கா, ஹன்ஸ்ராஜ் ஹன்ஸ் என்று பஞ்சாப் படஉலகம் இப்படி பிரபல பாடகர்கள் பின்னே விழுந்தடித்து ஓடுவதால், பாடத் தெரியாத புதுமுகங்கள் அங்கே படங்களில் நடிக்க பிரம்ம பிரயத்தனம் செய்யவேண்டிய நிலை உள்ளது.

ஆகவே, பஞ்ச்வுட்டைத் தாங்குவது, நடிகர்களாக மாறிய பஞ்சாப் மாநிலப் பாடகர்கள்தான். இவர்களை வைத்தே, வெளிநாடுகளில் பாலிவுட் படங்களைவிட, சில சமயம் பஞ் சாபி படங்கள் நல்ல கலெக்ஷன் பார்த்துவிடுவது உண்டு. உலகம் பூரா மூலைமுடுக்கெல்லாம் டாக்ஸி ஓட்டிக்கொண்டு பரவியிருக்கிற பஞ்சாபியர்களின் கைங்கரியம் இது.

பஞ்சாபின் குருத்துவாராக்களிலும் தர்மசாலைகளிலும் லோ பட்ஜெட்டில் எடுக்கப்பட்ட பஞ்சாபி படங்கள், உள்ளூர் தியேட்டர்களில் ஓடிக்கொண்டிருந்த காலம் மலைஏறி விட்டது. இப்போது ஹாலிவுட் தியேட்டர்களில் ஓடிக்கொண்டிருக்கிறது.

இப்பொழுதைய பஞ்சாபி படங்கள், பாகிஸ்தானியப் படங்களைவிட தரத்திலும் கதை அம்சங்களிலும் பிரமாதமாக

ஹர்பஜன் மான்

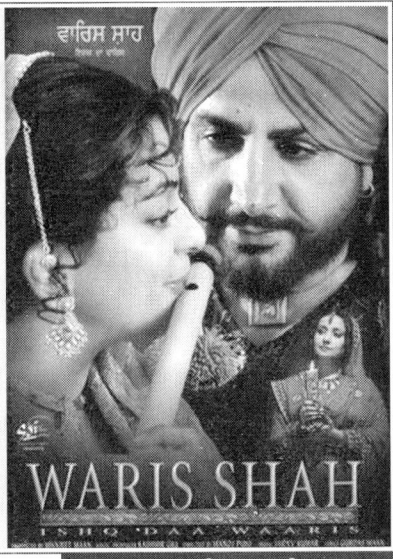

குர்தாஸ்மானின் 'வாரிஸ் ஷா'

இருப்பதால், தலைப்பாகை சீக்கியர்களுக்குத் தலைகொள்ளாத பெருமை.

முன்பெல்லாம் டர்பன் கட்டிய சர்தார்ஜி கேரக்டர்கள், பாலிவுட் படங்களில் காமெடி கேரக்டர்களுக்கு மட்டுமே பயன்படுத்தப்பட்டது. ஆனால், அக்ஷய்குமாரின், 'சிங் ஈஸ் கிங்', சையீப் அலிகானின், 'லவ் ஆஜ்கல்' போன்ற படங்கள், பாலிவுட்டிலும் ஹாலிவுட்டிலும் சிங்குகளுக்கு சீரியஸாக ஒரு தனிஇடம் பிடித்துத் தந்தது.

மேலும் பஞ்சாபியர்களின் 'டர்பன்' என்கிற அந்தத் தலைப்பாகை வெளிநாடுகளில் அவர்களுக்கு ஒரு பெரிய கவன ஈர்ப்பையும் மரியாதையையும் அந்தஸ்தையும் கொண்டு வந்துள்ளது.

கமல்கூட தசாவதாரத்தில் ஒரு பஞ்சாபி பாடகர் வேஷத்தில் நடித்துவிட்டார்.

சமீபத்தில் ஒரு டர்பன் கட்டிய பஞ்சாபி நடிகருக்கு ஒரு ஹாலிவுட் படத்தில் நடிக்கவும், டான்ஸ் ஆடி பாட்டுப் பாடவும் வாய்ப்பு வந்தது.

தில்ஜித் தோஷன்ஜி - கியாரா அத்வானி

கூடிய சீக்கிரம், ஹாலிவுட் நடிகர்கள் டாம் க்ரூஸும், பிராட் பிட்டும் தங்கள் படங்களில் தலையில் டர்பன் கட்டிக்கொண்டு, கையில் துப்பாக்கி தூக்கிக்கொண்டு, ஒரு மிஷன் இம்பாஸிபிள் 4ஆம் பாகத்திலோ, இன்க்ளோரியஸ் பாஸ்டர்ட்ஸ் அடுத்த பாகத்திலோ நடித்தால், ஆச்சரியப்படுவதற்கு ஏதுமில்லை.

பாலிவுட்டை சல்மான், ஷாருக், சையிஃப் போன்ற 'Khan'கள் கலக்கிக்கொண்டு இருந்தால், பஞ்ச்வுட்டை குர்தாஸ், ஹர்பஜன் போன்ற 'Mann'கள் கலக்கிக்கொண்டு இருக்கிறார்கள்.

கைகளை உயர்த்தி, தோள்களைக் குலுக்கி குஷியாக ஆட்டம் போட்டுக்கொண்டும், பாலிவுட்டின் மூக்கில் அவ்வப்போது கொடகொட ரத்தம் கொட்டுகிற அளவுக்கு 'நாக்அவுட் பஞ்ச்' கொடுத்துக்கொண்டும், இளமையாக, ஜாலியாக இருக்கிறது, பஞ்ச்வுட் (பலே! பலே!).

⊠⊠⊠

SOLLYWOOD
ஸிந்தி திரைப்பட உலகம்

இந்தியாவைப் பொருத்தவரை ஸாலிவுட் என்று செல்லமாக அழைக்கப்படும் ஸிந்தி திரைப்பட உலகம், ஒரு கைக்குழந்தை.

காரணம், 'பியார் கரே திஸ்' என்ற முதல் இந்திய ஸிந்தி திரைப்படமே 2007ஆம் ஆண்டுதான் வெளியாயிற்று.

சுமார் 25 வருடங்களுக்கு முன்னால், 1982ஆம் ஆண்டு மங்காராம் ஹர்வானி என்ற சிந்திக்காரர்,

ஸிந்தி படம் 'பியார் கரே திஸ்'

டென்மார்க் நாட்டில் பெரிய தொழிலதிபராக இருந்தார். அங்கே 700 கோடி பிசினஸ் அவரது.

அவர் விஎச்எஸ் கேஸட் பிரபலமாய் இருந்த அப்போதைய காலகட்டத்தில், ஒரு ஸிந்தி கலாசார இசை நிகழ்ச்சியை விஎச்எஸ் கேஸட்டில் பார்க்கிறார். அது அடுத்த 25 வருடங்களாக அவர் நினைவில் தங்கிவிடுகிறது. தன்னுடைய மக்களுக்கும், ஸிந்தி கலாசாரத்துக்கும் ஏதாவது செய்துவிடவேண்டும் என்ற அவா அவருக்குள் ஊறிப்போய் கிடக்கிறது.

ஒரு காலகட்டத்தில் அந்த அவா, வெடித்து வெளிக்கிளம்பி, முதல் இந்திய ஸிந்தி திரைப்படமாக உருவெடுத்தது.

தன் மக்களின் கலாசாரமும் மொழியும் அழியாமல் பாதுகாக்க ஒரு கோடி ரூபாய் பட்ஜெட்டில் முதல் படம் தயாரித்தார் அந்த 62 வயதான மங்காராம் ஹர்வானி. (படத்தின் இயக்குனர் கமல் நதானி). அந்தப் படம்தான் 'பியார் கரே திஸ்!'

வசூல் பற்றியெல்லாம் கவலையே கிடையாது. 'என் மொழி, என் மக்களுக்காக இது... என்னால் முடிந்தது' என்ற பெருமிதம் அவர் மனதை நிறைத்துவிடுகிறது.

இந்திய ஸிந்தி திரைப்பட உலகம்போல், பாகிஸ்தானிய ஸிந்தி திரைப்பட உலகம் என்றும் ஒன்று உண்டு. அது, 1952 முதல் இயங்கிவருகிறது.

ஸிந்தியர்களின் தாய்நாடு ஸிந்து மாகாணம். அது, 1947க்குமுன், இந்தியாவிலும், பிரிவினைக்குப்பின் பாகிஸ்தானுக்கும் போய்விட்டது. அதனால், இருதலைக்கொள்ளி எறும்பான ஸிந்தியர்கள், இங்கும் அங்கும் அலைக்கழிக்கப்பட்டு தனியான ஒரு மாநிலம் கிடைக்காமல் உலகம் பூராவும் பரவினார்கள்.

நிற்க ஒரு நிலையான மாகாணம் இல்லாமல், இந்தியாவிலும் பாகிஸ்தானிலும் மாறிமாறி கால்வைத்து அவர்கள் படங்கள் தயாரித்து வெளியிட்டாலும்கூட, எழுதப்படாத சாசனமாக, ஸிந்தி திரைப்பட உலகம், கராச்சியை தலைமையகமாகக் கொண்டு பாகிஸ்தானில்தான் கொஞ்சகாலம் செயல்பட்டு வந்தது.

'ஸிந்தி மொழி காத்த' மங்காராம் ஹர்வானி

பாகிஸ்தானிய ஸிந்தி மொழியின் முதல் திரைப்படம், 'உமர் மார்வி' பாகிஸ்தானில் இருந்துதான் வெளியாயிற்று. (மார்ச் 12, 1956ம் ஆண்டு). படத்தின் தயாரிப்பாளரான பஸ்லானியே படத்தின் கதாநாயகனும்கூட. இயக்குனர் ஷேக் ஹசன்.

1958ஆம் ஆண்டு வெளியான 'அபானா' திரைப்படம், நாட்டு பிரிவினையால் ஸிந்தி சமுதாயத்துக்கு ஏற்பட்ட அவலங்களை உரக்கச் சொல்லி புகழ்பெற்றது.

அதன்பிறகு வந்த பெரும்பாலான ஸிந்திப் படங்கள் பாகிஸ்தானிலேயே தயாரிக்கப்பட்டு வெளியாயின. சொற்ப படங்கள், இந்தியாவில்.

பாகிஸ்தானில் தயாரிக்கப்படும் படங்கள் ஸிந்திப் படங்கள் என்றும், இந்தியாவில் தயாரிக்கப்படும் படங்கள், ஸாலிவுட் படங்கள் என்றும் அழைக்கப்படுகின்றன. (உலகநாடுகளிடையே, சவுத் ஆப்ரிக்க நாட்டின் திரைப்பட உலகமும் 'ஸாலிவுட்' என்றுதான் செல்லமாக அழைக்கப்படுகிறது.)

ஸிந்தி மொழி, இந்திய மொழிகளில் ஒன்றாக அங்கீகரிக்கப் பட்டிருக்கிறது. இந்திய மக்கள் ஜனத்தொகையில் 0.25 சதவிகிதம் ஸிந்தி பேசுகிற மக்கள் இருக்கிறார்கள். இது ஒரு கணிசமான தொகைதான். இருந்தாலும் அவர்களுக்கென்று ஒரு

தனிப்பிரதேசமோ, மாகாணமோ, நாடோ கிடையாது. அவர்கள் காலவெள்ளத்தில் அடித்துச் செல்லப்பட்டு உருத் தெரியாமல் போய்விடக்கூடிய அபாயகட்டத்தில் இருக்கிறார்கள்.

இதற்கிடையில், ஒரு திரைப்பட உலகத்தை நிர்மாணிப்பது அவர்களுக்கு சுலபமான காரியம் அல்ல.

இருந்தாலும் அவர்கள் 2007க்குப்பின், அடுத்த மூன்று வருட காலகட்டத்தில் கிட்டத்தட்ட 30 படங்களுக்குமேல் தயாரித்து இருக்கிறார்கள் என்பது பெரிய விஷயம்தான்.

தங்கம், வைரம் தொழிலில் புரளும் ஸிந்தி மக்கள் உலகம் முழுக்க பரவி இருப்பது, அவர்களுக்கு இந்த சாதனையை சுலபமாக சாத்தியமாக்கியது. ஆஸ்திரேலியாவிலிருந்து அமெரிக்கா, துபாயிலிருந்து டென்மார்க் என்று அவர்கள் எல்லைகள் பரந்து விரிந்து கிடக்கின்றன.

இந்தியாவில் கணிசமான ஸிந்தி பேசும் ஜனங்கள் இருந்தும், ஒரு மாநிலமும் அவர்களுக்கென்று இல்லாதபோது, எந்த மாநிலத்திடம்போய் சலுகைகள் கேட்பது? ஆகவே, ஸிந்திக்காரர்கள் சொந்தப்பணம் போட்டுதான் படம் எடுக்கிறார்கள்.

ஸிந்திப்படக் கலைஞர்கள் இந்திப் பட உலகில் பெரும்பாலான அளவுகளில் கொட்டிக்கிடக்கிறார்கள். ‘டிப்ஸ்’ கேஸட்ஸ் போன்ற பெரிய பெரிய கம்பெனிகளின் தலைகளாகவும், மூளைகளாகவும் அவர்கள் இருக்கிறார்கள். ஸிந்தி தயாரிப்பாளர்கள், இயக்குனர்கள், நடிகர் நடிகைகளுக்கும் பஞ்சம் கிடையாது. பபிதா, கோவிந்த் நிஹலானி, ராஜ்குமார் ஹிரானி (3 இடியட்ஸ் பட இயக்குனர்), ரமேஷ் சிப்பி, ப்ரீத்தி ஜான்ஜியானி போன்றவர்கள் குறிப்பிடத்தக்க லிஸ்ட்டில் இருக்கிறார்கள்.

ஆனாலும் அவர்கள் குறைந்த பட்ஜெட்டில்தான் படம் எடுக்கிறார்கள். காரணம், அவர்கள் ஜனத்தொகை குறைவு என்பதால். ஒரு படத்துக்கு 20 லட்சம் பட்ஜெட் போதுமானது. அது, அமெரிக்காவில் அவர்களுக்கு சுலபமாக 50 லட்சம் வசூலித்துத் தருகிறது. ஒரு படத்தில் வரும் லாபத்தை மட்டும் தனியே எடுத்துப்போட்டு அடுத்த பணம் பண்ணுகிற ஒரே

'அபனா' திரைப்படக் காட்சி

திரைப்பட உலகம், அநேகமாக ஸிந்தி திரைப்பட உலகமாகத்தான் இருக்கமுடியும்.

மற்ற மொழியினரைப்போல் திரைப்படம் எடுத்து பணம் சம்பாதிப்பது, ஸிந்தி திரைப்பட ஜாம்பவான்களின் லட்சியம் அல்ல. பணம், அது அவர்களிடம் நிறையவே கொட்டிக்கிடக்கிறது. அவர்களுக்குத் தேவை, தங்களது மொழியை, தங்களது கலாசாரத்தைப் பரப்ப ஒரு மீடியா. சினிமாவைவிட அதை துல்லியமாகச் செய்யக்கூடிய வேறு சாதனம் உலகத்தில் ஏது?

எதையாவது எதிர்பார்த்து ஒரு காரியம் செய்தால் அந்தக் காரியம் வெற்றியடைவது கிடையாது. எதையும் எதிர்பார்க்காமல் செய்தால், வெற்றியடைவது உறுதி என்பது ஸிந்தி திரைப்பட உலகம், மற்ற திரைப்பட உலகங்களுக்குக் கற்றுத்தரும் பாடம்.

☒☒☒

ChHOLLYWOOD

சத்தீஸ்கர்கி திரைப்பட உலகம்

பத்திரிகைகளில் வருவதுபோல் சட்டீஸ்கர்க் அல்ல– சத்தீஸ்கர்க்! இந்தியில் சத்தீஸ் என்றால் 36 என்று அர்த்தம். கர்க் என்றால், கோட்டை. 36 கோட்டைகள் கொண்ட மாநிலம், சத்தீஸ்கர்க் மாநிலம். (36 கோட்டைகள் என்னென்ன என்பதற்கு நீங்கள் வரலாற்றுப் புத்தகங்களைப் பார்க்கலாம்.)

மத்தியப் பிரதேசத்திலிருந்து பிரித்து, நவம்பர் 11, 2000ஆம் ஆண்டு உருவாக்கப்பட்டதுதான் சத்தீஸ்கர் மாநிலம். ராய்ப்பூர் தலைநகரம். இந்தியாவின் பத்தாவது பெரிய தலைநகரம்.

சத்தீஸ்கர்க் திரைப்பட உலகம், 'ச்ஹோலிவுட்' என்று கஷ்டமான ஆங்கில வார்த்தைகளைக்கொண்டு, செல்லமாக அழைக்கப்படுகிறது.

ச்ஹோலிவுட் திரைப்பட உலகம், 1965ம் ஆண்டு, 'கஹி தேபே சந்தேஷ்' என்ற படத்தின் மூலம், தன் கணக்கை ஆரம்பித்தது. இந்திப் படங்களைப் பார்த்துக்கொண்டு இருந்த சத்தீஸ்கர்க் மொழி பேசும் மக்களுக்கு, பலத்த ஆச்சரியம், சந்தோஷம்.

அப்போதைய பிரதமர் திருமதி இந்திராகாந்திகூட இந்தப் படத்தைக் கொஞ்சம் ஆர்வமாகப்

'மோர் சாய்யான் புயின்ஹா' சூப்பர்ஹிட் படம்

பார்த்ததாக தகவல். ஆனால், ஏனோ தெரியவில்லை, சத்தீஸ்கர்க் மொழியில் வெளியான முதல் படம், படுதோல்வி.

1971ல் வெளியான இரண்டாவது ச்ஹோலிவுட் திரைப்படமான 'கர் த்வார்' படமும் படுதோல்வி.

நம்பிக்கை இழந்த ச்ஹோலிவுட் திரைப்பட உலகம், 'இந்த ஆட்டத்துக்கு நா வரல... அம்பேல்' என்று தன் இரு கைகளையும் தூக்கி, சரண்டராகி, அத்துடன் தன் ஆட்டத்தை நிறுத்திக்கொண்டது. மேலும், படங்கள் எதுவும் தயாரிக்கவில்லை... கிட்டத்தட்ட 25 வருடங்களாக!

அதன்பிறகு, அக்டோபர் 27, 2000ஆம் ஆண்டு வெளியானது, 'மோர் சாய்யான் புயின்ஹா' (என் நிழலும் பூமியும்) என்ற படம். அதன் இயக்குநர் சதீஷ் ஜெயின். கிய்யான் பிய்யான் போன்ற தலைப்பைக் கொண்ட இந்தப் படம், ச்ஹோலிவுட் திரைப்பட வரலாற்றின் தலையெழுத்தை மாற்றி எழுதியது.

இந்தப் படத்தின் வெற்றி ஒரு சுவாரஸ்யமான கதை...

சத்தீஸ்கரில் பிறந்த சதீஷ் ஜெயின், தன் வயிற்றுப் பிழைப்புக்காக மும்பை சினிமா திரைஉலகத்தில் நுழைந்து சுமாரான பல பாலிவுட் படங்களில் திரைக்கதை ஆசிரியராகப் பணியாற்றினார். ஆனால், பெரிய அளவில் அங்கே குப்பை கொட்ட முடியவில்லை அவரால்.

'சாதனை இயக்குனர்' சதீஷ் ஜெயின்

பாலிவுட் நடிகர் கோவிந்தாவிடம் பலகாலம் அலைந்து திரிந்து நொந்து, கடைசியில் ஒரு கதையைச் சொல்லி அந்தப் படத்தை இயக்கும் வாய்ப்பை கஷ்டப்பட்டு பெற்றார்.

ஆனால், படம் ஆரம்பிக்கும் சமயம், திடீரென்று கோவிந்தாவுக்கு சதீஷ் ஜெயின்மீது நம்பிக்கை போய்விட்டது. கதையை மட்டும் வைத்துக்கொண்டு, சதீஷைத் துரத்திவிட்டார்.

மனம் உடைந்துபோன சதீஷ் ஜெயின், இனிமேல் பாலிவுட் படங்களில் பணியாற்றமாட்டேன் என்று உறுதிபூண்டு ராய்ப்பூர் திரும்பினார். வறுமை, மனச்சோர்வு, துக்கம், தோல்வி, குடும்பத்தினரின் திட்டு, உறவினர்களின் கேலிப்பேச்சு அனைத்தும் அவரை ஒருசேர வாட்டியது.

இருந்தும், சினிமா மோகம் யாரை விட்டது? தன் முயற்சியில் சற்றும் மனம் தளராத சதீஷ் ஜெயின், தானே முயற்சி செய்து ஒரு ச்ஹோலிவுட் படம் எடுப்பது என்று முடிவு செய்தார்.

2000ம் ஆண்டுவரை இரண்டே இரண்டு ச்ஹோலிவுட் படங்கள்தான் எடுக்கப்பட்டு இருந்தன. அதுவும், படுதோல்வி. இவருடைய இந்திப்பட முயற்சிகளும் மும்பையில் ஏற்கெனவே படுதோல்வி.

அதனால், அனைவரும் இவரைத் தூற்றினார்கள். 'உருப்படமாட்டே, ஜெயிக்கப்போறதில்ல, விளங்காதவனே' போன்ற நற்சான்றிதழ்கள்...

படத்துக்குப் பணம் வேறு கிடைக்கவில்லை. தன் தீராத பிடிவாதத்தாலும் தன்னம்பிக்கையாலும், சதீஷ் தன்னுடைய குடும்ப நிலத்தை விற்றார். அவருடைய மைத்துனருடைய நிலம் ஒன்று இருந்தது. அதையும் அடகு வைத்தார். நண்பர்களிடம் கை ஏந்தினார். அப்போதும் படம் தயாரிக்கும் அளவு பணம் தேறவில்லை. தன் கிராமத்தில் ஒவ்வொரு வீட்டின் கதவையும் தட்டி ஏறக்குறைய பிச்சை எடுக்காத குறையாக பணம் சேர்த்தார். அப்படியும் பணம் பற்றாக்குறை இருந்தது. வேறு வழியின்றி, பட்ஜெட்டைக் குறைக்க, படத்தின் கதையில் பாதியை வெட்டி வீசிவிட்டார். படத்தில் நடித்த யாருக்கும் சம்பளம் தரவில்லை. படம் ஒருவழியாக தயாரானது.

அப்போதும் சோதனைகள் தொடர்ந்தன. விநியோகஸ்தர்கள் பிடிவாதமாக படத்தை வாங்க மறுத்தனர். எத்தனையோ விநியோகிஸ்தர்களின் காலில் கூசாமல் விழுந்து கெஞ்சிப் பார்த்தார் சதீஷ். ஒருவர்கூட மனம் கசியவில்லை.

ஒரு காலகட்டத்தில் வீறுகொண்டு எழுந்த சதீஷ் ஜெயினின் குடும்பத்தினர், 'எத்தனையோ செய்துட்டோம், இதைச் செய்ய மாட்டோமா?' என்று முடிவுசெய்து, தாங்களே கஷ்டப்பட்டு படத்தை சொந்தக் காசு போட்டு விநியோகிப்பது என்று முடிவு செய்தனர்.

அதன்பிறகு, நடந்தது எல்லாம் அதிசயம்தான்.

மூன்று பிரிண்டுகளுடன் வெளியாகி ஓட ஆரம்பித்த படம்... ஓடியது... ஓடியது... ஓடிக்கொண்டே இருந்தது... நூறு நாட்கள் ஓடி அப்பவும் படம் ஓட்டத்தை நிறுத்தவில்லை. மூன்று பிரிண்டுகள் 12 பிரிண்டுகள் ஆயின.

நம்முடைய கல்விமுறை இன்றைய காலகட்டத்துக்கு எந்த விதத்தில் கையாலாகாததாக இருக்கிறது என்ற சீரிய சிந்தனையைச் சொல்லியிருந்த இந்தப் படம், பிய்த்துக்கொண்டு ஓடியது. சில தியேட்டர்களில் 5 காட்சிகள் ஓடியது. சில தியேட்டர்களில் 7 நாட்கள் தொடர்ந்து 24 மணிநேரம் இந்தப் படம் திரையிடப்பட்டது. ராய்ப்பூர், துர்க், பிலாஸ்பூர் என எங்கெங்கு பார்த்தாலும் வெற்றி. ஊரெல்லாம் இதே பேச்சு.

படத்தின் செலவு 15 லட்சம். படத்தின் வருமானம், 2 கோடி! சில ஊர்களில் எல்லா தியேட்டர்களிலும் இந்த

ஒரே ஒரு படம் மட்டும் ஓடியது. *27 வாரங்கள் தொடர்ந்து ஹவுஸ்புல் காட்சிகளாக!*

அந்தக் காலகட்டத்தில் வெளியான மொஹப்பதேன், மிஷன் காஷ்மீர் ஆகிய இரண்டு பாலிவுட் படங்கள், இதனிடம் அடிவாங்கி, உடனே துண்டைக் காணோம் துணியைக் காணோம் என்று தியேட்டரைக் காலிசெய்து ஓடின.

இந்தப் படம் ஓடியதால், பஸ்ஸில் ஜனங்கள் நூற்றுக்கணக்கில் தியேட்டர்களுக்கு வந்து, அதனால் மாநிலப் போக்குவரத்துக் கழகத்துக்கு அந்த வருடம் லாபம் வந்ததாகச் சொல்கிறார்கள் என்றால் பார்த்துக்கொள்ளுங்களேன்!

பஸ்ஸில் வரமுடியாத கிராமத்து ஜனங்கள் டிராக்டர்களிலும், மாட்டுவண்டிகளிலும் திரையரங்குக்கு வந்தார்கள். டிராக்டர்களுக்கும் மாட்டுவண்டிகளுக்கும் தியேட்டரில் தனியாக பார்க்கிங் சார்ஜ் வாங்கினார்கள் என்பது சுவாரஸ்யமான இன்னொரு தகவல்!

பிலாயில், வீடியோ டாகுமென்டரி எடுப்பது எப்படி என்று ஒரு இன்ஸ்டிட்யூட் வைத்து நடத்திக்கொண்டு இருந்த ஒரு பிரிட்டிஷ் பெண்மணி, இந்தப் படத்தை கிட்டத்தட்ட 70 முறை போய் பார்த்து அசந்துபோனாராம்.

இந்தப் படம் ரிலீஸான முதல் இரண்டு நாட்கள் ஓடவில்லை. தியேட்டரில் ஈயாடியது. தன் கதை முடிந்தது என்று எண்ணிய சதீஷ், படம்தான் ஓடவில்லை, இனி நாமாவது ஊரைவிட்டு ஓடிவிடலாம் என்று பிளான் செய்துகொண்டு இருந்தார்.

ஆனால், இந்தப் படம் வெளிவந்த அடுத்த மூன்றாவது நாள், அன்றைய பாரத பிரதமர் அடல்பிஹாரி வாஜ்பேயின் அறிவிப்பு வந்தது. மத்திய பிரதேசத்தில் இருந்து பிரிக்கப்பட்டு உடனடியாக சத்தீஸ்கர் மாநிலம் உருவாகும் என்ற அறிவிப்பு.

அந்தச் சந்தோஷத்தைக் கொண்டாடவும் மக்கள் இந்த சத்தீஸ்கர் மொழிப் படத்தைப் பார்க்க கூட்டம் கூட்டமாக வந்தார்கள்.

ஏற்கெனவே, பணப் பற்றாக்குறையால் எடுக்கமுடியாமல் போன பாட்டு ஒன்று இயக்குநர் சதீஷிடம் இருந்தது. எல்லா சத்தீஸ்கர் மாநில ரயில்வே நிலையங்களின் பெயர்களையும்

கொண்ட பாட்டு அது! படம் வெற்றி பெற்றவுடன், அந்தப் பாட்டை மறுபடி படப்பிடிப்பு நடத்தி படத்துடன் சேர்த்தார் சதீஷ் ஜெயின்.

'மோர் ச்சைய்யா புய்யா' என்ற இந்தப் படத்தின் வெற்றியால், அடுத்த வாரமே, ச்ஹோலிவுட் திரைப்பட உலகம் சுறுசுறுப்பாகி மீண்டும் கோதாவில் குதித்தது. எங்கு பார்த்தாலும் சினிமா தயாரிப்பது பற்றியே பேச்சு. உடனடியாக 25 படங்கள் ஆரம்பிக்கப்பட்டன.

2001ஆம்ஆண்டு முதல் இன்றுவரை, கிட்டத்தட்ட 60 படங்களுக்குமேல் தயாரித்துவிட்டது ச்ஹோலிவுட் திரைப்பட உலகம். அவற்றில் குறிப்பிடத்தக்க சில படங்கள் – மயாரு பௌஜி, மாயா தேதே மாயா லேலே, நயனா, அங்கானா, போலா சத்தீஸ்கர்கியா.

சில படங்கள் வெற்றியடைந்தன. நிறைய படங்கள் தோல்வியும் அடைந்தன. அதற்குக் காரணம், சினிமா என்ற கலையின்மேல் கண் வைக்காமல் கல்லாபெட்டிமேல் கண்வைத்துக்கொண்டு வந்த சில தயாரிப்பாளர்கள்தான்.

ஆனால், அதையும்தாண்டி இன்னொரு படம் ஜெயித்தது. ச்ஹோலிவுட்டின் முதல் டிஜிட்டல் படம் 'மாயா'.

அனுஜ் சர்மா 'பத்மஸ்ரீ விருது' வாங்கியபோது

சனா கான்

'நம்ம ஊரு சோபிக்கண்ணு' வேகா டமோடியா

மாவோயிஸ்ட் தீவிரவாதிகளின் பிடி இறுக்கமாக உள்ள மாநிலம் சத்தீஸ்கர். அதனால் அங்கே யாரும் மாவோயிஸ்டுகள் பற்றி படங்கள் எடுப்பது கிடையாது. விளைவாக, அங்கே பெரும்பாலும் தயாரிக்கப்படுவது மரங்களைச் சுற்றி காதலன் காதலி ஓடும் பாடல் நிறைந்த படங்களும், குடும்பக் கண்ணீர் காவியங்களும்தான்.

ச்ஹோலிவுட் படங்களுக்கு ஒரு சூப்பர் ஸ்டாரும் உண்டு. அவர் பெயர் அனுஜ் ஷர்மா. அவர் நின்றாலும், உட்கார்ந்தாலும் நடந்தாலும் கைதட்டவும், அவர் காலில் விழுந்து கும்பிடவும் அங்கே அவருக்கு ரசிகர்கள் உண்டு.

சத்தீஸ்கர்க் படஉலகம், நம்ம கோலிவுட்டுக்கு அதன் நடிகை ஒன்றைத் தந்துள்ளது. அந்த நடிகைதான் 'பசங்க' சோபிக்கண்ணு. அவரது நிஜப்பெயர் வேகா டமோடியா. சத்தீஸ்கரில் பிறந்து, ஆஸ்திரேலியாவில் வளர்ந்தவர். சத்தீஸ்கர்க்கிலிருந்து தமிழுக்கு வந்திருக்கும் இன்னொரு நடிகை, 'ஆயிரம் விளக்கு' சனா கான்.

சத்தீஸ்கருக்கு பெருமை சேர்த்த ஒரு படம், ஆமீர் கானின் 'பீப்லி லைவ்'. அதன் கதாநாயகன் ஓம்கார் தாஸ், சத்தீஸ்கர்காரர்.

✕✕✕

OLLYWOOD

ஓரிஸா திரைப்பட உலகம்

சீதை, ராமர், லட்சுமணர் மூன்றுபேரும் வேலைக்குப் போனார்கள். சீதைக்கு 150 ரூபாய் சம்பளம் கிடைத்தது. ராமருக்கு 120 ரூபாய்தான் சம்பளம். லட்சுமணனுக்கு அதுகூட கிடையாது.

35 ரூபாய் கன்வேயன்ஸ் மட்டும் கொடுத்து 'இன்றுபோய் நாளை வா' என்று அனுப்பிவிட்டார்கள்.

இது எங்கே நடந்தது என்கிறீர்களா?

இது 'ஓலிவுட்' என்று செல்லமாக அழைக்கப்படும் ஓரிஸா திரைப்பட உலகத்தில் எடுக்கப்பட்ட முதல் படத்தில் நடந்த சம்பவம்.

முதல் ஓரிய திரைப்படம் 'சீதா பிபாஹா'

'சீதா பிபாஹா' (சீதா கல்யாணம்) என்ற ஒரிஸா திரைஉலகத்தின் முதல் படம். வெளிவந்த ஆண்டு 1936. இயக்குநர், மோகன் சுந்தர் தேப் கோஸ்வாமி.

பாலிவுட், கோலிவுட் படங்களைப்போல், ஒலிவுட் உலகத்திற்கென்று எந்த மௌனப்படமும் கிடையாது. ஒரியாவின் முதல் படமே பளிச்சென்று பேசியது. கணீரென்று பாட்டு பாடியது.

கமலா மிஷ்ரா என்ற பெண்மணி எழுதிய ஒரு ராம நாடகத்தை சீதா கல்யாணமாக எடுத்தார்கள். 12 ரீல் படத்தில் 14 பாடல்கள்.

படத்தின் பட்ஜெட் 29, 781 ரூபாய், 10 அணா(!) ராமர், சீதை, லட்சுமணன் சம்பள விவரம் ஏற்கெனவே உங்களுக்குத் தெரியும். படம் வெளியாகி வெற்றிகரமாக ஓடியது.

ஆனால், எந்த உற்சாகத்துடன் ஒலிவுட் ஆரம்பிக்கப் பட்டதோ, அந்த உற்சாகம் ரொம்ப நாள் நீடிக்கவில்லை. 1936ம் ஆண்டு வெளியான 'சீதா கல்யாணம்' படத்துக்குப்பின், 1951வரை வெளிவந்த ஒரியப் படங்களின் எண்ணிக்கை ரெண்டே ரெண்டுதான். அதுவும் இந்திய சுதந்திரம் பெற்றபின், ஓரிரு நிலச்சுவான்தார்கள் ஓர் ஆர்வத்தில் காசு புரட்டிப்போட்டு எடுத்த படங்கள்.

'ஆல்ரவுண்டர்' பிரசாந்தா நந்தா

ஓலிவுட் இளைய தளபதி 'சித்தாந்தா மஹாபத்ரா'

*1951*ல் எடுக்கப்பட்ட ஒரியப் படத்துக்கு, 'ரோல்ஸ் டு எய்ட்' என்று இங்கிலீஷ் தலைப்பு வைக்கப்பட்டது.

பதினோராவது படமாக வெளிவந்த 'ஸ்ரீ லோகேநாத்' என்ற ஒரியப் படம்தான், *1960*ல் வெளியாகி, தேசிய விருது பெற்ற முதல்படம். இயக்குநர், பிரஃபுல்லா சென்குப்தா.

அதே வருடம், பிரசாந்தா நந்தா என்ற புதுமுகம் 'நுவா பௌ' என்ற படத்தில் அறிமுகமாகி, சிறந்த நடிகருக்கான தேசிய விருது பெற்றார். ஓலிவுட்டின் அந்த நாளைய சூப்பர் ஸ்டார் பிரசாந்தா நந்தாதான். இவர் சிறந்த நடிகர், இயக்குனர், வசனகர்த்தா, பாடலாசிரியர், பின்னணிப் பாடகர், மியூசிக் டைரக்டரும்கூட.

ஹெர்குலிஸ் உலகத்தை தன் முதுகில் தூக்கி சுமந்ததுபோல, ஓலிவுட்டை இந்த சிறந்த நடிகர் பிரசாந்தா நந்தா மட்டுமே தனி ஆளாக தாங்கிவந்தார். *1960, 1966, 1969* என்று மூன்றுமுறை சிறந்த நடிகருக்கான தேசிய விருது பெற்றார். (நுவா பௌ, மாதிர மனிஷா, அதினா மேகா ஆகியவை அவருக்கு விருது பெற்றுத் தந்த படங்கள்) தற்காலத்தில் அரசியலுக்குப் போய் ஒருமுறை பிஜேபி மந்திரியாகவும் இருந்தார்.

ஓலிவுட்டுக்குப் புத்துயிர் கொடுத்த இன்னொரு முக்கியமான இயக்குனர், மொஹம்மத் மோசின்.

பாலிவுட் இயக்குனர் தயாரிப்பாளர் பி.ஆர். சோப்ராவிடம் உதவி இயக்குனராக இருந்த மொஹம்மத் மோசின், ஓலிவுட்டுக்குப் போய், 'பூலா சந்தனா' என்ற படம் எடுத்தார்.

முதல் படமே சூப்பர் டூப்பர் ஹிட். தொடர்ந்து அவர் இயக்கிய 16 படங்களும் சூப்பர் டூப்பர் ஹிட்டுதான். ஓலிவுட்டுக்கு புதுமையான, இளமையான, துடிதுடிப்பான படங்களைத் தந்து பெயர் பெற்றார். மொஹம்மத் மோசின் ஒரு நல்ல நடிகரும்கூட. அவரது ஹீரோவுக்கு அவர் வைத்த 'ராக்கா' என்ற பெயர், மிகவும் பிரபலமாகி, அனைவரும் அவரவர் குழந்தைகளுக்கு 'ராக்கா' என்று பெயர் வைக்கும் அளவுக்குப் பிரபலமாயிற்று. (நம்ம ஊரில் அந்நாளைய பிரபல இயக்குனர் கே.சுப்ரமணியம் இயக்கிய 'சேவா சதனம்' படத்தில் சரோஜா என்ற பெயர் பிரபலமாகி, அந்த காலகட்டத்தில் எந்த வீட்டில் எந்தப் பெண்குழந்தை பிறந்தாலும் அதற்கு சரோஜா என்று பெயர் வைத்ததுபோல)

மற்ற சினிமா நடிகர் பட்டாளங்களில், உத்தம் மொஹந்தி, அவரது மனைவி அபராஜிதா மொஹந்தி இருவரும் ஓலிவுட்டின் பிரபல நட்சத்திர தம்பதிகள்.

ஓலிவுட், இந்தியாவுக்குத் தந்த இன்னொரு நன்முத்து, நந்திதா தாஸ். 'ஃபயர்' மூலம் இந்தியாவை தீப்பிடிக்க வைத்த நந்திதா தாஸ், 2000ஆம் ஆண்டு சுசந்தா மிஸ்ரா இயக்கிய 'பிஸ்வபிரகாஷ்' ஒரியப் படத்தின் மூலம் தேசிய விருது பெற்றார். நந்திதா தாஸின் அப்பா ஜதின் தாஸ், ஒரியாக்காரர். ஓவியர். அம்மா வர்ஷா குஜராத்தி ஜெயின். எழுத்தாளினி. 2008ம் ஆண்டு நந்திதா தாஸ் இயக்கிய 'ஃபிராக்' திரைப்படம், அகில உலக திரைப்பட விழாக்களில் பட்டையைக் கிளப்பியது குறிப்பிடத்தக்கது.

ஓலிவுட்டில் இன்னும் குறிப்பிடத்தக்க முகங்களாக பிஜோய் மொஹந்தி, மிஹிர் தாஸ் இருக்கிறார்கள். ஓலிவுட்டிலும் ஓர் இளைய தளபதி உண்டு, அவர் பெயர் சித்தாந்தா மஹாபத்ரா.

ஓலிவுட்டின் கனவுக்கன்னியின் பெயர் அர்ச்சிதா சாஹூ. 2005ஆம் ஆண்டு அறிமுகமாகி தொடர்ந்து சிறந்த நடிகைக்கான ஓலிவுட் விருது வாங்கிக்கொண்டு இருக்கிறார்.

‘ஓலிவுட் கனவுக்கன்னி’ அர்ச்சிதா சாஹூ

‘ஃபயர்’ பட நாயகி நந்திதா தாஸ்

1960 மற்றும் *70*களில், ஓலிவுட்டின் வீரிய வளர்ச்சிக்குப் பெரிதும் உதவியது, பெங்காலிப் பட உலகம்தான். அங்கிருந்து பல பிரபலங்கள் வந்து ஓரிய மொழியில் படங்கள் இயக்கினார்கள். அவர்களில் குறிப்பிடத்தக்கவர் மிருனாள் சென். அவர் இயக்கிய மதிர மனுஷா, அந்தப்படத்து நாயகன் பிரஷாந்த் நந்தாவுக்கு சிறந்த நடிகருக்கான தேசிய விருதை பெற்றுத்தந்தது.

இன்னொரு குறிப்பிடத்தக்க இயக்குநர், நிராத் மொஹாபத்ரா. அவர் இயக்கிய ‘மாயா மிருகா’ பல தேசிய விருதுகளைப் பெற்றுத்தந்தது.

*1960*களில் கிட்டத்தட்ட இரண்டு அல்லது மூன்று ஓலிவுட் படங்கள்தான் தயாரிக்கப்பட்டன. இப்போது, வருடத்துக்கு சுமார் *15* படங்கள். ஆனால், அவை முன்புபோல ஓரியக் கலாசாரத்தின் பாரம்பரிய ஒப்பனையை தாங்கிய படங்களாக அல்லாமல், பாலிவுட்டைப் பார்த்து பவுடர் பூசிக்கொண்டு ஈ என்று இளிக்கிறது.

ஓலிவுட் திரைஉலகத்தினர், தங்களது படங்கள் சுருதி குறைந்து கலெக்‌ஷன் டல் அடிப்பதாக நினைத்தால் உடனே சாமி படங்களை எடுத்துவிடுகிறார்கள். நமக்கு அம்மன், மாரியம்மன்போல அவர்களுக்கு இருக்கவே இருக்கிறார் பூரி ஜெகன்னாதர். அவரை வைத்து ஏகப்பட்ட படங்கள். பூரியின் பெயரை வைத்து காசு பார்த்து பூரிப்படையாத புரொட்யூசர்கள் ஓரியாவில் கம்மி!

'தில் தாதே தெய்சி' ரெகார்ட் பிரேக் படம்

'சசுராகரா ஜிந்தாபாத்' ரெகார்ட் பிரேக் படம்

ஓலிவுட் திரைப்பட உலகம், ஒரு வித்தியாசமான சாதனை செய்து லிம்கா புக் ஆஃப் ரெகார்ட்ஸில் இடம் பெற்றது. 'தில் தாதே தெய்சி' மற்றும் 'சசுராகரா ஜிந்தாபாத்' ஆகிய இரண்டு படங்களும் ஒரே நாளில் தணிக்கை செய்யப்பட்டதுதான் அந்த ரெகார்ட்.

இதில் என்ன அதிசயம் என்கிறீர்களா?

இரண்டு ஒரியப் படங்களுக்கும் ஒரே தயாரிப்பாளர் (உத்தம் ஜெயின்), ஒரே இயக்குநர் (சஞ்சய் நாயக்), ஒரே கதாநாயகன் (சப்யசாச்சி மிஷ்ரா), ஒரே ஒளிப்பதிவாளர் (ஆர். ரஞ்சன்).

இனிமேல் இந்த ரெக்கார்டை முறியடிக்க வேண்டுமென்றால், ஒரே தயாரிப்பாளர், ஒரே இயக்குனர், ஒரே நடிகர், ஒரே ஒளிப்பதிவாளர் ஆகியவர்கள் சேர்ந்து பணியாற்றிய மூன்று படங்களை ஒரே நாளில் தணிக்கை செய்ய வேண்டும்.

இதுதான்டா சாதனை!!

கோலிவுட்டில் யாராவது இந்தப் பந்தயத்துக்குத் தயாரா?

SAMBALPURI / ORISSA - 2
சம்பல்பூரி திரைப்பட உலகம்

கோசல், ஒடிஸாவைச் சேர்ந்த ஒரு பகுதி மக்களால் பேசப்படும் மொழி. கோசலநாடு, போர் வீரர்களின் பூமி என்று கருதப்படுகிறது. கோசல் மொழி, ஒரிய மொழிக்குத் தாய்மொழி என்று சொல்லப்படுகிறது. இந்தியாவில் கிட்டத்தட்ட 2 கோடி மக்கள் இந்த மொழி பேசுகிறார்கள். சம்பல்பூர் என்ற ஊரை பிரதானமாகக் கொண்டு கோசல் இன மக்கள் எடுக்கும் படங்களை, சம்பல்பூரிப் படங்கள் என்கிறார்கள்.

'பூகா' படத்தின் காட்சி

சம்பல்பூரித் திரைப்பட உலகம், ஒரு பொக்கைவாய்க் குழந்தை. இதுவரை பத்துக்கும் உட்பட்ட படங்களைத்தான் சம்பல்பூரி திரைப்பட உலகம் தயாரித்து உள்ளது.

முதல் சம்பல்பூரி திரைப்படம், 'பூகா' (பட்டினி) 1989ஆம் ஆண்டு வெளியாயிற்று. சப்யசாசி மகோபத்ரா என்பவர்தான் இயக்குனர். இசை வாத்தியமான மேளம் அடிக்கும் பஜ்னியாஸ் என்ற பாரம்பரிய கோசல் இன மக்களின் வாழ்க்கைமுறையைச் சொல்லும் படம் இது. ஸ்பெயின் நாட்டின் சர்வதேசத் திரைப்பட உலக விழாவில் இந்தப் படத்துக்கு சிறப்புப் பரிசு கிடைத்தது.

அதன்பிறகு, இருபது ஆண்டுகள்வரை எந்தப் படமும் தயாரிக்கப்படவில்லை.

2008ஆம் ஆண்டு, இரண்டாவது சம்பல்பூரி படம் 'உலுகுலன்' (புரட்சி) வெளியாயிற்று. மன்மோகன் உசேன் இந்தப் படத்தின் இயக்குனர். தயாரிப்பாளர் பர்னபாசி சாகு.

இந்தப் படத்தின் கதை, 18ஆம் நூற்றாண்டைச் சேர்ந்த மராட்டிய மன்னர்களின் அராஜகமான கொடுங்கோல் ஆட்சியை சித்திரித்தது. நாக்பூர் அரசன், வரி வசூலிக்க வரும்போது, ஒரு சம்பல்பூரி பெண்ணைப் பார்த்து காமம் கொள்கிறான். அந்தப் பெண்ணைக் கெடுக்கவரும்போது, அவள் தான் அணிந்திருக்கும் நகைகளைக் கழற்றி அதை ஆயுதமாகப் பயன்படுத்தி போர் புரிந்து அவர்களை விரட்டியடிக்கிறாள்.

'சம்பல்பூரி இயக்குனர்' சப்யசாசி மகோபத்ரா

'உலுகுலன்' பட ஷூட்டிங்

இப்படி ஒரு தற்காப்புப் போர்க்கலையைச் சொல்கிறது இந்தப் படம். (நம்ம ஊரில் முறத்தால் புலியை விரட்டிய வீரத்தமிழச்சிபோல, நகைகளை ஆயுதமாக வைத்து மானத்தைக் காப்பாற்றப் போராடிய பெண்ணின் கதை அந்த ஊரில் வீரக்கதையாகப் பேசப்படுகிறது).

பிறகு கொஞ்சம் பெரிய மனசு பண்ணி, கொஞ்சம் பெரிய பட்ஜெட்டில், வியாபார ரீதியில் 'சாமியார் கேல்' என்று மூன்றாவது படம் எடுக்கப்பட்டது.

சம்பல்பூரி நடனங்கள் பிரபலமானவை. சம்பல்பூரிப் பாடல்கள் (ரங்கபாத்தி எனப்படுபவை) இனிமையானவை. சம்பல்பூரிப் புடவைகள், உலகப் பிரசித்தி பெற்றவை.

ஆனால், சம்பல்பூரி மொழிக்கு அங்கீகாரம் கிடைக்க வில்லை. தனி மாநிலம் கேட்டு சம்பல்பூரி மக்கள் போராடி வருகிறார்கள்.

தங்களுடைய கோரிக்கைகளுக்கும் போராட்டங்களுக்கும், சம்பல்பூரித் திரைப்பட உலகம் ஒரு சரியான பாதையாக இருக்கும் என்பது அந்த மக்களின் நம்பிக்கை.

☒☒☒

JHOLLYWOOD
ஜார்கண்ட் திரைப்பட உலகம்

மணிரத்னத்தின் 'ராவணா' பார்த்த அனைவரும் தவறாமல் ஒரு கேள்வி கேட்டார்கள்.

'விக்ரமின் வீரா கேரக்டர் எந்த ஊரைச்சேர்ந்தது? அப்படி ஒரு மலைப்பாங்கான ஊர் எங்கே இருக்கிறது?' என்று.

நீங்கள் 'ராவணா' இந்திப் பிரதியில் அபிஷேக் பச்சனின் 'பீரா' கேரக்டரைப் பார்த்திருந்தால் அப்படி ஒரு கேள்வியைக் கேட்டிருக்க மாட்டீர்கள்.

ஏனெனில், அந்த பீரா, ஜார்கண்ட் மாநிலத்தைச் சேர்ந்த ஆதிவாசி கதாநாயகனின் கேரக்டர். அந்த கேரக்டரின் முழுப் பெயர், பீரா முண்டா. பாலிவுட் பட வரலாற்றில் முதல் முறையாக, ஒரு ஜார்கண்ட் மாநில ஆதிவாதி, கதாநாயகன் கேரக்டராக காட்டப்பட்டு இருக்கிறது.

ஜார்கண்ட் என்றால், காடுகள் நிறைந்த பூமி என்று அர்த்தம். பீகார் மாநிலத்திலிருந்து பிரித்து உருவாக்கப்பட்டது, ஜார்கண்ட்.

2000ஆம் ஆண்டு, நவம்பர் 15 அன்று ஜார்கண்ட் உருவானது. ஜார்கண்ட் மாநிலம், பல மொழி பேசும் பழங்குடி மக்களைக் கொண்டதாக உள்ளது.

'ராவண் 'பீரா' - அபிஷேக் பச்சன்

ஹோ, உராவோன், நாக்பூரி, சத்ரி, ஸந்தாலி, கோர்த்தா ஆகிய மொழிகள் இங்கே பேசப்படுகின்றன. இந்த எல்லா மொழிகளிலும் படங்கள் தயாரிக்கப்படுகின்றன.

ஆகையால், ஜார்கண்ட் திரைப்பட உலகம் – ஹோ படங்கள், உராவோன் படங்கள், நாக்பூரிப் படங்கள், சோட்டா நாக்பூர் படங்கள், சத்ரி படங்கள், ஸந்தாலிப் படங்கள், கோர்த்தா படங்கள் இவை அனைத்தையும் சேர்த்து ரப்பர் பேன்ட் போட்டு கட்டிய ஒரு கூட்டு திரைப்பட உலகமாகும்.

ஜார்கண்ட் திரைப்பட உலகம் எப்போது உருவானது என்று சொல்வது சிரமம். ராஞ்சியில் இருக்கும் சகதேவ் மற்றும் கங்குலி குடும்பங்களுக்குத்தான் அந்தப் பெருமை போய்ச் சேரவேண்டும். ஜார்கண்ட் என்ற தனி மாநிலம் உருவாகும் முன்னரே, 1988 காலகட்டத்தில் இவர்கள் ஜார்கண்ட் வாசிகளின் பிரச்னைகளை பிரதானப்படுத்தி திரைப்படங்கள் எடுக்க ஆரம்பித்துவிட்டார்கள்.

1988ல் வெளியான, 'ஆக்ரந்த்' என்ற படம்தான், முதல் ஜார்கண்ட் மாநிலப் படம் என்று எடுத்துக்கொள்ளப்படவேண்டும். ஏனெனில், ஜார்கண்ட்வாசிகளின் அடிப்படை உரிமைகளையும்,

பிரச்னைகளையும், பசி பட்டினி வேலையின்மை, அங்கே தலைவிரித்தாடும் லஞ்சலாவண்யம், ஊழல்களையும் அந்தப் படம் சொல்ல முயற்சித்ததுதான். அதன் இயக்குனர், விநோத் குமார்.

ஜார்கண்ட்டின் திரைப்படங்களின் கதைகள் பெரும்பாலும் அந்த இளைஞர்களின் கனவு உலகத்தைச் சுற்றியே புனையப் படுகின்றன.

ஜார்கண்ட் இளைஞர்களின் கனவு உலகம் எது தெரியுமா? மியூசிக் இன்டஸ்ட்ரிதான்.

அதனால், முதலில் ஜார்கண்ட் திரைப்பட உலகத்தின் ஒரு பகுதியான கோர்த்தா திரைப்பட உலகம் பற்றிப் பார்ப்போம்.

சொன்னால் ஆச்சரியப்படுவீர்கள், கோர்த்தா திரைப்பட உலகம் என்று ஒன்று அழைக்கப்பட்டாலும், இந்தப் படஉலகம் எந்தப் படமும் எடுப்பது கிடையாது. இது வெறும் ஒரு ஆடியோ, வீடியோ உலகம் அவ்வளவுதான்.

ஜார்கண்ட் திரைப்பட உலகத்தில் யாராவது நடிகர், நடிகை ஆகவேண்டும் என்றால், முதலில் அவர்கள் மியூசிக் இன்டஸ்ட்ரியில் நுழைந்து ஒரு மியூசிக் ஆல்பம் தயாரித்து இருக்க வேண்டும் என்பது சர்வ கட்டாயம்.

நீங்கள் ஒரு நாடக நடிகராக இருந்தாலும் சரி, நடிப்புப் பயிற்சி பெற்று இருந்தாலும் சரி, ஒரு மியூசிக் வீடியோ ஆல்பம் எடுத்தால்தான், நீங்கள் ஜார்கண்ட் சினிமா உலகத்துக்குள் காலடி எடுத்து வைக்கமுடியும். அதுதான் உங்கள் விசிட்டிங் கார்டு.

அதனால், வழக்கமாக சினிமா ஆர்வம் உள்ள இளைஞர்கள் மற்றும் யுவதிகள், கல்யாண வீடியோ எடுக்கிற யாராவது ஒரு போட்டோகிராபரை கூலிக்கு வைத்துக்கொண்டு, அத்துவானக் காட்டுக்குள் போய் அவர்களுக்கு இஷ்டப்பட்டதையெல்லாம் பாடி, ஆடி படம் எடுத்துக்கொள்கிறார்கள். பிறகு, அதை வீட்டில் உள்ள கம்ப்யூட்டரில் எடிட் செய்து, ஒரு சுமாரான வீடியோ ஆல்பம் தயாரிக்கிறார்கள்.

சமயங்களில் சினிமா ஆசையினாலும் காசு ஆசையாலும் தடம் மாறும் இளைஞர்களும் யுவதிகளும், விரக்தியின்

எல்லைக்குப் போகும்போது, காட்டுப்பகுதியில் நடக்கும் மியூசிக் ஆல்ப படப்பிடிப்பு, நீலப்படங்களாக உருவெடுத்து விடுவதும் உண்டு. அப்படிப்பட்ட படங்கள், மாநிலம் முழுவதும் திரையரங்குகளில் மாட்னி ஷோக்களாக ஓடி செமை காசு பார்க்கும்.

நல்லதாகச் செய்யப்படும் மியூசிக் ஆல்பங்கள், ஜார்கண்ட் சினிமா வட்டாரத்தில் வாய்ப்புத் தேடப்போய்விடும்.

ஆக, படம் எடுக்கிறேன் பேர்வழி என்ற போர்வையில் வெறும் மியூசிக் ஆல்பங்களை மட்டுமே தயாரித்துக்கொண்டு இருக்கிறது, கோர்த்தா திரைப்பட உலகம்.

ஜார்கண்ட் சினிமா தயாரிப்பதற்கு ஒரே பார்முலாதான். - 5 பாடல்கள், 3 சண்டைகள், 3 காதல் சீன்கள், கொஞ்சம் காமெடி. நடிகர்கள் பெரும்பாலும் நடுத்தரக் குடும்பத்தைச் சேர்ந்தவர்களே. நடிகைகள் கிடைப்பதும் கஷ்டமாக இருக்கிறது.

ஜார்கண்ட் புரட்சிப் படம் 'ஆக்ரந்த்'

ஜாலிவுட்டில் ஒரு ஜாலியான மியூசிக் ஆல்பம்

ஆனால், ஜார்கண்ட் திரைப்பட உலகத்தில் நடிகையாவதற்கு வெள்ளைத்தோல் தேவையில்லை. மாநிறம் போதும்.

ஒரு ஜார்கண்ட் படம் தயாரிக்க கிட்டத்தட்ட 7 முதல் 10 லட்சம் செலவாகிறது. இந்த நிதியை பெரும்பாலும் வீட்டில் உள்ளோரும் நண்பர்கள் வட்டாரமும் தருகிறார்கள்.

ஜார்கண்ட் திரைப்பட உலகத்துக்கு இரண்டே பிரச்னைகள் தான். முதல் பிரச்னை, அங்குள்ள சினிமா தியேட்டர்கள் கவர்ச்சி ஆபாசப் படங்களைப் போடுவதில் காட்டுகிற ஆர்வத்தை, நல்ல சினிமாக்கள் போடக் காட்டுவதில்லை. அங்கே சினிமா டிக்கெட்டின் விலை குறைந்தபட்சம் 8 ரூபாய். பெரிய தியேட்டர்களில் 20 ரூபாய். தயாரிப்பாளர் போட்ட பணம், எள்ளு.

இரண்டாவது பிரச்னை, திருட்டு வீடியோ. தியேட்டர்களே பகிரங்கமாக இதைச் செய்கின்றன. அதனால், வீட்டுக்கு வீடு வீடியோ சிடிக்கள். தட்டிக்கேட்க ஆளில்லாத நிலை.

அரசாங்கம், ஜார்கண்ட் திரைப்பட உலகத்துக்கு மிகக் குறைவான சலுகைகளே தருகிறது. காரணம், அது, ஜார்கண்ட்டின் பழங்குடிக் கிராமத்துவாசிகளை மாவோயிஸ்ட் தீவிரவாதிகளாகக் கருதுகிறது.

ஆகையால், மனம் உடைந்த தயாரிப்பாளர்களும் சினிமா கலைஞர்களும் மும்பைக்கு மூட்டையைக் கட்டிக்கொண்டு போய் விட்டார்கள். எஞ்சிய தயாரிப்பாளர்கள், தாங்கள் தயாரித்த படங்களை எடுத்துக்கொண்டு, ஒரு சினிமா புரொஜக்டரையும் வாங்கிக்கொண்டு மோட்டார்பைக் முடுக்கிக்கொண்டு, ஊர்ஊராகத் தங்களது படங்களைத் தாங்களே ஜனங்களுக்கு போட்டுக்காட்டக் கிளம்பிப் போய்விட்டார்கள்.

இருந்தாலும் சினிமாவை நேசிக்கிற இன்னும் சிலர் சேர்ந்து, ஜார்கண்ட்டின் தலைநகர் ராஞ்சியில், 'ஜாலிவுட்' சினிமா நகரம் கட்ட பெரும் முயற்சி எடுத்துவருகிறார்கள்.

ஜார்கண்ட் திரைப்பட உலகத்தைச் சேர்ந்த மற்ற மொழிகளான ஹோ படங்கள், உராவோன் படங்கள், சோட்டாநாக்பூர் படங்கள் சொல்லிக்கொள்ளும்படியாக ஏதும் இல்லை என்ற நிலை.

பாலிவுட் படங்களை ஈயடிச்சான் காப்பியடித்து படம் எடுப்பது அவர்களது தலையெழுத்து என்று ஆகிவிட்டது.

ஆனால், அபரிமித வளர்ச்சி கண்டுள்ளது, ஜார்கண்ட் திரைப்பட உலகத்தைச் சேர்ந்த ஸந்தாலிப் படஉலகமும், நாக்பூரிப் பட உலகமும்.

அவை பற்றி பார்ப்போம்...

❌❌❌

SANTHALI / JHARKHAND - 2
ஸந்தாலி திரைப்பட உலகம்

ஸந்தாலி, ஜார்கண்ட் மாநிலத்தில் பேசப்படும் ஒரு பழங்குடியினரின் மொழி. 6 மில்லியன் மக்களால் பேசப்படும் ஆஸ்திரிய ஆசிய மொழி. இந்தியா தவிர, வங்காளதேசம், பூடான், நேபாளம் போன்ற நாடுகளில் இந்த மொழி பேசும் மக்கள் இருக்கிறார்கள்.

ஸந்தாலி, அங்கீகரிக்கப்பட்ட இந்திய மொழிகளுள் ஒன்று. வடமாநிலங்களில் இவர்கள் பரவலாக இருக்கிறார்கள். நிலக்கரிச் சுரங்கங்களிலும், ஸ்டீல் தொழிற்சாலைகளிலும் வேலை செய்கிறார்கள். ஜார்கண்டிலிருந்து பக்கத்து மாநிலமான ஒடிஸாவரை இவர்கள் பரவி இருக்கிறார்கள். இம் மொழிக்கு தனித்துவமான எழுத்துமுறை உண்டு. ஆனால், இம்மொழி பேசுபவர்களின் படிப்பறிவு 10 – 30 விழுக்காடாக உள்ளது.

இவர்களுக்கென்று ஒரு திரைப்பட உலகம் உள்ளது.

ஸந்தாலி திரைப்பட உலகம்.

2001ம் ஆண்டு, டிசம்பர் மாதம் முதல் ஸந்தாலித் திரைப் படமான, 'சந்து லேகன்' வெளியாயிற்று. அதன் இயக்குனர் அஜீத் பேனர்ஜி.

'சிதா நல ரே சகுன் சுபாரி' திரைப்படம்

'அகில இந்திய ஸந்தாலித் திரைப்பட உலகக் கூட்டமைப்பு' என்ற அமைப்பு மிகச் சிறப்பாக இந்த திரைப்பட உலகத்தை நிர்ணயித்து வருகிறது.

வருடம் ஒருமுறை ஸந்தாலி திரைப்படங்களுக்கு விழா நடத்தி, விருதுகளும் வழங்கி ஊக்குவிக்கிறது அந்த அமைப்பு. ஜார்கண்ட் மாநிலப் படங்கள், ஹோ, நாக்பூரி போன்ற மொழிப்படங்கள் இந்த விழாவில் பங்கேற்கின்றன.

ஸந்தாலித் திரைப்பட விழாவில் வெற்றி பெற்ற, 'சீதாநலாரே சாகுன் சுபாரி' என்ற படம், நேபாளில் நடந்த அகில உலகத் திரைப்பட சம்மேளனத்தில் கலந்துகொண்டு, விருதும் பெற்றது.

விருதுபெற்ற படத்தின் இயக்குநர் தஷ்ரத் ஹன்ஸ்தா, 'நேபாளில் கணிசமான அளவு ஸந்தாலித் மொழிபேசும் மக்கள் இருந்தாலும், அந்த மொழியில் ஒரு பட உலகம் இயங்கிவருவதும் அங்கே ஸந்தாலி மொழிப்படங்கள் தயாரிக்கப்படுவதும் கேள்விப் பட்டு ஆச்சரியமும் வியப்பும் அடைந்தார்கள்' என்கிறார்.

ஸந்தாலித் திரைப்பட உலகம், இதுவரை கிட்டத்தட்ட 20 படங்களைத் தந்திருக்கிறது. அவற்றில் முக்கியமானவை 'ஹமார் ஜார்கண்ட்', 'சோரக் சிக்கன்', 'மார்ஷல்'.

இன்னொரு குறிப்பிடத்தக்க படம், 'பிர்ஸா முண்டா'. அஜீத் பேனர்ஜி இயக்கத்தில், ஸந்தாலித் திரைப்பட வரலாற்றில் அதிகபட்ச பட்ஜெட்டில் தயாரிக்கப்பட்ட படம். அதாவது, 15 லட்சம்! முண்டா, ஸந்தாலிப் பழங்குடியினருக்காக பாடுபட்ட, சுதந்திரப் போராட்ட வீரன். இங்கிலாந்து ராணிக்கு எதிராக முதல்முதலாக குரல் கொடுத்ததால், 'மகாத்மா காந்திக்கு முந்தைய காந்தி' என்று இவன் வரலாற்று ஆசிரியர்களால் புகழப்படுகிறான்.

பிரிட்டிஷ் ஏகாதிபத்தியத்தை எதிர்த்துப் போராடி, முண்டா இன மக்களும் ஸந்தாலிகளும் இந்த மண்ணின் மைந்தர்கள் என்று உரத்துச் சொல்லி, அதன் விளைவாக தனது நெஞ்சில் பிரிட்டிஷ் குண்டு வாங்கி, 26வது வயதிலேயே உயிர் நீத்த வீரன், தீரன்தான் இந்த பிர்ஸா முண்டா!

ஸந்தாலித் திரைப்பட உலகத்தில் குறிப்பிடத்தக்க இயக்குனர்களில் இன்னொருவராக ஸ்ரீபிரகாஷ் இருக்கிறார். ஸந்தாலி பேசும் ஆதிவாதிகள் பற்றிய டாகுமென்டரி படங்கள் எடுத்துக்கொண்டு இருந்த அவர், மெல்ல மெல்ல அவர்கள் இனத்தவர்களிடையே பணம் சேகரித்து, படங்கள் இயக்க ஆரம்பித்தார்.

இன்று ஸந்தாலிப் படங்கள் உள்ளூரில் ஓடுவதைவிட, நேபாளம், கல்கத்தா, பர்லின் போன்ற சர்வதேசத் திரைப்பட சம்மேளனங்களில் ஓடி நல்ல பெயர் சம்பாதித்து கொடுக்கிறது. ஸந்தாலி மொழி என்று ஒன்று இருப்பதும் அந்த மொழியில் திரைப்படங்கள் வருவதும் உலகுக்குத் தெரிய ஆரம்பித்ததே, சர்வதேசத் திரைப்பட சம்மேளனங்கள் மூலம்தான்.

ஸந்தாலி திரைப்பட அமைப்பு, அரசாங்கத்திடம் நூறு சதவிகித கேளிக்கை வரி ரத்தும் கேட்டு போராடி வருகிறது.

இருந்தாலும் ஜார்கண்ட் மாநில அரசிடமிருந்து எந்தச் சலுகைகளும் கிடைப்பதில்லை. முக்கிய காரணம், அரசு ஸந்தாலி பழங்குடியினரை, மாவோயிஸ்ட் தீவிரவாதிகள் என்ற சந்தேகக் கண்ணோட்டத்தோடு பார்ப்பதுதான்.

மேலும், ஸந்தாலித் திரைப்படங்களைத் திரையிட சரியான தியேட்டர்கள் கிடையாது. விநியோகஸ்தர்கள் கிடையாது. வியாபாரமும் கிடையாது.

'புரட்சி வீரன்' பிர்ஸா முண்டா

தியேட்டர்களுக்குப் பெண்கள் வருவது கிடையாது. 14 வயதுவரை குழந்தைகளுக்குத் திரைப்படம் பார்க்க வாய்ப்புகள் கிடையாது. 18 வயதுமுதல் 30 வரையிலான ஆண்கள்தான் தியேட்டர்களுக்கு வருகிறார்கள். அவர்களை ஈர்க்க, காலை காட்சிகளிலும் இரவுக் காட்சிகளிலும் நீலப்படங்கள் தாராளமாகக் காட்டப்படுகின்றன. ஆகையால், ஸந்தாலிப் படங்கள் கலெக்‌ஷன் இல்லாமல் மொக்கை போடுகிறது.

ஆகவே, இப்போதைய ஸந்தாலிப் படங்களுக்கு ஒரே ஆறுதல், அகில உலகத் திரைப்பட சம்மேளனங்களில் கிடைக்கும் கைதட்டல்களும் பாராட்டுகளும் மட்டுமே!

✕ ✕ ✕

NAGPURI / JHARKHAND - 3

நாக்பூரி திரைப்பட உலகம்

நாக்பூரிப் படங்கள் பெரும்பாலும் டிஜிட்டல் ஃபார்மேட்டில் தான் தயாரிக்கப்படுகின்றன. சில முக்கியப் படங்கள் 'சோனா கர் நாக்பூர்', 'ப்ரித்', 'சஜ்னா அநாரி', 'பியா தோசே நைனா லகாயே மஹிவா' போன்றவை. 'சோனா கர் நாக்பூர்' ஒரு முக்கியமான ட்ரென்ட் செட்டர் படமாகக் கொண்டாடப்பட்டது. இந்தக் காலத்து இளைஞர்களின் நன்னடத்தை பற்றி சொன்னது. தன்ராஜ் நாத் திவாரி என்பவர்தான் இயக்குனர்.

நாக்பூரித் திரைப்பட உலகத்தின் இரண்டாவது படம், ப்ரித். இந்தப் பெயரில் ஆடியோ கேஸட் ஆல்பம் வந்து சக்கை போடு போட்டது. அந்த 'ப்ரித்' ஆடியோ கேஸட்டுக்குக் கிடைத்த அபார வரவேற்பைப் பார்த்து திகைத்துப்போன சில பிரகஸ்பதிகள், அந்தப் பாடல்களை வைத்துக்கொண்டு ஒரு படம் தயாரிக்க முன்வந்தார்கள். 16 எம்எம்மில் படம் எடுத்தார்கள். ஆனால், படம் ஊத்திக்கிச்சு. ரவி சவுத்ரி என்பவர்தான் இயக்குநர்.

நாக்பூரிப் படங்களில் பெரும் புகழ் பெற்றது, 'பஹா'. ஸ்ரீபிரகாஷ் என்பவர் இயக்கிய, 'பஹா' (காட்டுப்பூ) பலத்த பாராட்டுப் பெற்றது. பஹா

புகழ்பெற்ற நாக்பூரி திரைப்படம் 'பஹா'

படத்தின் பட்ஜெட் 1 லட்சம். ஆனால், அந்தப் பணத்தைக்கூட திருப்பி எடுக்கமுடியவில்லை தயாரிப்பாளரால்.

கதை? ஓர் இளம் ஆதிவாசி, தன் கனவுநகரமான ராஞ்சிக்கு வருகிறான். அவனது ஆசை, உலகமகா பாடகன் ஆகிவிட வேண்டும் என்பது. அங்கே பஹா என்ற பெண்ணைச் சந்திக்கிறான். காதலிக்கிறான். ஆனால், கடைசியில் எல்லாமே தோல்வியில் முடிகிறது. காதல் உடைகிறது. கனவு சிதைகிறது. பட்டணத்தில் வாழ இயலவில்லை. மனம் உடைந்து கிராமத்துக்குத் திரும்பு கிறான். இன்றைய ஜார்கண்ட் இளைஞர்களின் மனநிலையையும், அவர்களது கனவு உலகத்தையும் சித்திரிக்கிறது படம்.

மேலும் தொடர்ந்து படங்கள் வெளிவந்தவண்ணம் உள்ளன என்றாலும், அவை ஆர்வமேலீட்டால் குறைந்த முதலீடு, சொற்ப லாபம் என்ற ரிதியில்தான் நடக்கின்றன. பெரும்பாலும் கல்யாண கவரேஜ் செய்கிற கேமராமேன்கள் தான் இயக்குநர்களாகவும், மியூசிக் ஆல்பங்களில் நடிக்கும் நடிகர் நடிகைகள் கதாநாயக, கதாநாயகிகளாகவும் இருக்கிறார்கள். நடிகைக்கு இருபதாயிரம், நடிகருக்கு பதினைந்தாயிரம், மற்ற எல்லாருக்கும் தினம் பேட்டா 300 ரூபாய். இதுதான், ஒரு நாக்பூரிப் படத்தின் பட்ஜெட் ஆகும்.

பாரபட்சமில்லாமல் பாலிவுட் படங்களைக் காப்பியடிக்கும் நாக்பூரித் திரைப்பட உலகம் இதுவரை கடந்த 10 ஆண்டுகளில் சுமார் 150 படங்கள் தயாரித்து உள்ளது.

ASSAM

அஸாம் திரைப்பட உலகம்

1935ல் அஸாம் திரைப்பட உலகம் பிறந்தது. ஜ்யோதி பிரசாத் அகர்வாலா மார்ச், 10, 1935ம் ஆண்டு, 'ஜோய்மோதி' என்ற படத்தை வெளியிட்டார். (இந்திய மக்களின் ஜனத்தொகையில், அசாம் பேசுபவர்கள் ஒன்றரை சதவிகிதம்)

ரூப்கன்வார் ஜ்யோதி பிரசாத் அகர்வாலா ஒரு நாடக ஆசிரியர், புரட்சியாளர், சிந்தனாவாதி, சுதந்திர விடுதலை போராட்ட வீரர். அவர் தன்னுடைய முதல் படத்தைத் தயாரித்து இயக்கியபோது, அஸாமில் யாருக்கும் சினிமா பற்றிய எந்த கலைஞானமும் இல்லை. அதனால் அவரே கதை–வசனம், எடிட்டர், ஆர்ட் டைரக்டர், இசை, பாடல், இயக்குநர், தயாரிப்பாளர் எல்லாமே.

முதல் பட பட்ஜெட் 60,000 ரூபாய். படம் படுதோல்வி. வழக்கம்போல் அந்தப் படத்தின் பிரிண்டுகள் சரியாகப் பராமரிக்கப்படாமல் செல்லரித்து, அஸாமின் முதல் படம் இப்போது காலத்துக்கு இரையாகிவிட்டது.

(அவருடைய கடைசித் தம்பி, ஹிருதயாநந்தா அகர்வால், பெருமுயற்சிக்குப்பின், 1970களில் 'ஜோய்மோதி' படத்தின் ஒருசில பகுதிகளை மட்டும்

From first Assamese film "JOYMATI by Jyotiprasad Agarwala

'அசாம் நன்முத்து' ஜோய்மதி

கஷ்டப்பட்டு திரட்டினார். அதை இப்போது டாகுமென்டாகப் பல இடங்களில் திரையிட்டுக்கொண்டு இருக்கிறார்கள்.)

இருந்தாலும் தன் முதல் பட தோல்வியால் சற்றும் மனம் தளராத ஜ்யோதி பிரசாத் அகர்வால், அஸாம் திரைப்பட உலகின் இரண்டாவது படமாக, 'இந்திரமாலதி'யை இயக்கி, 1939ஆம் ஆண்டு வெளியிட்டார். அது அவரது இரண்டாவதும், கடைசிப் படமும் ஆகும். அதன் பிறகு, இரண்டாம் உலகப்போர் மும்முரத்தில் அனைவரும் அஸாம் திரைப்பட உலகத்தைக் கிடப்பில் போட்டுவிட்டு உலக நாடுகளுடன் போர் புரியப் போய்விட்டார்கள்.

1940களில் அற்பசொற்பமாக நாலைந்து அஸாமிய படங்களே தயாரிக்கப்பட்டன.

1950களில் வெளியான, 'பியாளி புகான்' என்ற படம் பரபரப்பாக ஓடி பெயர்பெற்றது. பியாளி புகான், ஒரு சுதந்திரப் போராட்ட வீரன். நாட்டுக்காகப் போராடி, கடைசியில்

ஆங்கிலேய அரசால் 'துரோகி' என்று குற்றம் சாட்டப்பட்டு தூக்கிலிடப்படுகிறான் (நம்ம ஊரு கட்டபொம்மன் ரேஞ்சு). இந்தப் படத்துக்குத் தேசிய விருது பெற்றதன்மூலம், தன் இருப்பை இந்திய சினிமா உலகத்துக்கு முதல் முதலாக உணர்த்தியது, அஸாம் பட உலகம்.

1955களில் ஒரு குறிப்பிடத்தக்க இயக்குநராகத் தோன்றினார், நிப் பருவா. அவருடைய பல படங்கள் மாநில விருதுகள் பெற்றன.

1961ல் இயக்குனரும் தயாரிப்பாளருமான பூபேன் ஹஸாரிகாவின் படம், 'சாகுந்தலா', பெரும் வரவேற்புப் பெற்றதுடன், அஸாம் திரைப்பட உலகத்துக்கு ஜனாதிபதியின் வெள்ளிக் கேடயமும் பெற்றுத்தந்தது.

அதன்பிறகுதான் அஸாம் திரைப்பட உலகம் கொஞ்சம் கொஞ்சமாக வளர ஆரம்பித்தது. 1935 முதல் 1970கள்வரை, அவர்கள் தயாரித்த மொத்தப் படங்களின் எண்ணிக்கையே சுமார் 60தான். ஆனால், 1970 முதல் 1982வரை சுறுசுறுப்பாகி, 57 படங்கள் தயாரித்துவிட்டார்கள்.

குறிப்பிடத்தக்க சில அஸாம் திரைப்பட உலக இயக்குநர்கள், சமரேந்திர நாராயண் தேவ் (ஆரன்யா), கமால் சவுத்திரி (பைத்தி – 1972– முதல் அஸாமிய வண்ணப்படம்), மனோரஞ்சன் சுர்(உத்தரன்), படும் பருவா (கங்கா சிலநிர் பகி), டாக்டர் பாபேந்திரநாத் சைக்கியா (சந்தியா ராக்), அதுல் போர்தோலோய் (கோலோல்), ஜஹ்னு பருவா (ஃபிரிங்கோதி) ஆகியோர்.

மற்ற திரைப்பட உலகங்களை ஒப்பிட்டுப் பார்க்கும்போது, அஸாம் திரைப்பட உலகம் கடந்த நூற்றாண்டுவரை தேசிய சினிமாவுக்கோ, தன்னுடைய சொந்த மாநிலத்துக்கோ எந்தவிதப் பெரிய பங்கீட்டையும் அளித்துவிடவில்லை. அதற்கு முக்கியக் காரணம், பொருளாதாரமும் அஸாம் தீவிரவாதிகளால் அரசாங்கத்துக்கு ஏற்படும் தலைவலியும் குழப்பங்களும் நஷ்டங்களும்தான்.

இப்போதுதான் கொஞ்சம் கொஞ்சமாக அஸாம் திரைப்பட உலகம் சுறுசுறுப்பாகிக்கொண்டு இருக்கிறது, பாலிவுட் இந்திப் படங்களை அப்பட்டமாக தன் மொழியில் காப்பியடிப்பதன் மூலம்.

போராட்ட வீரன் 'பியாளி புகான்'

ஜஹ்னு பருவா போன்ற ஓரிரு ஒரிஜினல் சிந்தனையுள்ள இயக்குநர்களே அங்கே படம் எடுக்க முடிகிறது. மற்ற அனைவரும் பாலிவுட் மற்றும் கோலிவுட் படங்களை ஈயடிச்சான் காப்பியடித்தே படம் எடுத்துக்கொண்டு இருக்கிறார்கள்.

சில சமயம், தேசிய அவார்டு பெறும் படங்களைக்கூட தியேட்டரில் வெளியிட முடியாத கஷ்டமான பொருளாதாரச் சூழ்நிலை அஸாம் திரைப்பட உலகத்தில் நிலவுகிறது.

பாலிவுட் படத்தில் ஒரே ஒரு குத்துப்பாட்டு எடுக்கிற பட்ஜெட்டில் ஓர் அஸாம் படமே எடுத்துவிடலாம் என்ற நிலையே அங்கே இருக்கிறது.

ஓர் அஸாம் படம் எடுக்கத் தேவைப்படுகிற பட்ஜெட், பத்து லட்சம்தான். 25 லட்சம் இருந்தால், நீங்கள் அங்கே பெரிய படம் எடுத்து சாதனை செய்துவிட்டீர்கள் என்று அர்த்தம்.

இதுவரை அஸாம் சினிமா உலகின் கமர்சியலாக சூப்பர் டூப்பர் ஹிட் என்று 'தன் குபேரர் தன்' படத்தைச் சொல்கிறார்கள்.

மற்றபடி, அங்கே கல்லா கட்டி சம்பாதிப்பது இந்திப் படங்கள்தான். (கஜினி பிரமாதமாக ஓடியதாம்)

'தன் குபேர தன்' திரைப்படம்

அதனால், அஸாம் திரைப்பட உலகம் இன்னும் சவலைப் பிள்ளை ஸ்டேஜைத் தாண்டவில்லை என்றுதான் சொல்ல வேண்டும்.

நடிகர்களைப் பொருத்தவரை, அவர்கள் வீட்டுவாடகைக்குப் பணம் சம்பாதிக்கவே கஷ்டப்படுகிற நிலைமைதான் நீடிக்கிறது.

அதனால், அவர்கள் படங்களை விட்டுவிட்டு, ஒப்பந்த அடிப்படையில், மொபைல் தியேட்டர்கள் என்னும், நாடகக் கொட்டகைப் பக்கம் போய்விடுகிறார்கள்.

பெரும்பான்மையான ராணுவ நடவடிக்கைகள் அஸாம் திரைப்பட உலகை முடக்கியுள்ளதால், அங்கே, மொபைல் தியேட்டர்கள்தான் அதிக வரவேற்பைப் பெற்றுள்ளன.

சொல்லப்போனால், அசாம் மாநிலம் 'மொபைல் தியேட்டர்களின் ஹாலிவுட' என்று அழைக்கப்படுகிறது.

அது என்ன மொபைல் தியேட்டர்?

மொபைல் தியேட்டர்கள் எனப்படுபவை, ஓரிடத்தில் ஒரு திரைப்படத்தை வெளியிட்டுவிட்டு அல்லது பெரும்பாலும் ஒரு நாடகத்தை நடத்திவிட்டு, அடுத்த இடத்துக்கு மூட்டை கட்டிக்கொண்டு போய்க்கொண்டே இருக்கிற வகையறாக்கள். அதனால், யாருக்கும் எந்தப் பிரச்னையும் ஏற்படுவதில்லை. அஸாமின் வடகிழக்கு மாகாணங்களில் இந்தவகை மொபைல் தியேட்டர்கள்தான் பிரசித்தம்.

இந்த மொபைல் தியேட்டர் சிந்தனை, அச்யுத் லஹ்கார் என்ற இளைஞன் சிந்தனையில் உதித்தது. நசிந்துவரும் சினிமா தொழிலை நிலைநிறுத்த முடியாததால், இந்த இளைஞன் 1963ம் வருடம் ஊர்ஊராகச் சென்று திரைகட்டி சினிமா படங்கள் காட்டுவதிலும், நாடகக் குழுவை ஊர்ஊராக அழைத்துப்போய் நாடகம் நடத்தவும் ஆரம்பித்தான். ஒவ்வொரு குழுவிலும் கிட்டத்தட்ட ஐம்பதுமுதல் நூறு நடிகர், நடிகைகள் மற்றும் ஆர்ட் டைரக்டர்கள் முதல் சமையல்காரர்கள்வரை உண்டு.

பிரமாதமான வரவேற்புக் கிடைத்தது அவனுக்கு. தொடர்ந்து இதுபோன்ற மொபைல் தியேட்டர்கள் (பிரஹ்மயமன் மஞ்ச்) பல பல்கிப் பெருகிவிட்டன.

ஒவ்வொரு ஊரிலும் கிட்டத்தட்ட நாலைந்து நாட்கள் டென்ட் அடிக்கும் இவர்கள், 2000 பேர் அமரக்கூடிய வகையில் கொட்டகைகளை நிர்மாணிக்கிறார்கள். ஒரே இடத்தில் பக்கம் பக்கமாக இரண்டு நாடக ஸ்டேஜ் போடுகிறார்கள். ஒரு ஸ்டேஜில் சீன் முடிந்ததும் அடுத்த ஸ்டேஜ் திறக்கப்பட்டு அடுத்தக் காட்சி. அது முடிவதற்குள் முதல் ஸ்டேஜ் தயார் செய்யப்பட்டு விடும்.

விதவிதமான நாடகங்களை பிரமாண்டமான முறையிலும், நல்ல நவீன ரகக் கருவிகள் கொண்டும் நடத்துகிறார்கள். கதை முக்கால்வாசி ஈயடிச்சான் காப்பிதான்.

அவர்கள் போடும் நாடகங்கள் சில பின்வருமாறு நடிகை டயானாவின் மரணம், சூப்பர்மேன், அனகோன்டா, ஷோலே கப்பர் சிங், ராம்கோபால் வர்மாவின் படக்கதைகள், டைட்டானிக், செப்டம்பர் 11 அமெரிக்காவின் இரட்டைக் கோபுர இடிப்பு.

இவ்வளவையும் காப்பியடித்த இவர்கள், நம்ம ஊர் கமல்ஹாசனையும் விட்டுவைக்கவில்லை. கமலின் 'அபூர்வ சகோதரர்கள்' படத்தின் குள்ள அப்பு கமல் நாடகம் அஸாமில் மிகவும் பிரசித்தமாம்.

இதற்காக, அங்கே உள்ள ஆறடி உயர சினிமா நடிகர் ஜதின் போரா என்பவரை புக் செய்து, ஸ்டேஜில் அவரை ஒன்றரை அடிக்கு அப்பு கமல் ஆக்கிவிட்டார்கள். நாடகம் பிய்த்துக்கொண்டு போகிறதாம். சூப்பர் ஸ்டார் ரஜினியை ஏன்

விட்டுவிட்டார்கள் தெரியவில்லை. (ஒருவேளை 'அண்ணாத்தேயில் பார்த்துக்கொள்ளலாம் என நினைக்கிறார்களோ என்னவோ!)

இப்படிப்பட்ட மொபைல் தியேட்டர்களால், அரசுக்கு ஆண்டு வருமானம் கிட்டத்தட்ட 10 கோடி.

இந்தவகை மொபைல் தியேட்டர்கள், கொட்டகையின் உள்ளே மட்டுமல்ல, சில சமயம் வயல்வெளிகளில்கூட சுதந்திரமாக இயங்குகின்றன. அஸாமில், ஒரு பரந்த வயல்வெளியில் ஆயிரக்கணக்கான ஜனங்கள் அமர்ந்து பார்க்க, திரையில் படங்கள் வெளியிடப்படுகின்றன. அங்கே திறந்த வயல்வெளிகளே பெரிய தியேட்டர்கள். இந்த திறந்தவெளி தியேட்டர்களில் சிலசமயம் படங்களும் பெரும்பாலும் நாடகங்களும்தான் போடப்படுகின்றன.

உலகமகா திரைக்காவியங்கள் எல்லாம் அங்கே இப்படிப்பட்ட திறந்தவெளிகளிலேதான் திரையிடப்படுகின்றன. பலசமயம், அஸாம் மக்களின் வாழ்க்கைப் பிரச்னைகளைப் பிரதிபலிக்கும் விஷயங்களும் அரசியல் நையாண்டிகளும் அமோகமாக வரவேற்கப்படுகின்றன.

அவ்வப்போது இவர்களைப் படம் பிடித்துக் பிரபலப்படுத்த வெளிநாட்டு டிவி சேனல்களும் வந்துவிடுகின்றன.

தியேட்டரில் விளம்பரங்கள் போடுவதுபோல, மெயின் காட்சிக்குமுன் இங்கே எய்ட்ஸ், கல்வியின் மகத்துவம் போன்ற சமுதாய விழிப்புணர்வு விஷயங்களை வலியுறுத்தும் ஐந்து அல்லது பத்து நிமிட விளம்பரங்களும் நடிக்கப்படுகின்றன. இதன்மூலம் கிட்டத்தட்ட 40 சதவிகித வருவாயை இவர்கள் அரசுக்குப் பெற்றுத் தருகிறார்கள்.

இந்த அளவு பிரபலமாக இருப்பதால், பெரும்பாலான அஸாம் சினிமா நடிகர்கள் நாடகங்களில் நடிப்பதில் தயங்குவதே இல்லை.

ஆகஸ்ட் மாதம் ஆரம்பிக்கும் இந்தக் கலைப்பயணம், அஸாமின் ஒருமுனையிலிருந்து இன்னொருமுனைவரை போய் வரும்.

இப்படியாக சினிமா நடிகர்கள் நாடகங்கள் நடிக்கப் போய்விடுவதால், தங்களுடைய படங்களுக்கு நடிகர்கள்

கிடைக்காத ஓர் அவல நிலை அசாம் திரைப்பட உலக இயக்குனர்களிடம் நிலவுகிறது.

ஒரு சிறிய விநியோகஸ்தர்கூட அஸாம் திரைப்படத்தை தியேட்டரில் வெளியிட விரும்புவதில்லை. ஏனென்றால், அவற்றைத் திரையிடுவதில் உள்ள விநியோகச் சிக்கல்களும் அரசின் மெத்தனமும்தான் காரணம்.

அஸாம் கில்ட் உட்பட திரைத்துறை சம்பந்தப்பட்ட அமைப்புகள் பல அங்கு உள்ளன. ஆனால், என்ன செய்து இந்தத் தொழிலைக் காப்பாற்றுவது என்று தெரியாமல் முழி பிதுங்கிக்கொண்டு அமர்ந்திருக்கின்றன.

அஸாம் திரைப்பட உலகத்தை வளரவிடாமல் நசுக்கி வைப்பதில், பாலிவுட் படஉலகமும் தன்னுடைய பெரும் பான்மையான வில்லன் வேலையை நம்பியார்போல கையைப் பிசைந்துகொண்டு செவ்வனே செய்துவருகிறது.

ஓர் அஸாம் படம் சுமாராக அங்கே ஓடிவிட்டாலும், பாலிவுட் ஜாம்பவான்களுக்குத் தூக்கம் வருவதில்லை. நிம்மதி போய்விடுகிறது. எப்படியாவது அந்தப் படத்தை தியேட்டரைவிட்டு தூக்கிவிடுகிறார்கள். அவர்களுக்கு வேண்டியது அங்கே இந்திப் படங்கள் மட்டுமே ஓடவேண்டும் என்பதுதான். அசாம் திரைப்பட உலகத்தின் தலைவிதியை பாலிவுட்காரர்களே தீர்மானிக்கிறார்கள்.

இதனால், நொந்துபோன அசாம் பட உலகினர், தங்கள் படங்களை தங்கள் ஊரிலேயே திரையிட பெரும் போராட்டங்கள்

'இந்திரமாலதி' திரைப்படக் காட்சி

சக்கைபோடு போடும் மொபைல் தியேட்டர்கள்

நடத்தவேண்டிய கட்டாயத்துக்கு ஆளாகிறார்கள். பலவித மாணவர் இயக்கங்கள், திரையுலக இயக்கங்கள் முனைந்து நடத்திய பெரும் போராட்டத்துக்குப் பின், டிமோதி தாஸ் ஹன்ஸா இயக்கிய, 'ஜிபோன் பதோர் லகோரி' என்ற படம் வெற்றிகரமாக அஸாமில் ஓடியது. அதுவும் எத்தனை நாளைக்கு? இரண்டே வாரங்கள். அதற்குள் டகால்டி வேலைகள் செய்து பாலிவுட்காரர்கள் அந்தப் படத்தை தியேட்டரிலிருந்து தூக்கிக் கடாசிவிட்டார்கள். ஆனால், இரண்டு வாரங்கள் இந்த அஸாம் திரைப்படம், அஸாம் மாநிலத்தில் ஓடியதே பெரும் சாதனையாகக் கருதப்படுகிறது.

இந்தச் சவப்பெட்டியில் தன் பங்குக்கு கடைசி ஆணியை சந்தோஷமாக அடிக்கிறது, திருட்டு விசிடி தொழில்.

அஸாம் மாநில அரசு ஏதாவது சட்டதிட்டங்கள் போட்டா லொழிய, அஸாம் திரைப்பட உலகம் வளர்வதற்கான வாய்ப்புகள் மங்கலாகிக்கொண்டே வருகிறது.

இவ்வளவு பிரச்னைகள் குடுமிப்பிடிச் சண்டைகளுக்கு நடுவே, அஸாம் திரைப்பட உலகத்திலிருந்து தமிழ்ப்பட உலகுக்கு நைஸாக வந்து நடித்துவிட்டுப்போன அஸாம் நடிகை ஒருவர் உண்டு. அவர் பெயர், ரிம்பி தாஸ். நடித்த படம், 'பாலி'.

⊠⊠⊠

BODO / ASSAM - 2
போடோ திரைப்பட உலகம்

அசாம் திரைப்பட உலகத்தில் அஸாமி பேசுபவர்கள் தவிர, போடோ, மிஷிங், கார்பி, மான்போ ஆகிய மொழிகள் பேசும் பழங்குடி இனத்தனவரும் உண்டு. இவர்கள் கிட்டத்தட்ட அசாம் மற்றும் அருணாச்சல பிரதேசத்தின் மாகாணத்தின் எட்டு மாவட்டங்களில் பரவி இருக்கிறார்கள். அவர்களுக்கென பிரத்யேகமாக திரைப்படங்கள் தயாரிக்கப்படுகின்றன.

'அலையரோன்' திரைப்படக் காட்சி

இந்த பழங்குடியினரின் பழக்கவழக்கங்கள் பெரும்பாலும், மூட நம்பிக்கைகளை அடிப்படையாகக் கொண்டுள்ளது. பேய் விரட்டுதல், பில்லி சூனியம் வைப்பது, ஏவல் விடுவது ஆகியவை இவர்களின் முக்கிய தொழில்கள் ஆகும்.

போடோ மொழியில் வெளியான முதல் திரைப்படம், 'அலயாரன்' (உதிக்கும் சூரியன்) 1984ம் ஆண்டு வெளியான இந்தப் படத்தின் இயக்குனர், பிரதீப் பிரம்மா. போடோ கலாசாரத்தைத் தழுவி எடுக்கப்பட்ட இந்தப் படத்துக்கு, 1986ம்ஆண்டு, 'ரஜத் கமல்' விருது கிடைத்தது.

விருது கிடைத்த சந்தோஷத்தில், போடோ மொழியில் நிறைய திரைப்படங்கள் எடுக்கப்பட்டன.

'ஜியூனி சிமாங்', 'கிம்ஸி லாமா', 'ஹக்ரமாயோ ஜினஹாரி' (இந்தபடத்துக்கு தேசியவிருது கிடைத்தது) 'கவ்தான் லாமா', 'ஸோங்காலி' போன்ற படங்கள். போடோ மொழி திரைப்படங்களுக்கு நல்ல வரவேற்பு இருந்தாலும், வியாபாரம் கிடையாது. அந்த மொழி ஆர்வலர்களால்தான் இந்த திரைப்பட உலகம் கொஞ்சமாவது வளர்ந்திருக்கிறது.

முதல் மிஷிங் மொழி திரைப்படம், 'மிகான்'. மிஷிங் மொழி நாவலைத் தழுவி எடுக்கப்பட்ட இந்தப்படத்தின் கதாநாயகன், யோக்சா என்னும் மந்திரவாளைத்தேடி, திபெத்துக்கு போகிறான். இதுதான் கதை. மிஷிங் மொழியில் இன்னொரு திரைப்படம், 'அயாங் அகோ'. இது ஒரு கமர்ஷியல் ஹிட் படம். இந்த இரண்டு படங்களிலும் நடித்த டோலே என்ற கதாநாயகனுக்கு, அங்குள்ள அரசியல் கட்சிகளிடம் பலத்த செல்வாக்கு.

இதேபோல், கார்பி மொழியில் தயாரிக்கப்பட்ட முதல் திரைப் படம், 'வோசோபிபோ' (குயிலின் குரல்). ஏழை விவசாயி களின் வாழ்க்கையை பிரதிபலிக்கும் படமாக இது அமைந்தது.

அருணாச்சல பிரதேசத்தில் முக்கியமாக பேசப்படும் மொழி, மான்போ. இந்த மொழியின் முதல் திரைப்படம், 'சோனம்', 2006ம் ஆண்டு 37வது சர்வதேச திரைப்பட விழாவில் கலந்துகொண்டு கலக்கியது.

இந்தி மற்றும் அசாம் மொழி திரைப்படங்களை பார்த்து அலுத்துப்போன மிஷிங் மற்றும் போடோ இன மக்களுக்கு,

போடோ முதல் திரைப்படம், 'அலையாரன்'

தங்கள் மொழியில் திரைப்படங்கள் வருவது மிகப்பெரிய சந்தோஷம். தங்களது கலாசாரத்தைச் சொல்லும் படங்களைக் காண மக்கள், பலமைல் தூரம் நடந்துபோகவும் தயாராக இருக்கிறார்கள்.

இந்த வகைப் படங்களுக்கு வியாபாரம் மிகவும் குறைவு. தங்கள் மொழி மற்றும் கலாசாரத்தை உலகுக்கு தெரிய வைப்பதற்காகவே இந்தமாதிரி படங்கள் பெரும்பாலும் எடுக்கப்படுகின்றன. இவர்களுடைய உடை, பாடல்கள், இசை ஆகியவை இவர்களின் படங்களில் சற்று தூக்கலாகவே உள்ளன. சமயங்களில், இவை டாகுமென்டரிகளாக மாறிவிடுவதும் உண்டு.

மேலும், அருணாசல பிரதேசத்தில் ஐந்துக்கும் குறைவான சினிமா தியேட்டர்களே உள்ளன என்பது ஆச்சரியமான ஒரு தகவல். அதனால், அங்கே படங்கள் திரையிடப்படுவது மிகவும் கஷ்டமான காரியமாக இருக்கிறது.

அருணாச்சல பிரதேசத்தில் படங்கள் பார்க்க வேண்டுமானால், சிடிக்கள்தான் ஒரே கதி.

மக்கள் ஹோம் தியேட்டர்களை இப்போது வீடுகளில் அமைத்துக் கொள்கிறார்கள். அல்லது, ஏதாவது திருவிழா அல்லது விசேஷங்களின்போது, புரொஜக்டர்களை வாடகைக்கு எடுத்து, பெரிய சத்திரங்களில் தங்கள் மொழிப் படங்களை திரையிட்டு பார்த்து திருப்தி அடைந்துகொள்கிறார்கள்.

UTTARKHAND

கர்ஹ்வாலி திரைப்பட உலகம்

ஹிமாச்சல பிரதேசம் மற்றும் உத்தர பிரதேசத்தின் ஒருபகுதி மக்கள் பேசும் ஒரு மொழிதான் கர்ஹ்வாலி மொழி. இந்த இரண்டு பிரதேசங்களிலிருந்து ஒவ்வொரு பகுதியை எடுத்து ஒன்றாக இணைத்து நவம்பர் 9, 2000ம் ஆண்டு, உத்தராஞ்சல் மாநிலம் உருவானது. இது, இந்தியாவின் 27வது மாநிலம்.

உத்தராஞ்சல் என்ற இந்த மாநிலத்தின் பெயர், ஜனவரி 2007 முதல் 'உத்தரகாண்ட்' என்று மாற்றப்பட்டது.

அதேபோல், அதுவரை கர்ஹ்வாலி மொழிப் படங்களாக இயங்கிவந்த திரைஉலகம், 2007க்கு பின்னர், உத்தரகாண்ட் திரைப்பட உலகம் என்று அழைக்கப்படுகிறது. டேஹ்ராடூன் இதன் தலைநகரம்.

கர்ஹ்வாலி திரைஉலகம் மே 4, 1983ம் ஆண்டுதான் பிறந்தது.

பராஷர் கவுர் என்பவர், முதல் கர்ஹ்வாலி படமான 'ஜக்வால்' என்ற படத்தை முதல் முதலாக தயாரித்து இயக்கி வெளியிட்டார்.

தன் மொழியில் முதல் படம் எடுக்க அவர் பட்ட கஷ்டங்கள் கொஞ்சநஞ்சமல்ல. தன் மொழியில்

படம் எடுக்க வேண்டும் என்ற வித்து அவருடைய மனதில் 1975ம் ஆண்டே விழுந்துவிட்டது.

ஆனால், பொருளாதாரம் இல்லாத காரணத்தால், அவர் பல சிக்கல்களுக்கு ஆளாக வேண்டி இருந்தது. அவருடைய கலை தாகத்தையும் கனவையும் நிறைவேற்ற கிட்டத்தட்ட நூறு நண்பர்களும் உறவினர்களும் தெரிந்தவர்களும் சேர்ந்து அவருக்கு தங்களிடமிருந்த பணத்தை கொடுத்தனர்.

முதல் படத்தின் பட்ஜெட்டை கேட்டால், நீங்களும் நானும்கூட கர்ஹ்வாலி படம் எடுத்துவிடமுடியும் - 8.5 லட்சம்தான் மொத்த படத்தின் பட்ஜெட்டே!

படம் பண்ணவேண்டும் என்ற கலைதாகத்துடன், பராஷர் கவுர் பாக்கெட்டில் வெறும் 5,000 ரூபாயுடன் பம்பாய்க்கு ரயிலேறினார். அங்கே சினிமா துறையில் உள்ள தன் மாநில ஆட்களை கெஞ்சி கூத்தாடி திரட்டி ஒரு குழுவை உருவாக்கினார். டெல்லியில் சில கலைஞர்களின் உதவி கிடைத்தது. யாருக்கும் உருப்படியான வேலை தெரியாது. படப்பிடிப்பில் ஏகப்பட்ட பிலிம் வேஸ்ட் ஆயிற்று. ஆனாலும், 22 நாட்களில் 'ஜக்வால்' படம் உருவாயிற்று.

ஒரு பரிட்சார்த்த முறையில், 'ஜக்வால்' படம் டெல்லியில் ஒரு தியேட்டரில் திரையிடப்பட்டது. கர்ஹ்வாலி மொழி பேசும் மக்கள் கூட்டம் கூட்டமாய் திரையரங்கை முற்றுகையிட்டனர். ஆரவாரமான அடிதடி கலாட்டாதான். ஆர்வ மிகுதியால் டிக்கெட் கேட்டு பராஷர் கவுரின் சட்டை பைஜாமாவை பிடித்து உலுக்கி அவரது துணிமணிகளையே பிய்த்து கிழித்து எறிந்துவிட்டார்கள் ஜனங்கள். உள்ளாடைகளுடன் அவர் தலைதெறிக்க ஓடவேண்டியதாயிற்று.

'ஜக்வால்' படத்தின் கதை என்ன? இந்து என்ற கிராமத்துப் பெண்ணுக்கு பீரு என்ற இளைஞனுடன் திருமணஏற்பாடு நடக்கிறது. திருமணம் நடத்திவைக்க வரும் பூசாரியுடன் மாப்பிள்ளை பீருவின் தம்பி ஷேரு (அவன் ஓர் ஊமை) தகராறு செய்துவிடுகிறான். பீரு சண்டையின் இடையில் புகுந்து, ஒருவழியாக சமரசம் செய்துவைக்கிறான். இந்த கைகலப்பில், பூசாரிக்கு பலத்த காயம் ஏற்பட்டு விடுகிறது.

பட்டையை கிளப்பிய கர்ஹ்வாலி படம், 'ஜக்வால்'

திருமணம் முடிந்து, முதலிரவு நடக்கும் நேரம், போலீஸ் வந்து, பூசாரி புகார் கொடுத்ததின்பேரில் பீருமீது வழக்கு பதிவு செய்து, அவனை கைது செய்துகொண்டு போய்விடுகிறது.

பீருவுக்கு 10 வருடம் சிறைத்தண்டனை கிடைக்கிறது.

இந்துவின் இளமை தன்னால் பாழாகிவிடக்கூடாது என்று நினைக்கும் பீரு, ஜெயிலுக்குபோகும்முன் தன் மனைவி இந்துவை அழைத்து, "எனக்காக காத்திருக்க வேண்டாம். என் வாழ்க்கை முடிந்துவிட்டது. நீ என் தம்பி ஷேருவை திருமணம் செய்துகொண்டு சந்தோஷமாக வாழு" என்று தியாகிபோல சொல்லிவிட்டுப் போய்விடுகிறான்.

ஆனால், மாதர்குல மாணிக்கமான இந்து, தன் கணவனுக்காக பத்து வருடம் காத்திருக்க முடிவு செய்கிறாள். அந்த காத்திருப்பில் பல கஷ்டங்களை அனுபவிக்கிறாள். பத்துவருடம் கழித்து கணவன் திரும்பிவரும்போது, சந்தோஷ கண்ணீருடன் அவனுடன் சேருகிறாள். இதுதான், 'ஜக்வால்' (காத்திருப்பு)

'ஜக்வால்' படம் கர்ஹ்வாலி மக்களின் கலாசாரத்தைப் பிரதிபலித்த படம். அந்த மாநிலத்தின் அப்பாவித்தனமான

மக்களையும், அவர்களின் பாடல்களையும் இசையையும், அவர்கள் ஊரின் இயற்கை அழகையும் உரத்துச் சொன்ன படம். தங்களுக்கென்று எந்த அடையாளமும் இல்லாமல் இருந்த அந்த மக்களுக்கு, 'இதான்டா உன் அட்ரஸ்' என்று முகவரி கொடுத்த படம். கர்ஹ்வாலி இன மக்கள் உற்சாகமாக அந்தப் படத்தை தலையில் தூக்கி வைத்து கொண்டாடியதில் ஆச்சரியமில்லை.

இந்தப் படம் இந்திய திரைப்பட விழாவில் வெளியிடப்பட்டு, மேலும் பெருமை சேர்க்கப்பட்டது.

அதன்பிறகு, ஆண்டுக்கு ஒரு திரைப்படம் என்ற ரீதியில், கர்ஹ்வாலி படங்கள் வெளியாகத் தொடங்கின. 2004ம் ஆண்டு ஆறு படங்கள் வெளியாயின. அவர்களைப் பொறுத்தவரை, அதுவே ஒரு பெரிய சாதனைதான்.

கடந்த 25 வருடங்களில் இதுவரை கிட்டத்தட்ட 25 படங்கள்தான் கர்ஹ்வாலி மொழியில் உருவாகியிருக்கிறது.

உத்தரகாண்ட் மக்கள் பேசும் இன்னொரு மொழி, குமாவனி. 1987ல் இந்த மொழியில் எடுக்கப்பட்ட முதல் படம், 'மேகா ஆ'. இதன் இயக்குனர், காகா ஷர்மா. 2003ம் ஆண்டு எடுக்கப்பட்ட, 'தேரி சௌன்' என்ற படமும் பிரமாதமாக ஓடியது.

குமாவனி மொழியில் இதுவரை கிட்டத்தட்ட பத்து படங்களுக்குமேல் எடுக்கப்பட்டு உள்ளது.

குமாவனி படம் 'மேகா ஆ'

பொதுவாக, டிஜிட்டல் காமிராவில் ஷூட் செய்து, 35 அல்லது 70 எம்எம்முக்கு மாற்றிக்கொள்கிறார்கள்.

திருட்டு விசிடி உலகம், உத்தராஞ்சல் சினிமா உலகத்தையும் கபளீகரம் செய்துவருகிறது. மேலும், சினிமா தியேட்டர்கள் தொடர்ந்து மூடுவிழா நடத்தி வருகின்றன. அரசிடமிருந்தும் ஆதரவு கரம் கிடையாது.

இவையெல்லாம் சேர்ந்து, உத்தராஞ்சல் திரைப்பட உலகை ஒரு சுணக்க நிலையிலேயே வைத்திருக்கின்றன.

இதுபோதாது என்று, உத்தராஞ்சல் மாநில அரசாங்கம், இந்தியாவுக்கே ஒரு திடீர் ஷாக் ட்ரிட்மெண்ட் கொடுத்தது.

தன் மாநில வருவாயை அதிகரித்துக்கொள்ள, அரசாங்கம் ஓர் அறிவிப்பு வெளியிட்டது. அதன்படி, 'உத்தராஞ்சலில் இயங்கிவரும் எண்ணற்ற லோக்கல் கேபிள் டிவி சானல்கள், பாரபட்சமின்றி இந்தியாவில் வெளியாகும் எந்தப் படத்தை வேண்டுமானாலும், எந்த புதுப்படத்தின் பாடலையும், விளம்பரங்களையும்கூட சட்டரீதியாக போட்டுக்கொள்ளலாம். ஆனால், அரசாங்கத்துக்கு கேளிக்கை வரியாக வாரம் 2000 ரூபாய் செலுத்திவிட வேண்டும்.'

இந்த அரசாங்க ஆணை பலரையும் அதிர்ச்சியடைய வைத்தது. அதாவது, இந்தியாவின் பல மாநிலங்களில் சட்டவிரோதமாக கருதப்படும் ஒரு காரியம், உத்தராஞ்சல் மாநிலத்தில் மட்டும் சட்டரீதியாக செயல்படுகிறது.

அரசாங்கத்தின் இந்த ஆணைக்கு, உத்தராஞ்சல் திரைப்பட உலகத்திலேயே போதுமான ஆதரவு கிடையாது என்பது குறிப்பிடத் தக்கது.

உத்தரகாண்ட்டின் ஜனத்தொகை 8.5 கோடி. அரசாங்கம், முறையான சங்கங்கள் அமைத்து திரைத்தொழிலை முறைப்படுத்தினாலே, வருடத்துக்கு 100 கோடி வியாபாரம் செய்ய முடியும் என்பது திரைத்துறையினரின் நம்பிக்கை.

❖❖❖

HARYANVI

ஹர்யான்வி திரைப்பட உலகம்

ஹர்யானா மிகச்சிறிய மாநிலம். இந்திய நாட்டின் தலைநகரமே அங்கே இருந்தாலும், ஹரியானா திரைப்பட உலகத்தின் தலைவிதி மோசமாகத்தான் இருக்கிறது.

ஹர்யானா திரைப்பட உலகம் உருவானது கிட்டத்தட்ட 1970ம் ஆண்டுதான்.

முதல் ஹர்யான்வீ திரைப்படம், பீரா ஷேரா, 1973ஆம் ஆண்டு வெளியானது. பிரதீப் நைய்யார் என்பவர்தான் இயக்குனர்.

இரண்டாவது படம், ஹர்புல் சிங். இரண்டு படங்களும் போன இடம் தெரியவில்லை. அதற்கு முக்கிய காரணம், எந்தப் படமும் ஹர்யானா மக்களின் கலாசார வாழ்க்கையை திறம்படச் சொல்லவில்லை என்பதுதான்.

இந்த இரண்டு படங்களின் படுதோல்வியைத் தொடர்ந்து, ஹர்யானா திரைப்பட உலகம், 1983வரை கையை கட்டிக்கொண்டு சும்மா உட்கார்ந்து மற்ற திரைப்பட உலகங்களை 'ஆ'வென்று பராக்கு பார்த்துக்கொண்டு இருந்தது.

அப்புறம், 1984ஆம் ஆண்டு மார்ச் மாதம் வந்தது, 'சந்திராவல்' என்ற ஹர்யான்வீ படம். தேவி ஷங்கர்

அதிரடி ஹர்யான்வீ படம் 'சந்திராவல்'

பிரபாகர் என்ற இயக்குனரின் அந்தப் படம், ஹர்யானா மாநிலத்தையே அதிரடி ரணகளம் பண்ணியது.

'இதைத்தான்... இதைத்தான்... இதைத்தான் நாங்க எதிர்பார்த்தோம்' என்று ஜனங்கள் உற்சாகக்கூச்சல் போட்டார்கள்.

அந்த படத்தின் முழு பட்ஜெட்டையும் ஃபரீதாபாத்தில் இருந்த ஒரே ஒரு திரையரங்க கவுண்டரில் இருந்தே வசூலித்துவிட்டார் தயாரிப்பாளர். அதனுடன் போட்டிபோட்டு ஓடிய பிரபல பாலிவுட் படங்கள் 'ஷோலே', 'பாபி' எல்லாம் வசூலில் இதன்முன் நிற்கமுடியாமல் துண்டைக் காணோம், துணியைக் காணோம், படப்பெட்டியைக் காணோம் என்று ஓடி

தேவி ஷங்கர் பிரபாகர்

மறைந்தன. படம் அவ்வளவு பெரிய சூப்பர் ஹிட். சில்வர் ஜூப்ளி. கோல்டன் ஜூப்ளி. இன்னும் என்னென்னவோ ஜூப்ளி. ஒரே அமளிதுமளி!

ஒவ்வொரு ஹர்யான்வீ குடும்பமும் அந்தப்படத்தை கிட்டத்தட்ட 200 தடவைக்குமேல் பார்த்ததாக தகவல்.

அதன்பிறகு, ஹர்யானா திரைப்பட உலகம், கொஞ்சம் சுறுசுறுப்பாகி, நாலைந்து நல்ல நல்ல படங்களை தயாரித்தது. லாடோ பசந்தி (1985), ஃபூல்பதன் (1986) போன்ற படங்கள் சந்திரா வலை மிஞ்சவில்லை என்றாலும், நல்ல பெயர் மற்றும் வசூல் பெற்றுத் தந்தன.

அப்புறம் இப்ப கொஞ்சகாலமாக மறுபடியும், ஒரு நீ....ண்...ட தூக்கம் போட்டு வருகிறது ஹர்யான்வீ திரைஉலகம்.

ஹர்யான்வீ திரைப்பட உலகத்தை செம்மைப்படுத்த அரசாங்கத்திடம் எந்தவித முறையான சட்டதிட்டங்களும் கிடையாது. சின்ன மாநிலம் ஆகையால், தயாரிப்பாளரால் போட்ட பணத்தை எடுக்க முடியவில்லை.

பாலிவுட்டின் சுறாக்களுக்கு, ஹர்யான்வீயின் நெத்திலிகள் சுலப இரை.

நிறைய பேருக்கு, இப்படி ஒரு திரைப்பட உலகம் இருப்பதே தெரியாது என்பது அந்த ஜனங்களுக்கு கூடுதல் வருத்தம்.

தாத்தா தன் பழைய பராக்கிரமத்தை பேசி பெருமைப்படுவது போல், ஹர்யான்வீ திரைப்பட உலகம், இன்றும் தன் ஒரே ஹிட்டான, ‘சந்திராவல்’ படத்தின் சரித்திரத்தையே பேசி தன்னையே ஆறுதல் படுத்திக் கொள்கிறது.

☒☒☒

MARVARI
ராஜஸ்தான் திரைப்பட உலகம்

ராஜஸ்தான் திரைப்பட உலகம், மார்வாரி திரைப்பட உலகம் என்று அழைக்கப்படுகிறது.

மார்வாரி திரைப்பட உலகம் ஆரம்பிக்கப்பட்டு, 68 வருடங்கள் ஆகின்றன.

'நர்சானா' திரைப்படத்தில்...

முதல் மார்வாரி படம், 'நஸ்ரானா', 1942ம் ஆண்டு, ஜூன்மாதம் வெளிவந்தது.

ராஜஸ்தான் கலாசாரத்தை முழுமையாக சொன்ன முதல் மார்வாரி படம், 'பாபசா ரி லாட்லி' 1961ம் ஆண்டுதான் வெளியானது.

நூறாவது மார்வாரி படம், 'ஓட் லி சுனர்யா' 2008ம் ஆண்டு வெளிவந்தது.

அதாவது, கிட்டத்தட்ட வருடத்துக்கு இரண்டு படங்கள் என்பது ஒரு பூஞ்சையான கணக்குதான். ரொம்ப டல்லான திரைப்பட உலகம்தான்.

1987லிருந்து 1995வரை உள்ள ஒன்பது வருட காலகட்டத்தில் திடீர் சுறுசுறுப்பாகி, வருடத்துக்கு 4 படம் வீதம், 42 படங்களை தயாரித்தது இந்தப் படஉலகம். ஆனால், மீண்டும் 1996முதல் 2003வரை ஒரு சோர்வுநிலை. 17 படங்களே தயாரிக்கப்பட்டன.

பணப்பிரசினையும், வாங்க ஆள் இல்லாததும்தான் முக்கிய காரணம்.

படக்கணக்குதான் இந்த லட்சணத்தில் இருக்கிறது என்றால், ஏதாவது ஒரு மார்வாரி படமாவது இதுவரை தரமாக எடுக்கப்பட்டது என்றோ, தேசிய விருது வாங்கியது என்றோ சொல்லலாம் என்றால், அதுவும் இல்லை.

அதற்கு காரணம், இன்றளவும் எடுக்கப்படும் மார்வாரி படங்களின் கதைகள் ராஜாகாலத்து கதைகளாகவும், விட்டலாச்சாரியதனமான மாயமந்திர ரகங்களாகவும் இருப்பதுதான். ராஜஸ்தான் பாலைவனங்கள் போலவே, கலைஉலகத்தினரின் கற்பனைதிறமும் படுவறட்சி.

சரியான பெயர் சொல்லும் கலைத்துறையினரையோ, இயக்குனர்களையோ மார்வாரி திரைஉலகம் இதுவரை தரவில்லை.

ராஜஸ்தானிய மக்களின் கலாசாரத்தை அவ்வப்போது, பாலிவுட் படங்கள்தான் சொல்கின்றன. லம்ஹே, ருடாலி, பஹேலி (ஷாருக்கான் நடித்து அமல்பாலேகர் இயக்கிய அருமையான இந்தப்படம் ஆஸ்கார்வரை சென்று திரும்பி

இர்பான்கான்

வந்தது) மற்றும் ஐஸ்வர்யா ராய் நடித்த ஜோதா அக்பர் போன்ற பாலிவுட் படங்கள் ராஜஸ்தானிய கலாசாரத்தை சொல்கிற அளவுகூட, சொந்த மொழிப்படங்கள் சொல்லவில்லை என்பது வருந்தத்தக்க ஒரு விஷயம். இவ்வளவுக்கும் கிட்டத்தட்ட வருடத்துக்கு 150 கோடி வர்த்தகம் செய்கிற ஒரு திரைஉலகம் அது. நூற்றுக்கும் மேற்பட்ட கலைத்துறையினரைக் கொண்ட உலகம்.

படங்கள் பெரும்பாலும் 16 எம்எம்மில் எடுக்கப்பட்டு, 35 எம்எம் ரேஞ்சுக்கு மாற்றப்பட்டு திரையிடப்படுகின்றன.

தியேட்டர்காரர்கள், 'மார்வாரி படங்களா? வேணும்னா மார்னிங் ஷோ போடறேன். இல்லைனா, மூட்டையை கட்டிகிட்டு இடத்தை காலி பண்ணு' என்கிற இளக்காரமான ரேஞ்சில்தான் பிசினஸ் செய்கிறார்கள். கஷ்டப்பட்டு ஒரு படம் தயாரித்தால், படத்தை வாங்கவும் ஆர்வலர்கள் கிடையாது, விநியோகிக்கவும் ஆட்கள் கிடையாது.

கடந்த 15 வருடத்தில் எடுக்கப்பட்ட ஒரு படம்கூட பட்ஜெட்டின் 50 சதவிகித பணத்தைக்கூட வசூலிக்கமுடியாத அவலநிலை.

அரசாங்கம் தன் பங்குக்கு, ஒரு லட்சம் ஜனங்களுக்குமேல் வசிக்கிற பகுதிகளில் உள்ள தியேட்டர்களுக்கு முழு கேளிக்கை

'அரபுக்குதிரை' ஆர்த்தி கைதான்

வர்விலக்கு அளித்துள்ளது. அனைத்து பகுதிகளுக்கும் முழு கேளிக்கை வரிவிலக்கு அளிக்கவேண்டும் என்பது மார்வாரி திரைப்படத் துறையினரின் போராட்டம்.

ராஜஸ்தான் மாநிலத்தில் எடுக்கப்படும் வெளிமாநில படங்களுக்கு காட்டும் கடைக்கண் பார்வையைக்கூட அரசாங்கம், மார்வாரி படங்களுக்கு காட்டுவதில்லை என்பது அவர்களின் குற்றச்சாட்டு.

மார்வாரி படங்களின் குறிப்பிடத்தக்க சில தயாரிப்பாளர்களாக பரத் நஹாதா, பானுபிரகாஷ் ராதி, அஜய் சவுத்ரி ஆகியோர் உள்ளனர். சில குறிப்பிடத்தக்க இயக்குனர்கள் மோகன்சிங் ராதோர், நடிகை நீலு ஆகியோரைச் சொல்லலாம்.

ஆனால், மார்வாரி படங்களில் நடிக்க நல்ல நடிகர் நடிகைகளும் கிடைப்பது கடினமாக உள்ளது.

இந்த மாநிலத்தைச் சேர்ந்த நடிகர், இர்பான் கான், இப்போது பாலிவுட்டில் நடித்து வந்தார். திறமையான அந்த நடிகர் சமீபத்தில் இறந்துவிட்டது மிகப் பெரிய சோகம்.

ராஜஸ்தானில் இருந்து வந்து தமிழ்ப்படத்தில் நடித்து விட்டுப்போன நடிகை ஒருவரும் உண்டு.

அவர் பெயர் ஆர்த்தி கைத்தான். தன் பெயரை கீர்த்தி என்று மாற்றிக்கொண்டு அவர் நடித்த படம், 'அரபுக்குதிரை'. (ராஜஸ்தான் நடிகைக்கு வைக்கவேண்டிய சரியான படத்தலைப்புதான்)

☒☒☒

KASHMIRI & DOGRI
ஜம்மு காஷ்மீர் திரைப்பட உலகம்

எல்லா திரைப்பட உலகத்தினரின் கனவு உலகமும் காஷ்மீர்தான்.

ஆனால், அனைவரின் கண்பட்டு திருஷ்டிபட்டுத் தான் காஷ்மீர் திரைப்பட உலகம் இப்படி வீணாகிப்போய் கிடக்கிறது என்று தோன்றுகிறது.

காஷ்மீர் திரைப்பட உலகம் மற்ற திரைப்பட உலகங்களுக்கு ஒரு காதலிபோல. தன் மாநிலத்தின் அழகையெல்லாம் அடுத்தவர்கள் அள்ளிக்கொண்டு போக அனுமதித்துவிட்டு, எதுவும் இல்லாமல் நிர்வாணமாக அது நிற்கிறது.

காஷ்மீரின் முதல் திரைப்படம், 'மெயின்ஜிராத்' 1964ல் வெளியானது. மோகன்லால் அய்மா என்ற இயக்குனரின் படம் இது. இவர் காஷ்மீரின் புகழ்பெற்ற இசை விற்பன்னர் என்பது குறிப்பிடத்தக்கது.

அடுத்து, 1967ல் வெளிவந்த 'ஹப்பா காதூன்' என்ற படம்தான், மிகப்பிரபலமாக வெற்றிபெற்ற படம்.

ஹப்பா காதூன், 16ம் நூற்றாண்டில் வசித்த ஒரு புகழ்பெற்ற கவிதாயினி.

பிற்காலத்தில் அழகிய காஷ்மீரின் அரசியும் ஆனாள். அவளுடைய கதைதான் படமாக வெளிவந்தது.

காஷ்மீர் பள்ளத்தாக்கில் சந்திரஹார் என்ற அழகிய கிராமத்தில் பிறந்த அவள் உண்மையான பெயர் ஜூன் (அதாவது, நிலவு என்று அர்த்தம்) சிறுவயதில் எழுதபடிக்க கற்றுக்கொண்டு கவிதைகள் இயற்றும் அளவுக்கு புலமை அடையும் ஜூனை, அவளது தந்தை ஒரு படிக்காத விவசாயிக்கு திருமணம் செய்துவைத்துவிடுகிறார்.

புக்ககத்தில் மாமியாரிடம் கொடுமை அனுபவிக்கிறாள் ஜூன். கணவனிடமும் சந்தோஷமில்லை. எதுவும் பேசாமல், இந்த கொடுமைகளை கொஞ்சகாலம் அனுபவிப்பவள், ஒரு கட்டத்தில் பொங்கி எழுந்து, கணவனை விவாகரத்து செய்கிறாள்.

தனிமை அவளை வாட்டுகிறது. சினார் மரத்தின்கீழ் நின்று, உள்ளம் உருகும் காஷ்மீரத்து காதல் பாடல்களை அவள் பாடுகிறாள்.

அந்தப்பக்கம் வரும் ராஜா யூசுப் ஷாவின் காதுகளில் அவளது தேமதுரப் பாடல்கள் விழுகின்றன. அவள் அழகைப் பார்த்து அசந்துவிடும் ராஜா, உடனே அவளை அழைத்துக் கொண்டு அரண்மனைக்கு திரும்புகிறார். திருமணமும் செய்து கொள்கிறார். (ராஜாக்களுக்கு வேறென்ன வேலை?) அதன்பிறகு, அவள் பெயர், ராணி ஹப்பா காதூன் என்று மாற்றப்படுகிறது.

இருவரும் சந்தோஷமாக காதல் வாழ்க்கை வாழ்கிறார்கள். புகழ்பெற்ற கவிதாயினியாக ஹப்பா காதூன் மிளிர்கிறாள். ஆனால், விதி பேரரசர் அக்பர் ரூபத்தில் வருகிறது.

முகலாயர்களை பலமுறை போர்முனையில் யூசுப் ஷா விரட்டி அடித்ததால், மனதில் வஞ்சம் கொண்டு அவரை தன் அரசவைக்கு நட்பின்பேரில் அழைக்கும் பேரரசர் அக்பர், அவரை பீகார் சிறையில் தள்ளி விடுகிறார்.

ஹப்பா காதூன் தன் காதல் கணவரிடமிருந்து நிரந்தரமாக பிரிக்கப் படுகிறாள். அந்தப் பிரிவுத்துயரை கடைசிவரை காதல் ரசம் சொட்டும் பாடல்களாக பாடியபடி இறந்துபோகிறாள்.

ரிதா ரெய்னா என்பவர் கதாநாயகியாக நடித்தார். இயக்குனர், பஷீர் பத்கமி.

1967ல் இந்தப்படம் முதல்முதலாக வெளியிடப்பட்டபோது, காஷ்மீர் மக்கள் அடைந்த ஆனந்தத்துக்கு எல்லையே கிடையாது.

'கவிதாயினி' ஹப்பா காதூன்

பல வாரங்களுக்கு ஜனங்கள் தொடர்ந்து தியேட்டரில் க்யூ கட்டிநின்று படம் பார்த்தார்கள்.

1967ல் இந்தப்படம் வெளிவந்தபிறகு, ஒரு பெரிய..... இடைவெளி.

அதன்பிறகு, கிட்டத்தட்ட 39 ஆண்டுகளுக்குபிறகுதான், 2006ம் ஆண்டு, அடுத்த காஷ்மீரிய திரைப்படம் 'ஆஹ் தலீல் லூலச்' (ஒரு காதல் கதை) என்ற படம் வெளிவந்தது. நூறு நிமிஷம் ஓடக்கூடிய இந்த திரைப்படமும் ஒரு காதல் கதைதான். ஏழை கதாநாயகன், பணக்கார நாயகியைத் திருமணம் செய்துகொள்வது பற்றிய கதை. ஆர்ஷித் முஷ்தாக் என்ற இயக்குனரின் படம்.

காஷ்மீரிய திரைப்பட உலகம் இதுவரை கிட்டத்தட்ட தோராயமாக பத்து திரைப்படங்களைத்தான் தயாரித்திருக்கிறது.

காஷ்மீர் திரைப்பட உலகின் இவ்வளவு தொய்வுக்கு காரணம், அங்கே நிலவிவரும் போராட்டங்களும், தீவிரவாத அமைப்புகளின் ஊடுருவலும், அரசியல் பிரசினைகளும்தான்.

காஷ்மீர் ஏழை மாநிலமும்கூட. படத்துக்கு பைனான்ஸ் பண்ணுகிற அளவுக்கு பெரிய வசதியானவர்கள் அங்கில்லை.

1950, 60, 70களில் இங்கே வந்து காஷ்மீரின் இயற்கை அழகில் அதிசயித்து, அதன் அழகில் மனம் பறிகொடுத்தவர்கள் எல்லாம் இப்போது வந்து தால் ஏரியின் நிலையைப் பார்த்து ரத்தக்கண்ணீர் சொரிகிறார்கள்.

ஒருபக்கம் சினிமாகாரர்களுக்கு, அழகான காஷ்மீரை இப்படி பாழ்படுத்தி வைத்திருப்பதற்காக லோக்கல் காஷ்மீரவாசிகள்மேல் கோபம் என்றால், இன்னொருபக்கம், லோக்கல் காஷ்மீரவாசிகளுக்கு எந்த சினிமாகாரர்களை கண்டாலும் கடுப்பு, எரிச்சல். காஷ்மீரின் நிஜ முகத்தையும் அவர்களது எரியும் பிரசினைகளையும் காட்டாமல் எப்போதும் பசும் புல் வெளிகளையும், ஆப்பிள் மரங்களிடையே நாயகியை நாயகன் துரத்துவதையும், பனிபுகையும் மலைச் சிகரங்களையும் காட்டி ஊரை ஏமாத்தி காசு பார்க்கிற பார்ட்டிகள் என்ற கோபம்.

காஷ்மீரில் பிறந்த இயக்குனர் விதுவினோத் சோப்ரா, 'மிஷன் காஷ்மீர்' என்று படம் எடுத்தார். காஷ்மீரை வேறு உருப்படியான விதமாக படம் எடுக்கத் தெரியாதா என்று கொதிக்கிறார்கள் உள்ளூர்க்காரர்கள். இவர்கள் கோபம் 'ரோஜா' புகழ் மணிரத்னம் உட்பட அனைவர்மீதும் உண்டு.

ராஜ்கபூர் பாடல் 'மேரா லால் துப்பட்டா மல் மல்கே'

ஈரானிய இயக்குனர் மஜித் மஜிதீ போன்ற வெளிநாட்டு இயக்குநர்கள்கூட, காஷ்மீருக்கு வந்து அங்கே தீவிரவாதத்தால் பாதிக்கப்பட்ட காஷ்மீரிய குழந்தைகளின் அவல வாழ்க்கையை 'காஷ்மீர் அஃப்ளோட்' என்று படம் எடுக்கும்போது, இந்திய படைப்பாளிகள் வெறும் ஜிகினா வேலைகள் காட்டிக்கொண்டு திரிவது ஏன் என்பது அவர்களது ஆதங்கம்.

இருந்தாலும், இதைப்பற்றியெல்லாம் கவலைப்படாமல், இந்திய திரைப்பட உலகமே அங்கே முகாமிட்டு அடிக்கடி காஷ்மீரின் அழகை சுருட்டிக்கொண்டுதான் வருகிறது.

சொல்லப்போனால், இந்திய சினிமாஉலகத்தில் சினிமாகாரர்களுக்கு, 'காஷ்மீர் பைத்தியத்தை' உருவாக்கிய பெருமை, நடிகரும் இயக்குனருமான ராஜ்கபூரையே சாரும். 1949ல் அவர் இயக்கிய 'பர்சாத்' என்ற புகழ்பெற்ற படத்தை காஷ்மீரின் அழகையெல்லாம் அள்ளிக்கொண்டு பாலிவுட்டுக்கு ஓடிவந்துவிட்டார். 'ஹவா மே உட்தா ஜாயே மேரா லால் துப்பட்டா மல்மல்கே' என்று நிம்மி பாடிய பாடல், இளசுகளின் இதயத்துடிப்பான பாடலாக இருந்தது. போதாததற்கு நர்கீஸ், காஷ்மீரத்து படகோட்டிப் பெண்ணாக நடித்து, ரசிகர்களை கிறுகிறுக்க வைத்தார்.

சமீபகாலமாக, லேட்டஸ்ட் ஹிட்டான காஷ்மீரப் படம், 'ஹீரோ பிரிட்ஜ்'. தயாரித்து இயக்கியவர், நியு யார்க்கிலிருந்து வந்த காஷ்மீரத்து என்.ஆர்.ஐ பார்ட்டியான தாரிக் தபா என்ற இளைஞர்.

24 வயதான தாரிக் தபாவின் அப்பா காஷ்மீரத்துகாரர். அம்மா யூதர்.

நியூ யார்க்கில் வசித்தாலும், காஷ்மீர் மாநிலத்தில் நடக்கும் பிரசினைகளை உன்னிப்பாக கவனிக்கும் தாய்நாட்டின்மேல் பற்றுள்ள இளைஞர் தாரிக் தபா.

காஷ்மீர் மாநிலத்தின் உண்மையான பிரசினைகளை யாரும் இதுவரை சொன்னதில்லை என்று நினைத்த அந்த இளைஞர், ஒருநாள் 'நான்தான் சொல்லவேண்டும் போலிருக்கிறது' என்ற உணர்வு தோன்ற, ஒரு பொட்டியை மட்டும் கட்டிக்கொண்டு நியூயார்க்கிலிருந்து, காஷ்மீருக்கு வந்து இறங்கிவிட்டார்.

கையில் பணம் காசு எதுவுமேயில்லை. உதவி செய்யவும் ஆட்கள் கிடையாது. கையில் ஒரு காமிராவும், மனதில் தைரியமும் மட்டும்தான்.

நிஜ காஷ்மீர் மக்கள்தான் அவரது ஹீரோ ஹீரோயின்கள். நிஜ காஷ்மீரத்து பிரசினைதான் அவரது கதைக்களம்.

மற்றபடி, காஷ்மீர திரைப்பட உலகத்துக்கு படம் தயாரிக்க மட்டுமல்ல, படம் பார்க்கக்கூட ஆட்கள் இல்லை. பெரும்பாலான தியேட்டர்கள் ராணுவ முகாம்களாக மாறிவிட்டன. ஓரிரு தியேட்டர்கள் ஸ்ரீநகரில் இயங்கி வருகின்றன. ஆனால், அங்கே ராணுவம் சுற்றி வருகிறது. எப்போது ராணுவத்தினருக்கும் தீவிரவாதிகளுக்கும் சண்டை மூளும், எப்பொழுது தியேட்டரில் குண்டு வெடிக்கும் என்று சொல்லமுடியாது. இந்த லட்சணத்தில் நிம்மதியாக தியேட்டரில் போய் எப்படி படம் பார்க்கமுடியும் என்பது ஜனங்களின் எண்ணம்.

காஷ்மீரத்தில் இயங்கிவரும் பலதரப்பட்ட முஸ்லிம் அமைப்புகளும், இந்து தயாரிப்பாளர்கள் மற்றும் இயக்குனர்களை நிம்மதியாக படம் எடுக்க விடுவதில்லை. ஏதோ ஓர் அச்சுறுத்தல் செய்து, பாலிவுட்காரர்களை அவர்கள் ஓடஓட விரட்டிவிடுகிறார்கள்.

ஒருகாலத்தில் பூக்களின், ஆப்பிள்களின் வாசனையால் நிரம்பி வழிந்த காஷ்மீரிய காற்றில் இப்போது கலந்திருப்பது குண்டுவாசனையே. அது, காஷ்மீரிய திரைப்பட உலகத்தின் மூச்சுக்காற்றையே நிறுத்திவிடும் அபாயமே அதிகம் இருக்கிறது.

காஷ்மீரில் இன்னொரு படஉலகமும் இயங்கி வருகிறது. அது, அங்கே வட்டார மொழி பேசும், ‘டோக்ரி பட உலகம்’.

துகர் என்ற பகுதியைச் சேர்ந்த மக்கள் பேசும் மொழிதான், ‘தோக்ரி’. இந்தியாவிலும் பாகிஸ்தானிலும் சேர்த்து கிட்டத்தட்ட 2 கோடி மக்கள் தோக்ரி மொழிபேசுபவர்கள். பெரும்பாலோனோர் காஷ்மீர் பள்ளத்தாக்கில் வசிக்கிறார்கள்.

இந்த மக்களை மையப்படுத்தி இயங்கி வருகிறது, தோக்ரி பட உலகம்.

1960ல் ‘கலன் ஹோரயியான் பீத்தியான்’ என்ற முதல் தோக்ரி மொழிப்படம் வெளியானது. பண்ணையார் டைப் கதை இது.

தாரிக் தபாவின் 'ஜீரோ பிரிட்ஜ்'

பாடல்கள் பிரபலமாயின. (50 வருடத்துக்கு ஒருமுறை படம் எடுத்தால், பாடல்கள் ஹிட் ஆகத்தானே வேண்டும்? வேறு வழி?)

கிட்டத்தட்ட 50 வருடங்களுக்குபிறகு, 2009ல் 'ஜா நீ மில்டீ' என்ற இரண்டாவது படம் வெளியானது. இது கலர்ப்படம் என்பதில் தோக்ரி இனத்தினருக்கு பெருமை. ரூப் சாகர் என்பவர் இயக்கியுள்ளார். ஒரு பணக்காரப் பெண், ஏழையை கல்யாணம் பண்ணிக்கொண்டு அதனால் கஷ்டப்படுவதையும், மாமியார் மருமகள் பிரசினையையும், தோக்ரி இன மக்களின் கலாசாரத்தையும் படம் சித்திரிக்கிறது.

⊠⊠⊠

LADAKHI / JAMMU KASHMIR - 2
லடாக்கி திரைப்பட உலகம்

கடல்மட்டத்தைவிட 13,000 அடி உயரத்தில் ஒரு திரைப்பட உலகம் இயங்கிவருகிறது. அதுதான் உலகத்தின் கூரை எனப்படும் 'லடாக்'கின் திரைப்பட உலகம். ரொம்பவே வித்தியாசமான திரைப்பட உலகம் இது. பாலிவுட்டின் பருப்பு வேகாத திரைப்பட உலகம்.

லடாக், ஜம்மு காஷ்மீரின் கிழக்குப்பகுதியில் இருக்கிறது. டெல்லியிலிருந்து 2 மணிநேர விமானப் பயணம்.

லடாக்கின் முதல் திரைப்படம், ஸோனம் டோல்மா, 1996ம் ஆண்டு வெளியாயிற்று.

ஸோனம் என்பது கதாநாயகன் பெயர். டோல்மா, கதாநாயகி. கதை, லடாக்கிய கலாசாரத்தின்மீது மேற்கத்திய நாகரிகம் ஏற்படுத்தும் தாக்கத்தையும், இன்றைய இளைஞர்கள் புத்தமத கலாசாரத்தை மறந்து விட்டு, பணத்துக்காக எப்படி டூரிஸ்ட் கைடுகளாக தடம் மாறுகிறார்கள் என்பதையும் சாடுவதாக இருந்தது. தூர்தர்ஷன் தயாரித்த இந்தப் படம், 35எம்எம்மில் எடுக்கப்பட்டது.

'லாஸ் தெல்' என்ற இன்னொரு படம், புகழ்பெற்ற லடாக் படமாகும். 15 லட்சம் பட்ஜெட்டில்

இளமை ததும்பும் 'லாஸ் தெல்'

தயாரான இந்தப்படம், ஒரு ராணுவ வீரனுக்கும், கிராமத்து பெண்ணுக்கும் ஏற்படும் காதலை சுவைபடச் சொல்கிறது.

ஸ்டான்சின் நம்போல் என்ற குடும்பப் பெண் ஒருத்தி கதாநாயகியாக நடித்தாள். ஆடிப்பாடி ஓடி கண்ணீர்விட்டு, தத்ரூபமாக நடித்து அசத்தினாள்.

லடாக் திரைப்பட வரலாற்றில் யாருக்கும் அதுவரை கொடுக்கப்படாத 'பெரிய' சம்பளமாக அந்த கதாநாயகிக்கு, பதினைந்தாயிரம் ரூபாய் சம்பளம் கொடுக்கப்பட்டபோது, அது அனைவரையும் அதிர்ச்சியிலும் ஆச்சரியத்திலும் ஆழ்த்தியது.

'லாஸ் தெல்' படத்தில் ஒரு காட்சி. கதாநாயனும், நாயகியும், ஒரு குதிரையும் மலைஉச்சியிலிருந்து கீழே பள்ளத்தாக்கில் விழுகிறார்கள். இதற்காக இயக்குனர், 30 அடி கிரேன் பயன்படுத்தி அந்தக் காட்சியை தத்ரூபமாக எடுத்திருந்தார்.

தியேட்டரில் படம் பார்த்தபோது, ரசிகர்கள் பயத்தில் கத்திக் கதறிவிட்டார்களாம். காரணம், அவ்வளவு தத்ரூபமான காட்சிகளை இதுவரை யாரும் லடாக்கிய படங்களில் காட்டியதில்லையாம்.

'இதை எப்படி எடுத்தீர்கள்..? படம் எடுக்கும்போது, நீங்கள் கீழே விழுந்துவிட்டீர்களா, அடிபட்டதா?' என்று ஒரே விசாரிப்புகள். '30 அடி கிரேன் வைத்து எடுத்தேன்' என்று இயக்குனர் சொல்ல, 'கிரேனா..? அது எப்படி இருக்கும்?' என்று நிறைய பேர் கேட்டார்களாம்.

'லடாக்கி அழகி' ஸ்டான்சின் நம்போல்

கடந்த 15 வருடங்களில் கிட்டத்தட்ட 35 படங்களுக்குமேல் எடுத்து விட்டார்கள். ஒரு சராசரி லடாக்கி படத்தின் பட்ஜெட் சுமார் 5 லட்சம்தான் ஆகிறது.

லடாக்கில், பாலிவுட் திரைப்படங்கள் ரசிக்கப்படுவது இல்லை. லடாக்கியர்கள் சென்டிமென்ட்வாசிகள். கூட்டுக் குடும்பமாக வசிப்பவர்கள். ஆகையால் அவர்கள் மெதுவாக நகரும் குடும்பச்சித்திரங்கள், கண்ணீர்க் காவியங்களுக்கு அடிமைகள். யாராவது துப்பாக்கி தூக்கினாலே அவர்களுக்கு பிடிப்பதில்லை. வெடிச்சத்தம் அவர்கள் காதை அடைக்கிறது. அடிதடி ஆக்ஷன் படங்களின் மகா எதிரிகள் லடாக் மக்கள்.

லடாக்கின் ஜனத்தொகை கிட்டத்தட்ட 3 லட்சம். திபெத்திய கலாசார சாயல் அவர்களிடம் நிறையவே பரவி உள்ளது.

'எங்களின் கண்களும் மூக்கும் சிறியதாக இருப்பதால், நாங்கள் மற்றவர்களிடமிருந்து ஒதுக்கப்பட்டோம். அதனால், எங்களுக்குள் ஒரு உலகத்தை படைத்துக்கொண்டு, நாங்களே தயாரித்து, இயக்கி நடித்து, நாங்களே ரசித்துக்கொள்கிறோம்' என்கிறது லடாக்கி திரைப்பட உலகம்.

இங்கே மளிகைகடை வைத்திருப்பவர் திரைப்பட தயாரிப்பாளராக இருக்கிறார். கடையில் பொட்டலம் கட்டும்

பையன் திடீரென்று கதாநாயகனாகி, ஒரு படத்தில் நடித்துவிட்டு, மீண்டும் பொட்டலம் கட்டப் போய்விடுகிறான். குடும்பப் பெண்கள் கதாநாயகிகள் ஆகிவிடுகிறார்கள். டாக்ஸி டிரைவர் டாக்ஸி ஓட்டும் நேரம்போக, மீதி நேரம் சினிமா படத்துக்கு கதை எழுதுகிறார். புத்த பிட்சுக்கள் லடாக்கி படங்களுக்கு வசனங்களும் பாடல்களும் எழுதுகிறார்கள். படத்துக்கு வில்லன்கள் யார் என்று நினைக்கிறீர்கள்? வேலைநேரம்போக, மீதிநேரம் சும்மா இருக்கும் போலீஸ்காரர்கள்!!!!

இவர்கள்தான் லடாக்கி திரைப்பட உலகத்தை ஆள்பவர்கள்.

தியேட்டர்கள் என்று பெரிதாக எதுவுமில்லை. பெரிய பெரிய ஆடிட்டோரியங்களில், எல்சிடி புரொஜக்டர்கள் மூலம் படங்களை வெளியிடுகிறார்கள்.

தங்களுடைய கலாசாரத்தைத்தான் அதிகபட்சம் திரைப்படமாக எடுக்கிறார்கள். விஞ்ஞானத்தின் வாசனை இல்லாத, பழமையை போற்றும் படங்கள். பெரும்பாலும், காதல் கதைகள்தான். படங்களில் நடிக்கும் சூப்பர் ஸ்டாருக்கு சம்பளம், ஆயிரம் டாலர்கள்!

வருடத்துக்கு 9 மாதங்கள் மனாலியிலிருந்து லடாக்கின் தலைநகரமான லெஹ்-'க்கு செல்லும் பாதை, உலகத்திலேயே இரண்டாவது உயரமான சாலை – பனியால் மூடப்பட்டு கிடக்கிறது. பெரிய போக்குவரத்து எதுவும் கிடையாது.

இப்படி தனிமைப்படுத்தப்பட்டு கிடப்பதால், லடாக்கியர்களின் வாழ்க்கை அவர்களுக்குள்ளேயே அடைந்து போய் கிடக்கிறது.

அவ்வப்போது, லடாக்கின் இயற்கை அழகுக்காக பெரிய பட்ஜெட் பாலிவுட் படங்களும் அங்கே நடக்கின்றன.

யஷ் சோப்ராவின், 'தஷான்' என்ற படம் அங்கேதான் எடுக்கப்பட்டது. மணிரத்னம் தனது 'தில் சே' படத்தை லடாக்கில்தான் எடுத்தார். ஆனால், அங்கே படம் எடுத்தால், படம் ஊத்திக்கும் என்று ஒரு சாபம் இருந்தது. அது, இந்த இரண்டு பட விஷயங்களிலும் நடந்தது.

ஆனால், கடைசியாக ஆமீர்கான் போய், '3 இடியட்ஸ்' படத்தை லடாக்கில் எடுத்தார். படம் சூப்பர் ஹிட். தங்கள்

லடாக்கில் 'தில் சே'

ஊருக்கு ஏற்பட்ட அவப்பெயர் தீர்ந்ததில் லடாக்கியர்களுக்கு ரொம்பவே திருப்தி.

லடாக்கியர்களிடம் பிரசித்தமான இன்னொரு படம், 'தெல்-வா'. லடாக்கின் கலாசாரத்தை, அருமையாக காதல்கதையில் சொன்ன படம். ஆனால், படத்தின் முடிவில், கதாநாயகனும் நாயகியும், மேற்கத்திய நாகரீகத்துக்கு மாறிவிடுவதுபோல் காட்டப்பட்டபோது, யாரும் ஒப்புக்கொள்ளவில்லையாம். உடனே இயக்குனர் கிளைமாக்ஸை மாற்றி, படத்தை மீண்டும் திரையிட வேண்டியதாயிற்று.

"எங்கள் ஊரை இன்னும் போஸ்ட் கார்டுகளில் பார்த்துக் கொண்டு இருக்காதீர்கள். திரையில், படங்களில் எங்கள் கலாசாரத்தை பாருங்கள்" என்கிறார்கள் லடாக் திரைப்பட உலகத்தினர் பெருமையுடன்.

※※※

KASHI

மேகாலயா திரைப்பட உலகம்

மேகாலயா, இந்தியாவின் சிறிய மாநிலங்களில் ஒன்று. கடல்மட்டத்தைவிட, 4,980 அடி உயரத்தில் இருக்கிறது. அங்கே வசிக்கும் பழங்குடி இனத்தவர் பேசும் மொழி, காசி.

மேகாலயாவின் தலைநகரம், ஷில்லாங். 1874ல் அசாம் மாநிலம் உருவானபோது, ஷில்லாங் அதன் தலைநகரமாக இருந்தது. 1972ம் ஆண்டு, ஜனவரி 12ம் தேதி, அசாமிலிருந்து பிரிந்து மேகாலயா உருவான போது, ஷில்லாங், மேகாலயாவின் தலைநகரமாக மாறியது.

மேகாலயாவின் மக்கள் தொகை, தோராயமாக 37 லட்சம் (2019 கணக்குப்படி). அவர்களுக்கென்று ஒரு திரைப்பட உலகமும் உண்டு – காசி திரைப்பட உலகம்.

காசி திரைப்பட உலகத்தின் முதல் படம், 'சைன்ஜூக் கா ரி லைபூ சையம்' (30 ராஜாக்களின் கூட்டணி) 1981ம் ஆண்டு வெளியானது. டாக்டர் ஹாம்லெட் பரேஹ் காப் கைன்தா என்பவர்தான் இயக்குனர், தயாரிப்பாளர். காசி மக்களின் பழக்கம், கலாசாரத்தை சொன்ன படம் ஆதலால், நல்ல ஹிட் ஆனது.

1984ம் ஆண்டு வெளியான முதல் காசி கலர்ப்படம், 'மனிக் ரைடாங்' (பாவம், மனிக்). 21 இந்தியமொழிப் படங்கள் கலந்துகொண்ட பனோரமா விழாவில், இந்தப் படத்துக்கு தேசிய விருது கிடைத்தது. இதன் இயக்குனர், அர்தேந்து பட்டாச்சாரியா.

அப்படி என்ன விசேஷமான கதை? முனிக் என்ற கதாநாயகன், ஒரு கிராமத்துவாசி. புல்லாங்குழல் வாசிப்பதில் கில்லாடி. ஜாலியாக நண்பர்களுடன் ஊர் சுற்றிக்கொண்டு இருக்கிறான். ஆனால், அப்பா திடீரென்று இறந்துபோய், கடனையும் கல்யாணமாகாத தங்கை ஒருத்தியையும் அவன் தலையில் கட்டிவிட்டுப் போய்விடுகிறார்.

திருவிழாவில் புல்லாங்குழல் வாசிக்கும்போது, அங்கே வரும் கதாநாயகி அவனது திறமை கண்டு காதலில் விழுகிறாள். திருவிழாவில் சந்தோஷமாக ஆடுகிறாள். அவள் ஆடுவதைப் பார்த்து அவள் அழகில் மயங்கும் அந்த ஊர் பண்ணையார், அவளை வலுக்கட்டாயமாகத் திருமணம் செய்துகொள்கிறான். அவனுடன் சந்தோஷமாக வாழ மறுக்கிறாள் நாயகி. தாம்பத்யம் நடத்தமுடியவில்லை. அல்வா கசக்கிறது.

வில்லன் ஏதோ வேலை விஷயமாக வெளியூர் செல்ல, தன் தவிப்பை அடக்கமுடியாமல், காதலனைத்தேடிப் போய் விடுகிறாள். ஒரு மழை பெய்யும் நாளில் இருவரும் சந்தித்து, சந்தோஷமாக கதகதப்பாக இருந்துவிடுகிறார்கள்.

வில்லன் திரும்பிவரும்போது, அவள் கையில் ஒரு குழந்தை! அந்த குழந்தைக்கு அப்பன் யார் என்று கண்டுபிடிக்கிறான் வில்லன். கதாநாயகனைக் கண்டுபிடித்து, அவனை எரியும் சிதையில் தள்ளுகிறான். அவன்மீது மாளாத காதல் கொண்ட காதலியும் தீயில் பாய்ந்து காதலனுடன் இறந்துவிடுகிறாள்.

காசி பழங்குடியினரின் களம், இசை, பாடல்களைச் சொன்ன இந்தப் படம், அந்த ஜனங்களிடையே பெரும் வரவேற்பைப் பெற்றது. 'இந்தக் கதைக்கா இவ்வளவு பாராட்டு?' என்ற ஆச்சரியப்பட வேண்டாம். காக்கைக்கு த.கு, பொ.கு.

ஆனால், வருத்தத்துக்குரிய விஷயம், இந்த படத்துக்கு போடப்பட்டது ஒரே ஒரு பிரிண்ட்தான். அதுவும் தேசிய திரைப்பட விழாவுக்கு போனபின் தொலைந்துபோய் விட்டது.

காசியின் புல்லாங்குழல் 'மனிக் ரைடாங்'

35 வருடமாக தேடிக்கொண்டு இருக்கிறார்கள், மறுபடி இந்தப் படத்தை திரையிடுவதற்கு. (யாரிடமாவது இருந்தால், தயவுசெய்து கொடுத்துவிடுங்கள்).

மேகாலயா மாநிலத்துக்கென்று தனியாக ஒரு சென்சார் போர்டுகூட கிடையாது. ஒரு சினிமா ஸ்டுடியோ கிடையாது.

'சுவிட்சர்லாந்தில் என்ன இருக்கிறது? ஆனால் அங்கே எத்தனை நாடுகளின் படப்பிடிப்பு நடக்கிறது. அதற்குக் காரணம், அவர்களது திறமையாக அரசாங்கம்தான். இங்கேயும் மேகாலய அரசு தக்கபடி வசதிகளைச் சீர்படுத்தினால்தான், மேகாலயா சினிமாப்பட உலகம் பிழைக்கும். இல்லையென்றால், மெல்ல காசி திரைப்பட உலகம் இனி சாகும்' என்பது பெரும்பாலான சினிமாகாரர்களின் கருத்து.

மற்றபடி, ஷில்லாங் மக்களை சந்தோஷப்படுத்திக்கொண்டு இருப்பது, அங்கே ஒவ்வொரு வருடமும் போடப்படும் உலக திரைப்பட திருவிழாக்கள்தான்.

⊠⊠⊠

MANIWOOD

மணிப்பூரி திரைப்பட உலகம்

இந்தியாவின் வடகிழக்கு மாநிலம், மணிப்பூர். தலைநகரம், இம்பால்.

அவர்கள் பேசும் மொழி மீதெய்லான். இது, இந்தியாவால் அதிகாரபூர்வமாக அங்கீகரிக்கப்பட்ட மொழி.

மணிப்பூர் இந்தியாவின் சென்சிடிவ் பார்டர் என்பதால், மணிப்பூருக்குள் நுழைய, பர்மிட் அவசியம். அங்கீகரிக்கப்பட்ட டிராவல் ஏஜெண்டுகள் மூலம் பத்துநாட்களுக்கு இது கிடைக்கும்.

மணிப்பூர் திரைப்பட உலகம், 1920ம் ஆண்டு ஆரம்பிக்கப்பட்டது.

1920களில், கஸ்தூரிசந்த் ஜெயின் மற்றும் ராம்குமார் போன்றவர்களால், திரையரங்குகள் கட்டப்பட்டு, அப்போது நாட்டில் முதல்முறையாக வெளியான பலமொழிப்படங்கள் ஒவ்வொன்றாக மணிப்பூர் மாநிலத்தில் ரிலீஸாகி, மக்களுக்கு பேசாத சினிமா, மற்றும் பேசும் சினிமாவை அறிமுகப்படுத்த ஆரம்பித்தது.

அதைத் தொடர்ந்து, படவிநியோகிஸ்தராக இருந்த ஸ்ரீகோவிந்தராஜி பிலிம் கம்பெனியால் 1948ல்

மணிப்பூரின் பெருமை 'மாதம் கி மணிப்பூர்'

எடுக்கப்பட்ட, 'மைநு பெம்சூ' என்ற படம்தான், மணிப்பூர் திரைஉலகத்தின் முதல் முயற்சி என்று கொள்ளலாம்.

அதன்பிறகு, ஒரு பெரிய காலகட்டம்வரை, சினிமாவில் நடக்கும் மாறுதல்களை உற்று நோக்கியவண்ணம், ஒரு அமைதியான பார்வையாளராக மட்டுமே இருந்தது மணிப்பூர் திரைப்பட உலகம்.

1972ல் வெளியான 'மாதம் கி மணிப்பூர்' என்ற படம் தான், ஒரு முழுமையான முதல் மணிப்பூரி படமாக கொண்டாடப் படுகிறது. இந்த முதல் படமே, தேசிய விருது பெற்றது. மற்ற திரை உலகங்களில் கலர்படங்கள் கோலோச்சிக்கொண்டு இருந்த காலகட்டத்தில் வெளியான இந்த மணிப்பூர் படம், ஒரு கறுப்பு வெள்ளைப்படம். படத்தின் இயக்குனர், தேப் குமார் போஸ்.

மணிப்பூரின் முதல் கலர்படம், 1984ம் ஆண்டுதான் வெளிவந்தது, எம். ஏ. சிங் இயக்கிய, 'லங்லேன் தடோய்'.

1970களில் அமைக்கப்பட்ட பல்வேறு சினிமா அமைப்புகளால், மணிப்பூரி திரைப்பட உலகம் எழுச்சி பெற்றது. தொடர்ந்து படங்கள் எடுக்கப்பட்டு, இந்திய அகிலஉலக

ப்ரஸன்னா | 223

சர்வதேச போட்டிகளில் பங்குகொண்டு வெற்றிக்கொடி நாட்ட ஆரம்பித்தது.

வருடத்துக்கு ஒன்று அல்லது இரண்டு மணிப்பூர் படங்கள் மட்டுமே தயாரிக்கப்படுகின்றன. மணிப்பூர் திரைப்பட உலகில் தயாரிக்கப்படும் படங்களில், ஒவ்வொரு மூன்று படங்களிலும் ஒரு படத்துக்கு ஏதாவது ஒரு விருது நிச்சயம் கிடைக்கிறது என்று ஒரு புள்ளிவிபரம் சொல்கிறது.

ஒரு மணிப்பூர் படத்தின் பட்ஜெட் கிட்டத்தட்ட 20 முதல் 25 லகரம்தான். மணிப்பூர் திரைப்பட உலகம் இதுவரை கிட்டத்தட்ட 60 திரைப்படங்களும், 50 டாகுமென்டரிகளும் தயாரித்துள்ளது. இதுவரை 10 தேசிய விருதுகளும் 9 சர்வதேச விருதுகளையும் பெற்று பெருமையுடன் தலைநிமிர்ந்து நிற்கிறது மணிப்பூர் திரைப்பட உலகம் என்பது நிதர்சனமான உண்மை.

இப்படி ஒரு சாதனை எப்படி?

அதற்கு முக்கிய காரணம், மணிப்பூர் படத் தயாரிப்பாளர்கள் எவரும் சினிமாவை ஒரு வியாபாரமாக பார்ப்பதில்லை என்பதுதான்.

'மாதம் கி மணிப்பூர்' படக்காட்சி

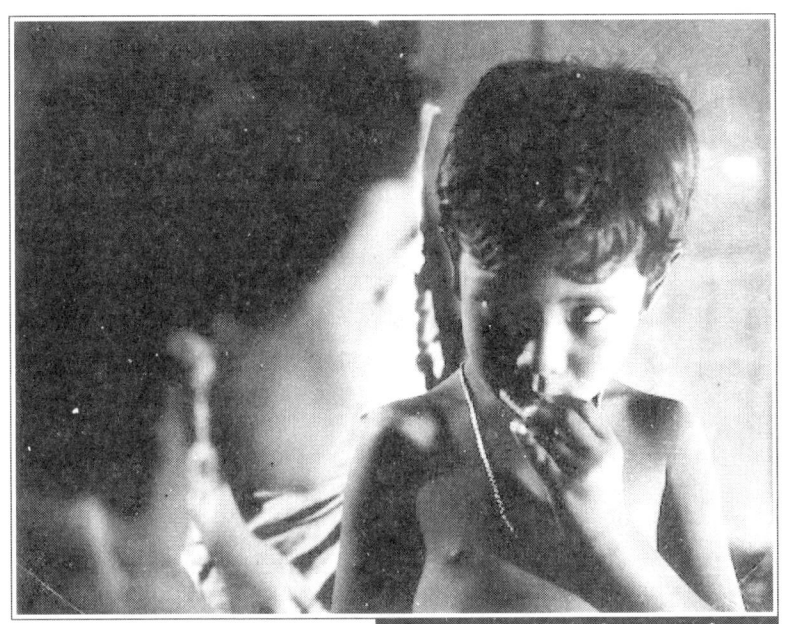

'இமாஜி நிங்கிதம்' திரைப்படத்தில்...

லாப நஷ்டம் பற்றியோ, வெற்றி தோல்விகள் பற்றியோ பேச்சுக்கள் அதிகம் எழாத ஆச்சரியமான உலகமாக, மணிப்பூர் திரைப்பட உலகம் திகழ்கிறது. அங்கே திறமைக்கும் தகுதிக்கும் மதிப்பும் மரியாதையும் அபரிமிதமாக கிடைக்கிறது. காசு பார்க்கும் தொழிலாக சினிமாவை நினைக்கும் கலைஞர்கள் மணிப்பூர் திரைப்பட உலகத்தில் குறைவாகவே உள்ளனர்.

நல்ல தரமான படங்கள் எடுக்கப்படவேண்டும், தேசிய உணர்வுள்ள படங்கள் தரவேண்டும் என்பதே அவர்களின் உயர்ந்த குறிக்கோள்.

1966ல் நிர்மாணிக்கப்பட்ட மணிப்பூர் பிலிம் சொசைட்டி, அடிக்கடி உலகநாடுகளின் திரைப்பட விழாக்களை தங்கள் ஊரில் நடத்தி வருவதுடன், மணிப்பூர் படங்களை சர்வதேச திரைப்பட உலகத்தில் பங்கு கொள்ளச் செய்யும் சீரிய முயற்சியையும் செவ்வனே செய்து வருகிறது. அரசாங்கம், படங்கள் எடுக்கப்பட நல்ல பல திட்டங்களைச் செயல்படுத்தி வருகிறது. தாராள நிதி உதவியும் தருகிறது.

ப்ரஸன்னா | 225

அதன் காரணமாகவே, சர்வதேச திரைப்பட விழாக்களுக்கு முதல்முறையாக இந்தியாவிலிருந்து சென்ற படங்கள் மணிப்பூரி படங்களாகவே இருந்தன.

1982ம் ஆண்டு, 'இமேஜி நிங்தெம்' என்ற மணிப்பூரி படம், இந்தியாவின் சார்பில் முதல்முறையாக பிரெஞ்ச் சர்வதேச திரைப்பட உலகப் போட்டியில் கலந்துகொண்டு பரிசு பெற்றது.

8 வயது சிறுவனாக நடித்த லெய்கேந்திர சிங், சிறந்த குழந்தை நட்சத்திர விருதையும் பெற்றான்.

இன்னொரு மணிப்பூரி படம், கேன்ஸ் திரைப்பட விழாவில் கலந்துகொண்டு, அதன் கதாநாயகிக்கு சிறந்த நடிகைக்கான பரிசை பெற்றுத்தந்தது.

இன்னொரு ஆச்சரியமான விஷயம், மணிப்பூர் மற்றும் அசாமில் உள்ள தீவிரவாத அமைப்புகளால், இந்திப்படங்கள் அங்கே தடை செய்யப்பட்டு உள்ளன. பாலிவுட் படங்களின் கதைகளும் ஐட்டம் நம்பர் பாடல்களும் மணிப்பூரின் கலாசாரத்தை சீர்குலைப்பதாகவும், இளைஞர்களை தவறாக வழிநடத்துவதாகவும் உள்ளது என்பது அவர்களின் திடமான நம்பிக்கை.

பல அமைப்புகள் இதற்கு எதிராக கொடி உயர்த்தியுள்ளன. இந்த தடையை புறக்கணிக்கக்கோரி மக்களுக்கு அறிக்கைகள் விடுகின்றன. மாநிலம் முழுதும் கிட்டத்தட்ட 150 சினிமா தியேட்டர்கள் இந்திப்படங்களை வெளியிடுகின்றன. ஆனால், அமைப்புகளுக்கு பயந்து மக்கள் கூட்டம் வருவதில்லை. மேலும், இந்த தியேட்டர்களை பாதுகாப்பதிலும், இந்திப்படங்களை வெளியிடுவோரின் குடும்பங்களை பாதுகாப்பதுமே போலீஸாரின் பெரிய வேலையாக, தலைவலியாக உள்ளது.

தீவிரவாத அமைப்புகளுக்கு காசு ஆசை காட்டியும் பார்த்தாகி விட்டது. ஆனால், அவை பணத்துக்கு விலைபோக மறுக்கின்றன.

இதனால், மணிப்பூர், அசாம் மாநிலங்களில் இரண்டு விதமான பின்விளைவுகள் ஏற்பட்டுள்ளன.

ஒன்று, அங்கே மாநிலத்தில் தயாரிக்கப்படும் சொந்த மொழிப் படங்கள் அபரிமிதமான வளர்ச்சி கண்டுள்ளது.

சினிமாவில் வேலை செய்ய வாய்ப்பும் வருமானமும் கணிசமாக உயர்ந்துள்ளது. ஏறக்குறைய ஒவ்வொரு கிராமத்திலும் சினிமா சம்பந்தப்பட்ட ஒரு கலைஞனோ இயக்குனரோ, நடிகர் நடிகையோ இருக்கிறார்கள் என்ற நிலை உள்ளது.

இரண்டாவது, வளர்ந்துவரும் கவர்ச்சிகரமான இளமை ததும்பும் பாலிவுட் படங்களை பார்க்க இயலாத இளைஞர்கள் பட்டாளம், விரக்தி அடைந்து, நீலப்படங்களின் பக்கம் தங்கள் பார்வையைத் திருப்பி விட்டார்கள்.

ஆம், மணிப்பூரில் நீலப்படங்களின் எண்ணிக்கை அதிகமாக உள்ளது. பக்கத்து மாநிலமான அகர்தலா திரிபுராவில் இந்தவகை படங்கள் தயாரிக்கப்படுகின்றன. தங்கள் அமைப்புகளுக்கு நிதி சேர்க்கும் நோக்கத்துடன் செயல்படும் சில தீவிரவாத அமைப்புகள், திரிபுராவில் உள்ள பழங்குடியினர் மற்றும் கிராமத்துவாசிகளை துப்பாக்கிமுனையில் மிரட்டி இந்தவகை படங்களை எடுத்து நல்ல விலைக்கு விற்று, அமைப்புகளுக்காக நிதி சேர்க்கிறார்கள்.

'குத்துச்சண்டை வீராங்கனை' மேரி கோமுடன் பிரியங்கா சோப்ரா

இந்த மாதிரி படங்கள் மணிப்பூரி மாநிலத்தில் மட்டுமில்லாது, பர்மா, பெங்காலி, இந்தி, தாய் மொழிகளிலும் டப்பு செய்யப்பட்டு நல்ல ‘டப்பு’ பார்க்கிறது. (இதுரொம்ப டப்பு... ஸாரி, தப்பு.)

இந்த படங்களை பிராசஸிங் போட்டுத்தரும் லேப்களுக்கு, நல்ல கணிசமான தொகை கிடைப்பதாலும், தீவிரவாத அமைப்புகள் மிரட்டுவதாலும், இந்த தொழிலில் ஈடுபடவேண்டிய கட்டாயம்.

பெரும்பாலான நீலப்படங்கள், ஒரு திரைப்படம்போல நடிகர் நடிகைகள் டெக்னீஷியன் பெயர்களுடனே ஓடுகிறது.

தாராளமாக புழங்கும் இந்தவகை நீலப்படங்களால், மணிப்பூரி இளைஞர்கள் சோரம் போய்விடுகிற அபாய நிலை இருக்கிறது.

எல்லா வெற்றிகளுக்கும் கண்திருஷ்டி ஒன்று வேண்டு மல்லவா?

அடிக்கடி தேசிய, சர்வதேச அவார்டு வாங்கிக் கலக்கும் தரமான, மணிப்பூர் திரைப்பட உலகத்துக்கு, இந்தவகை நீலப்படங்களின் கொட்டம்தான் கண்திருஷ்டி.

⊠⊠⊠

KOKBOROK

திரிபுரா திரைப்பட உலகம்

திரிபுரா திரைப்பட உலகம், ஒரு கைக்குழந்தை. 2004ல் பிறந்த இந்தப் பட உலகத்துக்கு இப்போது வயது 15.

திரிபுரா மாநிலத்தில் பேசப்படும், இந்திய அரசாங்கத்தால் அங்கீகரிக்கப்பட்ட மொழி, கோக்பொரோக் (திரிபுரா தவிர, இது அஸாம்,

கோக்பொரோக் காவியம் 'யார்வங்'

'மாதியா' திரைப்படத்தில்...

விருதுபெற்ற ஜோஸப் புலிந்த்நாத்

மிஸோரம், மியான்மர், பங்களாதேஷ் மக்களாலும் பேசப்படும் மொழியாகும்). கோக்பொரோக் என்றால், 'போராக் மக்களின் மொழி' என்று அர்த்தம்.

2004ல் கோக்பொரோக் மொழித்திரைப்படமான 'மாதியா' (வளையல்) வெளியாயிற்று. இந்தப் படத்தின் இயக்குனர், ஜோஸப் புலிந்தநாத் என்ற கத்தோலிக்கப் பாதிரியார்.

'வளையல்' கதை, ஆவிகளை வழிபடும் மற்றும் பேய், ஏவல் போன்ற சூனியம் வைக்கும் திரிபுரா பழங்குடியினரின் கலாசாரத்தை விவரிக்கிறது. கதையின் நாயகன், தான் காதலிக்கும் கதாநாயகியை பேய்களை விரட்டும் ஒரு சூனியக்காரி என்று நினைக்கிறான். அதனால், அவளைக் காதலித்தாலும் அவளை ஏற்றுக்கொள்ள மறுக்கிறான்.

கடைசிவரை, தான் சூனியக்காரி அல்ல என்று அவளால் அவனிடம் நிரூபிக்க முடியவில்லை. கதையின் இறுதியில் அவள் மனம் உடைந்து இறந்துபோகும்போது, தன்னையும் ஒரு சாதாரணப் பெண்ணாகப் பாவிக்கும்படி மனம் உருகி கேட்டுக் கொள்கிறாள். அவன் திருந்தும்போது, அவள் உயிரோடு இல்லை.

இந்தப் படத்துக்கு ரஷ்யாவில், சிறந்த இந்திய திரைப்படத்துக்கான விருது கிடைத்தது.

ரஷ்யா, 2009ஆம் ஆண்டை 'இந்தியப் படங்களின் ஆண்டு' என்று அறிவித்து, இந்தியப் படங்களைச் சிறப்பித்தது.

2010ஆம்ஆண்டு இந்தியாவின் சிறந்த மாநிலமொழிப் படமாக சிறப்பு பெற்ற இன்னொரு கோக்பொரோக் படம், 'யார்வ்ங்' (வேர்கள்). இதன் இயக்குனரும், ஜோசப் புலிந்தநாத்–தான்.

'யார்வ்ங்' கதை, 1970களில் திரிபுராவின் டம்பூர் அணை கட்டப்பட்டபோது, அந்தப் பகுதி மக்கள் அரசாங்கத்தால் அப்புறப்படுத்தப்பட்ட காலகட்டத்தைச் சித்திரிக்கிறது. திரிபுராவில் ஓடும் ரைமா மற்றும் சைமா நதிகளைக் கட்டுப்படுத்தி அரசாங்கம் அணை கட்டுகிறது. அணை கட்டுவதற்காக அங்கு வசிக்கும் பழங்குடிகளை அப்புறப் படுத்துகிறது. அதுவரை அந்த நதிக்கரையில் பிறந்து, வளர்ந்து, வாழ்ந்து காதலர்களாக இருந்துவந்த மீனாவும் நிர்மலும், அரசாங்கத்தின் இந்த நடவடிக்கையால் தத்தம் குடும்பங்களுடன் அந்த இடத்தைக் காலி செய்யவேண்டிய கட்டாயத்துக்கு தள்ளப்படுகிறார்கள். கிட்டத்தட்ட 12,000 குடும்பங்களைச் சேர்ந்த 60,000 பழங்குடியினரின் வாழ்க்கை கேள்விக்குறியாகிறது. உறவுகள் பிரிகின்றன. குடும்பங்கள் நசிகின்றன. தலைவிதிகள் மாற்றப்படுகின்றன. கடைசியில் அணை கட்டப்படுகிறது. மீனா–நிர்மல் காதல் அணை உடைகிறது.

வேறு ஓர் இடத்துக்கு அப்புறப்படுத்தப்படும் மீனாவுக்கு, வேறு ஒருவனுடன் திருமணம் நடக்கிறது. முதலிரவில் அவளது கண்ணீர்க்காதல் கதையைக் கேட்கும் கணவன், அவளை காதலனுடன் சேர்த்து வைக்க முடிவுசெய்கிறான்.

'மீனா, தன் காதலனுடன் சேர்ந்தாளா..? இல்லையா?' என்பது, அணை கட்டப்பட்டக் காலகட்டத்தில் நடந்த சம்பவங்களின் இடையே சொல்லப்படுகிறது.

95 நிமிடங்கள் ஓடும் இந்தப் படம், இந்தியாவில் மட்டுமின்றி, கிட்டத்தட்ட 40 சர்வதேச திரைப்பட விழாக்களில் கலந்துகொண்டு சக்கைப்போடு போட்டது. இந்தப் படம் வெளியான பிறகுதான், நிறைய பேருக்கு, இந்தியாவில் கோக்பொரோக் என்று ஒரு மொழி இருப்பதே தெரியவந்தது.

படத்தின் இயக்குனர், ஜோசப் புலிந்தநாத், கோட்டையத்தைச் சேர்ந்த ஒரு கேரள பாதிரியார். அவர் பல ஆண்டுகளாக, திரிபுராவில் பணியாற்றிவருகிறார். திரிபுரா பழங்குடியினரின்

வாழ்க்கைமுறை அவரது மனதைத் தொட்டது. அந்தப் பழங்குடியினருக்காகவும், அவர்கள் மொழி வளர்ச்சிக்கும் தன்னால் ஆன உதவிகளைச் செய்ய நினைத்தவர், கோக்பொரோக் மொழிப் படங்கள்மூலம் விழிப்புணர்வு ஏற்படுத்தி வருகிறார்.

படத்தில் வேலை செய்த கலைஞர்கள், கேரளத்தைச் சேர்ந்தவர்கள். திரிபுராவின் இதயப்பகுதியில் உள்ள கிராமங்களில் படப்பிடிப்பு நடந்தது. அதில் நடித்த யாரும் நடிகர்களே அல்லர். அவர்களில் யாரும் இதற்குமுன் கேமராவைப் பார்த்ததுகூட கிடையாது. இன்னும் சில கிராமங்களில் யாரும் மின்சாரத்தையோ, மொபைல்போன்கூட பார்த்தது கிடையாது.

சர்ச் கொடுத்த தொகை சுமார் 27 லட்சம் ரூபாய் பட்ஜெட்டில், டிஜிட்டல் கேமராவில் படப்பிடிப்பு நடத்தி, பிறகு அதை 35 எம்எம் அளவுக்கு மாற்றி படத்தை வெளியிட்டு இருந்தார் பாதிரியார் ஜோசப்.

இந்தப் படத்தின் தயாரிப்பாளரும் இன்னொரு கேரளப் பாதிரியார்தான். அவர் பெயர், ஜோசப் கிழக்கச்சென்னாடு.

ஒருபக்கம், தங்களை மண்ணின் மைந்தர்கள் என்று சொல்லிக்கொள்ளும் திரிபுராவின் தீவிரவாதிகள், பழங்குடியினப் பெண்களைத் துப்பாக்கி முனையில் வலுக்கட்டாயமாகப் பிடித்துவைத்து, அவர்களை ஆபாசப் படங்களிலும் நீலப்படங்களிலும் நடிக்கவைத்து, உலகம் முழுக்க அதை விற்று காசாக்கி, தங்கள் குழுக்களுக்கு நிதிஉதவி திரட்டுகிறார்கள். ஆயுதங்கள் வாங்குகிறார்கள். ஜனங்களை கொன்று குவிக்கிறார்கள்.

இன்னொருபக்கம், சம்பந்தமே இல்லாத கேரளா போன்ற தூரதேசத்தைச் சேர்ந்த பாதிரியார்கள், திரிபுராவின் மொழி வளர்ச்சிக்காக, நாகரிகம் தொடாத கிராமங்களுக்குள் சென்று, பல சிரமங்களுக்கிடையே, திரிபுராவின் பழங்குடி மக்களின் பிரச்னைகளைச் சொல்லி, சர்வதேச விருது பெறும் படங்களைத் தயாரித்துக்கொண்டு, உலகம் பூராவும் கோக்பொரோக் மொழியைப் பரப்பப் பாடுபடுகிறார்கள்.

என்னே முரண்பாடான ஒரு திரைப்பட உலகம் இது!

⊠⊠⊠